KT-153-066

THE ROUGH GUIDE

VIETNAMESE

PHRASEBOOK

Compiled by

LEXUS

www.roughguides.com

Credits

Compiled by Lexus with Ka Fue Lay MIL, Nguyen Thi Thanh Binh and Nguyen Quoc Hung
Lexus Series Editor: Sally Davies
Rough Guides Reference Director: Andrew Lockett
Rough Guides Series Editor: Mark Ellingham

First edition published in 1996.
Revised in 2000.
This updated edition published in 2006 by
Rough Guides Ltd,
80 Strand, London WC2R 0RL
345 Hudson St, 4th Floor, New York 10014, USA
Email: mail@roughguides.co.uk.

Distributed by the Penguin Group.

Penguin Books Ltd, 80 Strand, London WC2R 0RL
Penguin Putnam, Inc., 375 Hudson Street, NY 10014, USA
Penguin Group (Australia), 250 Camberwell Road, Camberwell, Victoria 3124, Australia
Penguin Books Canada Ltd, 10 Alcorn Avenue, Toronto, Ontario, Canada M4V 1E4
Penguin Group (New Zealand), Cnr Rosedale and Airborne Roads, Albany, Auckland, New Zealand

Typeset in Bembo and Helvetica to an original design by Henry Iles.
Printed in Italy by LegoPrint S.p.A

No part of this book may be reproduced in any form without permission from the publisher except for the quotation of brief passages in reviews.

© Lexus Ltd 2006
256pp.

British Library Cataloguing in Publication Data
A catalogue for this book is available from the British Library.

ISBN 13: 978-1-84353-641-3
ISBN 10: 1-84353-641-2

The publishers and authors have done their best to ensure the accuracy and currency of all information in The Rough Guide Vietnamese Phrasebook however, they can accept no responsibility for any loss or inconvenience sustained by any reader using the book.

Online information about Rough Guides can be found at our website www.roughguides.com

CONTENTS

Introduction

The Rough Guide Vietnamese phrasebook is a highly practical introduction to the contemporary language. Laid out in clear A-Z style, it uses key-word referencing to lead you straight to the words and phrases you want – so if you need to book a room, just look up 'room'. The Rough Guide gets straight to the point in every situation, in bars and shops, on trains and buses, and in hotels and banks.

The main part of the Rough Guide is a double dictionary: English-Vietnamese then Vietnamese-English. Before that, there's a section called **Basic Phrases** and to get you involved in two-way communication, the Rough Guide includes, in this new edition, a set of **Scenario** dialogues illustrating questions and responses in key situations such as renting a car and asking directions. You can hear these and then download them free from **www.roughguides.com/phrasebooks** for use on your computer or MP3 player.

Forming the heart of the guide, the **English-Vietnamese** section gives easy-to-use transliterations of the Vietnamese words wherever pronunciation might be a problem. Throughout this section, cross-references enable you to pinpoint key facts and phrases, while asterisked words indicate where further information can be found in a section at the end of the book called **How the Language Works**. This section sets out the fundamental rules of the language, with plenty of practical examples. You'll also find here other essentials like numbers, dates, telling the time and basic phrases. In the **Vietnamese-English** dictionary, we've given you not just the phrases you'll be likely to hear (starting with a selection of slang and colloquialisms) but also many of the signs, labels, instructions and other basic words you may come across in print or in public places.

Near the back of the book too the Rough Guide offers an extensive **Menu Reader**. Consisting of food and drink sections (each starting with a list of essential terms), it's indispensable whether you're eating out, stopping for a quick drink, or browsing through a local food market.

chúc đi chơi vui vẻ!
have a good trip!

Basic Phrases

yes
vâng (N)/dạ (S)
vuhng/yạ

no
không
kawng

OK
'OK'

hello (said to man)
chào ông
jào awng

(said to woman)
chào bà
jào bà

good morning
'good morning'

good evening
'good evening'

good night
chúc ngủ ngon
jóóg ngỏỏ ngon

see you!
chào ông/bà!
jào awng/bà

goodbye
chào
jào

please
làm ơn
làm urn

yes, please
vâng (N)/dạ (S), xin ông/bà
vuhng/yạ sin awng/bà

thanks, thank you
cám ơn ông/bà
gám urn awng/bà

no thanks, no thank you
không cám ơn
kawng gám urn

thank you very much
cám ơn nhiều
gám urn n-yàyoo

don't mention it
không có chi
kawng gó ji

how do you do?
hân hạnh gặp ông/bà
huhn hạng gụp awng/bà

how are you?
ông/bà có khỏe không?
awng/bà gó kwẻh kawng

fine, thanks
tôi khỏe cám ơn
doy kwẻh gám urn

pleased to meet you
hân hạnh gặp ông/bà
huhn hạng gụp awng/bà

excuse me
(to get past) xin ông/bà thứ lỗi
sin awng/bà tớ lỗy

(to get attention) ông/bà ơi
awng/bà uh-i

(pol: to get attention) thưa ông/bà
too-a awng/bà

(to say sorry) xin lỗi
sin lỗy

(I'm) sorry
xin lỗi
sin lỗy

sorry?/pardon (me)?
ông/bà nói sao?
awng/bà nóy sao

I see/I understand
tôi hiểu rồi
doy hi-ảyoo ròy

I don't understand
tôi không hiểu
doy kawng hi-ảyoo

do you speak English?
ông/bà biết nói tiếng Anh không?
awng/bà bi-áyd nóy di-áyng ang kawng

I don't speak Vietnamese
tôi không biết nói tiếng Việt
doy kawng bi-áyd nóy di-áyng vi-ạyd

could you repeat that?
xin ông/bà lập lại
sin awng/bà lụhp lại

can you write it down?
ông/bà có thể viết ra không
awng/bà gó tảy vi-áyd ra kawng

I'd like ... (requesting)
cho tôi xin môt ...
jo doy sin mạwd

can I have ...?
làm ôn cho tôi một ...
làm urn jo doy mạwd

do you have ...?
ông/bà có không ...?
awng/bà gó kawng

how much is it?
bao nhiêu tiền?
bao ni-yoh di-àyn

cheers!
cạn chén! (N)/cạn ly! (S)
gạn jén/gạn li

where?
ở đâu?
ủr doh

is it far from here?
cách đây có xa không?
gáj day-i gó sa kawng

Scenarios

1. Accommodation

is there an inexpensive hotel you can recommend?
▶ bà có thể đề nghị khách sạn nào mà không đắt không?
[bà gó tảy dày ngị káj sạn nào mà kawng dúd kawng]

---

xin lỗi, hình như tất cả đều đã thuê hết ◀
[sin lõy, hìng n-yOO dúhd gả dày-oo dã tweh háyd]
I'm sorry, they all seem to be fully booked

---

can you give me the name of a good middle-range hotel?
▶ bà có thể cho tôi biết tên của một khách sạn hạng vừa không?
[bà gó tảy jo doy bi-áyd dayn gwảw mạwd káj sạn hạng vÒO-a kawng]

để tôi xem: ông có muốn ở trong trung tâm không? ◀
[dảy doy sem; awng gó mwáwn ủr jong joong duhm kawng]
let me have a look; do you want to be in the centre?

---

if possible
▶ nếu có thể
[náy-oo gó tảy]

ở xa thành phố một chút có sao không? ◀
[ủr sa tàng fáw mạwd jóód gó sao kawng]
do you mind being a little way out of town?

---

not too far out
▶ đừng có xa quá
[dÒOng gó sa gwá]

where is it on the map?
▶ ở đâu trên bản đồ?
[ủr doh jayn bản dàw]

can you write the name and address down?
▶ bà có thể viết cho tên và địa chỉ không?
[bà gó tảy vi-áyd jo dayn và dịa jỉ kawng]

I'm looking for a room in a private house
▶ tôi muốn tìm một phòng ở nhà tư nhân
[doy mwáwn dìm mạwd fòng ủr n-yà dOO n-yuhn]

2. Banks

bank account	tài khoản ngân hàng	[dài koản nguhn hàng]
to change money	đổi tiền	[dỏy di-àyn]
cheque	séc	[ség]
to deposit	gửi tiền	[gꝏ-i di-àyn]
pin number	số nhận dạng cá nhân	[sáw n-yụhn yạng gá n-yuhn]
pound	tiền Bảng	[di-àyn bảng]
to withdraw	rút	[róód]

can you change this into Vietnamese money?
▶ ông có thể đổi sang tiền Việt nam không?
[awng gó tảy dỏy sang di-àyn vi-ạyd nam kawng]

bà muốn lấy tiền thế nào? ◀
[bà mwáwn láy-i di-àyn táy nào]
how would you like the money?

small notes
▶ giấy bạc nhỏ
[yáy-i bạg n-yỏ]

big notes
▶ giấy bạc lớn
[yáy-i bạg lúrn]

do you have information in English about opening an account?
▶ ông có thông tin gì bằng tiếng Anh về việc mở tài khoản ngân hàng không?
[awng gó tawng din yì bùng di-áyng ang vày vi-ạyg mủr dài kwản nguhn hàng kawng]

có, bà muốn loại tài khoản gì? ◀
[gó, bà mwáwn lwại dài kwản yi]
yes, what sort of account do you want?

I'd like a current account
▶ tôi muốn một tài khoản vãng lai
[doy mwáwn mạwd dài kwản vãng lai]

bà cho xin hộ chiếu ◀
[bà jo sin hạw ji-áyoo]
your passport, please

can I use this card to draw some cash?
▶ tôi có thể dùng thẻ này để rút tiền không?
[doy gó tảy yòong tẻ này dảy róód di-àyn kawng]

bà phải đến quầy thủ quỹ ◀
[bà fải dáyn gwày-i tỏò goo-ĩ]
you have to go to the cashier's desk

I want to transfer this to my account at the State Bank of Vietnam
▶ tôi muốn chuyển số tiền này vào tài khoản tôi tại Ngân hàng Nhà nước Việt Nam
[doy mwáwn jwee-ảyn sáw di-àyn này vào dài kwản doy dại nguhn hàng nhà nꝏ-úrg vi-ạyd nam]

được, nhưng bà sẽ phải trả tiền gọi điện thoại ◀
[dꝏ-ựrg, n-yꝏng bà sẽ fải jả di-àyn gọi di-ạyn twại]
OK, but we'll have to charge you for the phonecall

3. Booking a room

shower	tắm vòi sen	[dúm vòi sen]
telephone in the room	điện thoại trong phòng	[di-ạyn twại jong fòng]
payphone in the lobby	điện thoại trả tiền ở phòng tiếp tân	[di-ạyn twại jả di-àyn ủr fòng di-áyp duhn]

do you have any rooms?
▸ bà có phòng nào không?
[bà gó fòng nào kawng]

cho mấy người? ◂
[jo máy-i ngoo-ùh-i]
for how many people?

▸ cho một người/cho hai người
[jo mạwd ngoo-ùh-i/jo hai ngoo-ùh-i]
for one/for two

có, chúng tôi có phòng trống ◂
[gó, jóóng doy gó fòng jáwng]
yes, we have rooms free

▸ mấy đêm?
[máy-i daym]
for how many nights?

just for one night
chỉ một đêm ◂
[jỉ mạwd daym]

how much is it?
▸ bao nhiêu tiền?
[bao n-yayoo di-àyn]

chín mươi đô la có phòng tắm và bảy mươi đô không phòng tắm ◂
[jín moo-uh-i daw la gó fòng dúm và bảy moo-uh-i daw kawng fòng dúm]
90 dollars with bathroom and 70 dollars without bathroom

does that include breakfast?
▸ đó có bao ăn sáng không?
[dó gó bao un sáng kawng]

can I see a room with bathroom?
▸ có thể cho tôi xem một phòng có phòng tắm không?
[gó tảy jo doy sem mạwd fòng gó fòng dúm kawng]

ok, I'll take it
▸ được, tôi sẽ lấy phòng
[dOO-ựrg, doy sẽ láy-i fòng]

when do I have to check out?
▸ khi nào thì tôi phải trả phòng?
[ki nào tì doy fải jả fòng]

is there anywhere I can leave luggage?
▸ có chỗ nào gửi hành lý không?
[gó jãw nào gOO-i hàng lí kawng]

4. Car hire

automatic	tự động	[dOO dạwng]
full tank	đầy bình	[dày-i bìng]
manual	không tự động	[kawng dOO dạwng]
rented car	xe thuê	[se tweh]

I'd like to rent a car
▶ tôi muốn thuê chiếc xe hơi
[doy mwáwn tweh ji-áyg se huh-i]

thuê bao lâu? ◀
[tweh bao loh]
for how long?

two days
▶ hai ngày
[hai ngày]

I'll take the ...
▶ tôi sẽ lấy ...
[doy sẽ láy-i ...]

is that with unlimited mileage?
▶ đó không giới hạn dặm phải không?
[dó kawng yúh-i hạn yụm fải kawng]

vâng ◀
[vuhng]
it is

ông có thể cho tôi xem bằng lái xe không? ◀
[awng gó tảy jo doy sem bùng lái se kawng]
can I see your driving licence, please?

▶ và hộ chiếu
[và hạw ji-áyoo]
and your passport

is insurance included?
▶ có bao gồm bảo hiểm không
[gó bao gàwm bảo hi-ảym kawng]

có, nhưng ông phải trả 100 đô la đầu tiên ◀
[gó, n-yOOng awng fải jả 100 daw la dòh di-ayn]
yes, but you have to pay the first 100 dollars

ông có thể để lại 100 đô la tiền cọc không ◀
[awng gó tảy dảy lại 100 daw la di-àyn gọg kawng]
can you leave a deposit of 100 dollars?

and if this office is closed, where do I leave the keys?
▶ và nếu phòng làm việc này đóng cửa thì tôi để chìa khóa ở đâu
[và náy-oo fòng làm vi-ạyg này dóng gOO-a tì doy dảy jìa kwá ủr doh]

ông dút vào thùng thư đó ◀
[awng dóód vào tòong tOO dó]
you drop them in that box

5. Communications

ADSL modem	ADSL môđem	[ADSL mawdem]
at	tại	[dại]
dial-up modem	quay số môđem	[gway sáw mawdem]
dot	chấm	[júhm]
Internet	intơnét	[indurnéd]
mobile (phone)	điện thoại di động	[di-ạyn twại yi dạwng]
password	mật khẩu	[mụhd kỏh]
telephone socket	ổ cắm biến điện	[ảw gúm bi-áyn
adaptor	điện thoại	[di-ạyn di-ạyn twại]
wireless hotspot	điểm nóng vô tuyến	[di-àym nóng vaw dwee-áyn]

is there an Internet café around here?
▶ quanh đây có quán cà phê intơnét không?
[gwang day-i gó gwán gà fay indurnéd kawng]

can I send email from here?
▶ tôi có thể gửi thư điện tử từ nơi đây không?
[doy gó tảy gOO-i tOO di-ạyn dOO dOO nuh-i day-i kawng]

where's the at sign on the keyboard?
▶ dấu 'tại' thì là ở đâu trên bàn phím?
[yóh 'dại' tì là ủr doh jayn bàn fím]

can you put me through to ...?
▶ bà có thể nối dây cho tôi với ...?
[bà gó tảy nóy yay-i jo doy vúh-i ...]

can you switch this to a UK keyboard?
▶ bà có thể chuyển cái này sang bàn phím Anh không?
[bà gó tảy jwee-ảyn gái này sang bàn fim ang kawng]

can you help me log on?
▶ bà có thể giúp tôi đăng nhập không?
[bà gó tảy yóop doy dung n-yụhp kawng]

I'm not getting a connection, can you help?
▶ tôi không nối được, bà có thể giúp tôi không?
[doy kawng nóy dOO-ựrg, bà gó tảy yóop doy kawng]

where can I get a top-up card for my mobile?
▶ tôi có thể mua ở đâu cái thẻ thuê bao trả trước cho điện thoại di động tôi vậy?
[doy gó tảy mwaw ủr doh gái tẻ tweh báo jả jOO-úrg jo di-ạyn twại yi dạwng doy vạy-i]

zero	five
không	năm
[kawng]	[num]
one	six
một	sáu
[mạwd]	[sá-oo]
two	seven
hai	bảy
[hai]	[bảy]
three	eight
ba	tám
[ba]	[dám]
four	nine
bốn	chín
[báwn]	[jín]

6. Directions

hi, I'm looking for Sông Mao
▶ xin chào, tôi đang tìm đường đi Sông Mao
[sin jào, doy dang dìm dOO-ùrng di sawng mao]

▶ xin lỗi, chưa bao giờ nghe tên đó
[sin lõy, jOO-a bao yùr nge dayn dó]
sorry, never heard of it

hi, can you tell me where Sông Mao is?
▶ xin chào, ông có thể nói cho tôi biết Sông Mao là ở đâu không?
[sin jào, awng gó tảy nói jo doy bi-áyd sawng mao là ủr doh kawng]

▶ tôi cũng là người lạ ở đây
[doy gõõng là ngoo-ùh-i lạ ủr day-i]
I'm a stranger here too

hi, Sông Mao, do you know where it is?
▶ xin chào, Sông Mao, ông có biết ở đâu không
[sin jào, sawng mao, awng gó bi-áyd ủr doh kawng]

where?
ở đâu?
[ủr doh]

which direction?
hướng nào?
[hOOúrng nào]

▶ ở chỗ quẹo đây
[ủr jãw gwẹh-ao day-i]
around the corner

▶ bên trái ở chỗ đèn xanh đèn đỏ thứ hai
[bayn jái ủr jãw dèn sang dèn dỏ tOO hai]
left at the second traffic lights

▶ sau đó thì là phố đầu tiên bên phải
[sa-oo dó tì là fáw dòh di-ayn bayn fải]
then it's the first street on the right

đi qua ... [di gwa ...] past the ...	kế tiếp [gáy di-áyp] next	ở trước mặt [ủr jOOúrg mụd] in front of	vừa sau [vÒO-a sa-oo] just after
đi thẳng [di tủng] straight ahead	ở bên kia [ủr bayn gia] over there	phố, đường [fáw, dOOùrng] street	xa hơn nữa [sa hurn nÕO-a] further
đối diện [dóy yi-ạyn] opposite	ở bên trái [ủr bayn jái] on the left	sau [sa-oo] back	
gần [gùhn] near	ở bên phải [ủr bayn fải] on the right	rẽ [rẽ] turn off	

download these scenarios as MP3s from:

7. Emergencies

accident	tai nạn	[dai nạn]
ambulance	xe cấp cứu	[se gúhp gér-oo]
consul	lãnh sự	[lãng sọ͝o]
embassy	đại sứ	[dại só͝o]
fire brigade	đội cứu hỏa	[dọy gér-oo hwả]
police	cảnh sát	[gảng sád]

help!
▸ giúp tôi với!
[yóóp doy vúh-i!]

can you help me?
▸ ông làm ơn giúp tôi với
[awng làm urn yóóp doy vúh-i]

please come with me! it's really very urgent
▸ xin đi với tôi! gấp lắm
[sin di vúh-i doy! gúhp lúm]

I've lost (my keys)
▸ tôi đánh mất (chìa khóa)
[doy dáng múhd (jìa kwá)]

(my car) is not working
▸ (xe tôi) không chạy nữa
[(se doy) kawng jạy nõ͝o-a]

(my purse) has been stolen
▸ (ví tôi) đã bị mất trộm
[(ví doy) dã bị múhd jạwm]

I've been mugged
▸ tôi đã bị trấn lột
[doy dã bị júhn lạwd]

---

bà tên gì? ◂
[bà dayn yì]
what's your name?

---

tôi cần xem hộ chiếu bà ◂
[doy gùhn sem hạw ji-áyoo bà]
I need to see your passport

I'm sorry, all my papers have been stolen
▸ xin lỗi. tất cả giấy tờ tôi đều đã bị mất trộm
[sin lõy, dúhd gả yáy-i dùr doy dày-oo dã bị múhd jạwm]

8. Friends

hi, how're you doing?
▸ anh, dạo này thế nào?
[ang, yạo này táy nào]

ô kê, còn chị? ◂
[aw gay, gòn jị]
OK, and you?

---

yeah, fine
▸ vẫn thường
[vũhn tOO-ùrng]

not bad
▸ không đến nỗi nào
[kawng dáyn nõy nào]

---

d'you know Mark?
▸ anh có quen Mark không?
[ang gó gwen marg kawng]

---

and this is Hannah
▸ và đây là Hannah
[và day-i là hannah]

ờ, chúng tôi có quen nhau ◂
[ùr, jóóng doy gó gwen n-ya-oo]
yeah, we know each other

---

where do you know each other from?
▸ anh chị quen nhau ở đâu?
[ang jị gwen n-ya-oo ủr doh]

▸ chúng tôi quen nhau tại nhà Linh
[jóóng doy gwen n-ya-oo dại n-yà ling]
we met at Linh's place

---

that was some party, eh?
▸ tiệc đó được đấy chứ
[di-ạyg dó dOO-ụrg dáy-i jÓO]

tuyệt nhất ◂
[dwee-ạyd n-yúhd]
the best

---

are you guys coming for a beer?
▸ các bạn đến làm lon bia chứ?
[gág bạn dáyn làm lon bia jÓO]

tuyệt, ta đi ◂
[dwee-ạyd, da di]
cool, let's go

---

không được, tôi đi gặp Yến ◂
[kawng dOO-ụrg, doy di gụp yáyn
no, I'm meeting Yen

---

see you at Linh's place tonight
▸ hẹn tối nay gặp tại nhà Linh
[hẹn dóy nay gụp dại n-yà ling]

---

hẹn gặp tại đó ◂
[hẹn gụp dại dó]
see you

download these scenarios as MP3s from:

9. Health

I'm not feeling very well
▶ tôi cảm thấy không được khỏe lắm
[doy gảm táy-i kawng dOO-ụrg kwẻh lúm]

---

can you get a doctor?
▶ bà có thể kêu bác sĩ không?
[bà gó tảy gay-oo bág sĩ kawng]

▶ đau ở đâu?
[da-oo ủr doh]
where does it hurt?

it hurts here
đau ở đây ◀
[da-oo ủr day-i]

▶ có đau liên tục không?
[gó da-oo li-ayn dọọg kawng]
is the pain constant?

it's not a constant pain
không phải cơn đau liên tục ◀
[kawng fải gurn da-oo li-ayn dọọg]

---

can I make an appointment?
▶ tôi có thể lấy cái hẹn không?
[doy gó tảy láy-i gái hẹn kawng]

can you give me something for ...?
▶ ông có thể cho tôi cái gì để ...?
[awng gó tảy jo doy gái yì dảy ...]

---

yes, I have insurance
vâng, tôi có bảo hiểm ◀
[vuhng, doy gó bảo hi-ảym]

antibiotics	thuốc kháng sinh	[twáwg káng sing]
antiseptic ointment	thuốc mỡ sát trùng	[twáwg mữr sád jòòng]
cystitis	viêm bọng đái	[vi-aym bọng dái]
dentist	nha sĩ	[n-ya sĩ]
diarrhoea	ỉa chảy	[ỉa jảy]
doctor	bác sĩ	[bág sĩ]
hospital	bệnh viện	[bạyng vi-ạyn]
ill	bệnh	[bạyng]
medicine	thuốc	[twáwg]
painkillers	thuốc trị đau	[twáwg jị da-oo]
pharmacy	tiệm thuốc	[di-ạym twáwg]
to prescribe	viết toa	[vi-áyd dwa]
thrush	bệnh đốm trắng	[bạyng dáwm júng]

10. Language difficulties

a few words	một vài chữ	[mạwd vài jõo]
interpreter	người thông dịch	[ngoo-ùh-i tawng yịj]
to translate	dịch	[yịj]

thẻ tín dụng ông bị từ chối ◀
[tẻ dín yọọng awng bị dòo jóy]
your credit card has been refused

what, I don't understand; do you speak English?
▶ cái gì, tôi không hiểu; bà biết nói tiếng Anh không?
[gái yì, doy kawng hi-ảyoo; bà bi-áyd nói di-áyng ang kawng]

cái này đã hết hạn ◀
[gái này dã háyd hạn]
this isn't valid

could you say that again?
▶ bà có thể nói lại không?
[bà gó tảy nói lại kawng]

slowly
chầm chậm ◀
[jùhm jụhm]

I understand very little Vietnamese
▶ tôi hiểu rất ít tiếng Việt
[doy hi-ảyoo rúhd íd di-áyng vi-ạyd]

I speak Vietnamese very badly
▶ tôi nói tiếng Việt dở lắm
[doy nói di-áyng vi-ạyd yủr lúm]

ông không thể dùng thẻ này trả tiền ◀
[awng kawng tảy yòòng tẻ này jả di-àyn]
you can't use this card to pay

▶ ông hiểu chứ
[awng hi-ảyoo jóo]
do you understand?

sorry, no
xin lỗi, khôn ◀
[sin lõy, kawng]

is there someone who speaks English?
▶ có ai biết nói tiếng Anh không?
[gó ai bi-áyd nói di-áyng ang kawng]

oh, now I understand
▶ à, bây giờ thì tôi hiểu
[à, bay-i yùr tì doy hi-ảyoo]

is that ok now?
▶ bây giờ được chưa?
[bay-i yùr dòo-ựrg jòo-a]

download these scenarios as MP3s from:

11. Meeting people

hello
▶ **xin chào**
[sin jào]

---

xin chào, tôi tên Mỹ Dung ◀
[sin jào, doy dayn mĩ yoong]
hello, my name's My Dung

Graham, from England, Thirsk
▶ **Graham, đến từ Anh quốc, Thirsk**
[graham, dáyn dờ ang gwáwg, thirsk]

---

không biết chỗ đó, ở đâu vậy? ◀
[kawng bi-áyd jãw dó, ủr doh vạy-i]
don't know that, where is it?

---

not far from York, in the North; and you?
▶ **cách York không xa, ở phía Bắc; còn chị?**
[gáj york kawng sa, ủr fía búg; gòn jị]

---

tôi từ Phan Thiết đến; ở đây một mình hả? ◀
[doy dờ fan ti-áyd dáyn; ủr day-i mạwd mìng hả]
I'm from Phan Thiet; here by yourself?

no, I'm with my wife and two kids
▶ **không, tôi đi với vợ và hai con**
[kawng, doy di vúh-i vụr và hai gon]

what do you do?
▶ **chị làm nghề gì?**
[jị làm ngày yì]

tôi làm nghề máy tính ◀
[doy làm ngày máy díng]
I'm in computers

me too
▶ **tôi cũng vậy**
[doy gõõng vạy-i]

---

here's my wife now
đây là vợ tôi ◀
[day-i là vụr doy]

hân hạnh gặp chị ◀
[huhn hạng gụp jị]
nice to meet you

12. Post offices

airmail	thư hàng không	[tOO hàng kawng]
post card	bưu thiếp	[ber-oo ti-áyp]
post office	bưu điện	[ber-oo di-ạyn]
stamp	tem	[dem]

what time does the post office close?
▸ mấy giờ bưu điện đóng cửa?
[máy-i yùr ber-oo di-ạyn dóng gOO-a]

năm giờ ngày thường trong tuần ◂
[num yùr ngày tOO-ùrng jong dwùhn]
five o'clock weekdays

---

is the post office open on Saturdays?
▸ bưu điện có mở cửa vào thứ bảy không?
[ber-oo di-ạyn gó mủr gOO-a vào tOO bảy kawng]

cho đến giờ trưa ◂
[jo dáyn yùr jOO-a]
until midday

I'd like to send this registered to England
▸ tôi muốn gửi bảo đảm cái này đến Anh Quốc
[doy mwáwn gOO-i bảo dảm gái này dáyn ang gwáwg]

được, cước phí là 10 Đô ◂
[dOO-ựrg, gOO-úrg fí là 10 daw]
certainly, that will cost 10 dollars

and also two stamps for England, please
▸ và hai cái tem gửi đi Anh nữa
[và hai gái dem gOO-i di ang nÕO-a]

do you have some airmail stickers?
▸ bà có nhãn dính hàng không không?
[bà gó n-yãn yíng hàng kawng kawng]

do you have any mail for me?
▸ bà có thư từ gì cho tôi không?
[bà gó tOO dÒO yì jo doy kawng]

gói hàng	[gói hàng]	parcels
phòng thư lưu	[fòng tOO ler-oo]	poste restante
quốc tế	[gwáwg dáy]	international
thư	[tOO]	letters
trong nước	[jong nOO-úrg]	domestic

13. Restaurants

bill	đơn tính tiền	[durn díng di-àyn]
menu	thực đơn	[tOOg durn]
table	bàn	[bàn]

can we have a non-smoking table?
▸ xin cho một bàn cấm hút thuốc
[sin jo mạwd bàn gúhm hóód twáwg]

there are two of us
▸ chúng tôi hai người
[jóóng doy hai ngoo-ùh-i]

there are four of us
▸ chúng tôi bốn người
[jóóng doy báwn ngoo-ùh-i]

---

what's this?
▸ đây là gì?
[day-i là yì]

đó là một loại cá ◂
[dó là mạwd lwại gá]
it's a type of fish

đó là một món đặc sản địa phương ◂
[dó là mạwd món dụg sản dịa fOO-urng]
it's a local speciality

vào đây và tôi sẽ chỉ cho ông xem ◂
[vào day-i và doy sẽ jỉ jo awng sem]
come inside and I'll show you

---

we would like two of these, one of these, and one of those
▸ chúng tôi muốn hai cái này, một trong những cái này, và một trong những cái kia
[jóóng doy mwáwn hai gái này, mạwd jong n-yOOng gái này, và mạwd jong n-yOOng gái gia]

▸ và đồ uống?
[và dàw wáwng]
and to drink?

red wine
▸ rượu đỏ
[rOO-ụroo dỏ]

white wine
▸ rượu trắng
[rOO-ụroo júng]

---

a beer and two orange juices
▸ một bia và hai nước cam
[mạwd bia và hai nOO-úrg gam]

some more bread please
▸ xin cho thêm bánh mì
[sin jo taym báng mì]

▸ bữa ăn thế nào?
[bOO-a un táy nào]
how was your meal?

excellent!, very nice!
hảo hạng! rất ngon! ◂
[hảo hạng! rúhd ngon]

▸ còn gì nữa không?
[gòn yì nOO-a kawng]
anything else?

just the bill thanks
chđơn tính tiền thôi cám ơn ◂
[jỉ durn díng di-àyn toy gám urn]

14. Shopping

bà muốn mua gì?
[bà mwáwn mwaw yì]
can I help you?

can I just have a look around?
tôi chỉ xem thôi có được không?
[doy jỉ sem toy gó dOO-ựrg kawng]

yes, I'm looking for ...
vâng, tôi đang tìm ...
[vuhng, doy dang dìm ...]

how much is this?
cái này bao nhiêu?
[gái này bao n-yi-ayoo]

ba mươi đô la
[ba moo-uh-i daw la]
thirty dollars

OK, I think I'll have to leave it; it's a little too expensive for me
thôi, phải bỏ đi thôi; đối với tôi thì là quá đắt
[toy, fải bỏ di toy; dóy vúh-i doy tì là gwá dúd]

cái này thì sao?
[gái này tì sao]
how about this?

can I pay by credit card?
tôi trả bằng thẻ tín dụng được không?
[doy jả bùng tẻ dín yọng dOO-ựrg kawng]

it's too big
quá lớn
[gwá lúrn]

it's too small
quá nhỏ
[gwá n-yỏ]

it's for my son – he's about this high
đó là cho con trai tôi – nó cao khoảng chừng này
[dó là jo gon jai doy – nó gao kwảng jÒOng này]

ngoài ra còn gì nữa không?
[ngwài ra gòn yì nÕO-a kawng]
will there be anything else?

that's all thanks
chỉ có vậy thôi cám ơn
[jỉ gó vạy-i toy gám urn]

make it twenty dollars and I'll take it
tính hai chục đô đi rồi tôi lấy
[díng hai jọọg daw di ròy doy láy-i]

fine, I'll take it
được. tôi sẽ lấy
[dOO-ựrg, doy sẽ láy-i]

bán hạ giá	[bán hạ yá]	sale
đóng cửa	[dóng gOO-a]	closed
hối đoái	[hóy dwái]	to exchange
mở cửa	[mủr gOO-a]	open
quầy trả tiền	[gwày-i jả di-àyn]	cash desk

download these scenarios as MP3s from:

15. Sightseeing

art gallery	phòng triển lãm nghệ thuật	[fòng ji-ảyn lãm ngạy twụhd]
bus tour	du ngoạn bằng xe buýt	[yoo ngwạn bùng se boo-íd]
city centre	trung tâm thành phố	[joong duhm tàng fáw]
closed	đóng cửa	[dóng gꝏ-a]
guide	người hướng dẫn	[ngoo-ùh-i hꝏ-úrng yũhn]
museum	viện bảo tàng	[vi-ạyn bảo dàng]
open	mở cửa	[mủr gꝏ-a]

I'm interested in seeing the old town
▶ tôi muốn xem phố cổ
[doy mwáwn sem fáw gảw]

are there guided tours?
▶ có du ngoạn hướng dẫn không?
[gó yoo ngwạn hꝏ-úrng dũhn kawng]

xin lỗi, đã hết chỗ ◀
[sin lõy, dã háyd jãw]
I'm sorry, it's fully booked

how much would you charge to drive us around for four hours?
▶ nếu chở chúng tôi đi vòng quanh bốn tiếng thì ông tính bao nhiêu?
[náy-oo jủr jóóng doy di vòng gwang báwn di-áyng tì awng díng bao n-yi-ayoo]

can we book tickets for the concert here?
▶ chúng tôi đặt vé cho buổi hòa nhạc tại đây có được không?
[jóóng doy dụd vé jo bwỏy hwà n-yạg dại day-i gó dꝏ-ụrg kawng]

▶ được, lấy tên gì?
[dꝏ-ụrg, láy-i dayn yì]
yes, in what name?

thẻ tín dụng nào? ◀
[tẻ dín yọọng nào]
which credit card?

where do we get the tickets?
▶ chúng tôi lấy vé ở đâu?
[jóóng doy láy-i vé ủr doh]

lấy vé ngay ở cửa ra vào ◀
[láy-i vé ngay ủr gꝏ-a ra vào]
just pick them up at the entrance

is it open on Sundays?
▶ chủ nhật có mở cửa không?
[jỏỏ n-yụhd gó mủr gꝏ-a kawng]

how much is it to get in?
▶ bao nhiêu tiền vào cửa?
[bao n-yayoo di-àyn vào gꝏ-a]

are there reductions for groups of 6?
▶ có tính giảm cho những nhóm sáu người không?
[gó díng yảm jo n-yꝏ̃ng n-yóm sá-oo ngoo-ùh-i kawng]

that was really impressive!
▶ thật là hay!
[tụhd là hay]

16. Trains

to change trains	đổi xe lửa	[dỏy se lƠƠ-a]
platform	thềm ga	[tàym ga]
return	khứ hồi	[kƠƠ hòy]
single	một chiều	[mạwd ji-àyoo]
station	ga xe lửa	[ga se lƠƠ-a]
stop	ngừng	[ngƠƠng]
ticket	vé	[vé]

how much is ...?
▸ bao nhiêu tiền ...?
[bao n-yayoo di-àyn ...]

a single, second class to ...
một vé một chiều, hạng nhì đi ... ◂
[mạwd vé mạwd ji-àyoo, hạng n-yì di ...]

---

two returns, second class to ...
▸ hai vé khứ hồi, hạng nhì đi ...
[hai vé kƠƠ hòy, hạng n-yì di ...]

for today
▸ cho ngày mai
[jo ngày mai]

for tomorrow
▸ cho hôm nay
[jo hawm nay]

for next Tuesday
▸ cho thứ ba tuần tới
[jo tƠƠ ba dwùhn dúh-i]

---

bà có muốn đặt chỗ ngồi không? ◂
[bà gó mwáwn dụd jãw ngòy kawng]
do you want to make a seat reservation?

bà phải đổi xe ở Huế ◂
[bà fải dỏy se ủr hwéh]
you have to change at Hue

---

is this seat free?
▸ ghế này có ai ngồi chưa?
[gáy này gó ai ngòy jƠƠ-a]

excuse me, which station are we at?
▸ xin lỗi bà, chúng ta đang ở ga nào vậy?
[sin lõy bà, jóóng da dang ủr ga nào vạy-i]

is this where I change for Cua Ong?
▸ có phải ở đây đổi xe đi Cửa Ông không?
[gó fải ủr day-i dỏy se di gƠƠ-a awng kawng]

English
→
Vietnamese

A

a, an* một [mạwd]
about: about 20 khoảng hai chục [kwảng hai jọọg]
it's about 5 o'clock khoảng năm giờ [kwảng num yùr]
a film about Vietnam một cuộn phim nói về Việt nam [mạwd gwạwn fim nói vày vi-ạyd nam]
above trên [jayn]
abroad nước ngoài [nœ-úrg ngwài]
absolutely (I agree) hoàn toàn [hwàn dwàn]
absorbent cotton bông gòn [bawng gòn]
accelerator bàn đạp ga
accept (gift) nhận [n-yụhn]
accident tai nạn [dai nạn]
there's been an accident có một vụ tai nạn [gó mạwd vọọ dai nạn]
accommodation chỗ ở [jãw ủr]
accurate chính xác [jíng ság]
ache đau [da-oo]
my back aches lưng tôi đau [lœng doy da-oo]
across: across the road/river bên kia đường/sông [bayn gia dœ-ùrng/sawng]
adapter a-đáp-tơ [a-dáp-dur], (for voltage) cục biến điện [gọọg bi-áyn diạyn]
address địa chỉ [dịa jỉ]
what's your address? địa chỉ của ông/bà là gì? [dịa jỉ gỏ-a awng/bà là yì]
address book cuốn sổ địa chỉ [gwáwn sảw dịa jỉ]
admission charge tiền vào cửa [di-àyn vào gœ-a]
adult người lớn [ngoo-ùh-i lúrn]
advance: in advance trước [jœ-úrg]
aeroplane máy bay [máy bay]
after sau [sa-oo]
after you mời ông/bà đi trước [mùh-i awng/bà di jœ-úrg]
after lunch sau cơm trưa [sa-oo gurm joo-a]
afternoon buổi chiều [bwỏy ji-àyoo], chiều [ji-àyoo]
in the afternoon vào buổi chiều [vào bwỏy ji-àyoo]
this afternoon chiều nay [ji-àyoo nay]
aftershave dầu xức sau khi cạo râu [yòh sœ́g sa-oo ki gạo roh]
aftersun cream kem thoa sau khi phơi nắng [gem twa sa-oo ki fuh-i núng]
afterwards sau đó [sa-oo dó]
again nữa [nœ̃-a], lần nữa [lùhn nõõ-a]
against phản đối [fản dóy]
age tuổi [dwỏy]
ago: a week ago cách đây một tuần [gáj day-i mạwd dwùhn]
an hour ago cách đây một giờ [gáj day-i mạwd yùr]
agree: I agree tôi đồng ý [doy dàwng í]
AIDS bệnh SIĐA [bạyng sida]

air không khí [kawng kí]
by air bằng máy bay [bùng máy bay]
air-conditioner máy lạnh [máy lạng]
airmail: by airmail bằng đường hàng không [bùng dœ-ùrng hàng kawng]
airmail envelope bìa thư hàng không [bìa tœ hàng kawng]
airplane máy bay
airport sân bay [suhn bay]
to the airport, please làm ơn đưa tôi đi sân bay [làm urn dœ-a doy di suhn bay]
aisle seat ghế gần lối đi [gáy gùhn lóy di]
alarm clock đồng hồ báo thức [dàwng hàw báo tœg]
alcohol rượu [rœ-ụroo]
alcoholic (drink) có chất rượu [gó júhd rœ-ụroo]
all tất cả [dúhd gả]
that's all, thanks được rồi, cám ơn [dœ-ụrg ròy gám urn]
allergic dị ứng [yị œ́ng]
allergic to ... (food) tôi bị dị ứng với ... [doy bị yị œ́ng vúh-i]
allowed: is it allowed? có được không? [gó dœ̣-urg kawng]
all right được [dœ-ụrg], tốt [dáwd], ô-kê [aw-gay]
I'm all right vẫn thường [vũhn tœ-ùrng]
are you all right? ông/bà thế nào? [awng/bà táy nào]
almond hột hạnh [hạwd hạng]
almost hầu hết [hòh háyd]
alone một mình [mạwd mìng]

alphabet mẫu tự [mũh-oo dœ̣]

a	ah	**n**	enna
b	bay	**o**	o
c	say	**p**	bay
d	yay	**q**	goo
đ	day	**r**	air
e	eh	**s**	ess
f	ép-fùr	**t**	day
g	yay	**u**	oo
h	hat	**v**	vay
i	ee	**w**	vay dóóp
j	jee (like French 'j')	**x**	ess
k	ga	**y**	ee-grek
l	ella	**z**	yét
m	emma		

already đã ... rồi [dã ... ròy]
I've already got one tôi đ cómột cái rồi [doy dã gó méd gái ròy]
also cũng vậy [gõõng vạy-i]
although mặc dầu [mụg yòh]
altogether cả thảy [gả tảy], tất cả [dúhd gả]
how much altogether? cả thảy bao nhiêu? [gả tảy bao ni-yoh]
always luôn luôn [lwawn lwawn]
am*
a.m.*: at six/seven a.m. vào sáu/bảy giờ sáng [vào sá-oo/ bảy yùr sáng]
amazing (surprising) kinh quá [ging gwá]
(very good) hay quá [hay gwá]
ambulance xe cứu thương [seh gœ́-oo tœ-urng]
call an ambulance! gọi xe

cứu thương! [gọy seh gớ-oo tơ-urng]
America Nước Mỹ [nớ-urg mĩ]
American (adj) Mỹ [mĩ]
I'm American tôi là người Mỹ [doy là ngoo-ùh-i mĩ]
among trong số [jong sáw]
amount (money) số [sáw]
amp: a 13-amp fuse một cầu chì mười ba am-pe [mạwd gòh jì moo-ùh-i ba am-peh]
and và
angry giận [yụhn]
animal súc vật [sóóg vụhd]
ankle mắt cá chân [múd gá juhn]
annoy: this man's annoying me ông này làm tôi bực mình [awng này làm doy bợg mìng]
annoying bực mình [bợg mìng]
another cái khác [gái kág]
another one một cái khác [mạwd gái kág]
can we have another room? ông/bà còn phòng nào nữa không? [awng/bà gòn fòng nào nỡ-a kawng]
another beer, please làm ơn cho thêm một chai bia [làm urn jo taym mạwd jai bia]
antibiotics thuốc trụ sinh (S) [twáwg jọo sing], kháng sinh (N) [káng sing]
antihistamines thuốc chống dị ứng [twáwg jáwng yị ớng]
antique: is it an antique? có phải đồ cổ không? [gó fải dàw gảw kawng]
antique shop tiệm bán đồ cổ [di-ạym bán dàw gảw]
antiseptic thuốc sát trùng [twáwg sád jòong]
any: have you got any bread/ tomatoes? ông/bà có bánh mì/cà chua không? [awng/bà gó báng mì/gà jwaw kawng]
do you have any change? ông/bà có tiền lẻ không? [awng/bà gó di-àyn lẻh kawng]
sorry, I don't have any xin lỗi, tôi không có [sin lõy doy kawng gó]
anybody ai
does anybody speak English? có ai nói được tiếng Anh không? [gó ai nói dợ-urg di-áyng ang kawng]
there wasn't anybody there không có ai ở đó [kawng gó ai ủr dó]
anything bất cứ cái gì [búhd gớ gái yì]

dialogues

anything else? còn gì nữa không? [gòn yì nỡ-a kawng]
nothing else, thanks không còn gì nữa, cám ơn [kawng gòn yì nỡ-a gám urn]

would you like anything to drink? ông/bà uống gì không? [awng/bà wáwng yì kawng]
I don't want anything, thanks tôi không uống gì cả, cám ơn [doy kawng wáwng yì gả gám urn]

apart from ngoài ra [ngwài ra]
apartment căn hộ [gun hạw], nhà lầu [n-yà lòh]
apartment block dãy nhà lầu [yãy n-yà lòh]
apology xin lỗi [sin lõy]
appendicitis đau ruột dư (S) [da-oo rwạwd yoo], ruột thừa (N) [rwạwd tòo-a]
appetizer (food) món khai vị [món kai vị]
apple táo tây [dáo day-i]
appointment cái hẹn [gái hẹn]

dialogue

good morning, how can I help you? xin chào ông/bà, có việc gì không? [sin jào awng/bà gó vi-ạyg yì kawng]
I'd like to make an appointment tôi muốn lấy cái hẹn [doy mwáwn láy-i gái hẹn]
what time would you like? ông/bà muốn hẹn mấy giờ? [awng/bà mwáwn hẹn máy-i yùr]
three o'clock lúc ba giờ [lóóg ba yùr]
I'm afraid that's not possible, is four o'clock all right? tôi e rằng ba giờ không được, bốn giờ được không? [doy eh rùng ba yùr kawng doo-ụrg báwn yùr doo-ụrg kawng]
yes, that will be fine được, bốn giờ được [doo-ụrg báwn yùr doo-ụrg]
the name was ...? tên gì? [dayn yì]

apricot quả mơ [gwả mur]
April tháng Tư [táng doo]
are*
area vùng [vòòng], khu vực [koo vọọg]
area code mã vùng [mã vòòng]
arm cánh tay [gáng day]
arrange: will you arrange it for us? ông/bà dàn xếp cho chúng tôi được không? [awng/bà yàn sáyp jo jóóng doy doo-ụrg kawng]
arrival đến nơi [dáyn nuh-i], đến [dáyn]
arrive đến nơi [dáyn nuh-i], đến [dáyn]
when do we arrive? khi nào chúng tôi đến nơi? [ki nào jóóng doy dáyn nuh-i]
has my fax arrived yet? 'fax' tôi đến chưa? [doy dáyn joo-a]
we arrived today chúng tôi đến hôm nay [jóóng doy dáyn hawm nay]
art môn hội họa [mawn họy hwạ]
art gallery phòng triển lãm hội họa [fòng ji-ảyn lãm họy hwạ]
artist họa sĩ [hwạ sĩ]
as: as big as to như [do n-yoo]
as soon as possible càng sớm càng tốt [gàng súrm gàng dáwd]
ashtray gạt tàn thuốc [gạd dàn twáwg]

Asia Á Châu [á joh]
Asian (adj) Á Châu [á joh]
ask kêu [gayoo], hỏi [hỏy]
I didn't ask for this tôi không có kêu lấy cái này [doy kawng gó gayoo láy-i gái này]
could you ask him to ...? ông/bà có thể hỏi ông ấy ...? [awng/bà gó tảy hỏy awng áy-i]
asleep: she's asleep bà ấy đang ngủ [bà áy-i dang ngỏỏ]
aspirin thuốc 'aspirin' [twáwg]
asthma bệnh hen [bạyng hen]
astonishing kinh ngạc [ging ngạg]
at: at the hotel tại khách sạn/ô-ten [dại káj sạn/aw-den]
at the station tại ga xe lửa [dại ga seh lở-a]
at six/seven o'clock lúc sáu/bảy giờ [lóóg sá-oo/bảy yừr]
at Hung's tại nhà ông Hùng [dại n-yà awng hòòng]
attractive hấp dẫn [húhp yũhn]
August tháng Tám [táng dám]
aunt (maternal) dì [yì]
(paternal) cô [gaw]
Australia nước Úc [nơơ-úrg úg]
Australian (adj) Úc [úg]
I'm Australian tôi là người Úc [doy là ngoo-ùh-i úg]
automatic (adj, car) tự động [dợơ dạwng]
autumn mùa thu [mòò-a too]
in the autumn vào mùa thu [vào mòò-a too]
average (not good) trung bình [joong bìng]
(ordinary) bình thường [bìng tơơ-ừrng]
on average trung bình [joong bìng]
awake: is he awake? ông ấy còn thức không? [awng áy-i gòn tớơg kawng]
away: go away! đi chỗ khác! [di jãw kág]
is it far away? có xa lắm không? [gó sa lúm kawng]
awful dễ sợ [yãy sựr]
axle trục xe [jọọg seh]

B

baby em bé [em béh]
baby food đồ ăn con nít [dàw un gon níd]
baby's bottle bình sữa [bìng sỡơ-a]
back (of body) lưng [lơơng]
(back part) phần lưng [fùhn lơơng]
at the back sau lưng [sa-oo lơơng]
can I have my money back? tôi muốn lấy tiền lại được không? [doy mwáwn láy-i di-àyn lại dơơ-ựrg kawng]
to come/go back về lại [vày lại]
backache đau lưng [da-oo lơơng]
bacon thịt ba chỉ [tịd ba jỉ]
bad (film, hotel) tồi [dòy]
(situation) xấu [sòh]
(meat, fruit) hôi thúi [hoy tóó-i]
a bad headache sự nhức đầu

ghê gớm [sœ n-yœg dòh gay gúrm]
not bad không đến nỗi nào [kawng dáyn nõy nào]
badly: badly made làm dở quá [làm yủr gwá]
badly hurt bị thương nặng [bị tœ-urng nụng]
bag cái túi [gái dóó-i] (handbag) xắc tay [súg day] (suitcase) va-li
baggage hành lý [hàng lí]
baggage check chỗ gửi hành lý [jãw gœ̉-i hàng lí]
baggage claim chỗ lấy hành lý [jãw láy-i hàng lí]
bakery tiệm bán bánh mì [di-ạym bán báng mì]
balcony bao lơn [bao lurn]
a room with a balcony một phòng có bao lơn [mạwd fòng gó bao lurn]
bald đầu hói [dòh hóy]
ball quả bóng [gwả bóng], banh [bang]
ballet ba-lê [ba-lay]
ballpoint pen bút bi [bóód bi]
bamboo tre [jeh]
bamboo flutes sáo trúc [sáo jóóg]
bamboo shoots măng [mung]
banana chuối [jwáwi]
band (musical) ban nhạc [ban n-yạg]
bandage vải băng bó [vải bung bó]
Bandaid® thuốc dán [twáwg yán]
bank (money) nhà băng [n-yà bung], ngân hàng [nguhn hàng]
bank account trương mục ngân hàng (S) [jœ-urng mọọg nguhn hàng], tài khoản ngân hàng (N) [dài kwản nguhn hàng]
bar 'bar'
a bar of chocolate một thỏi sô-cô-la [mạwd tỏy saw-gaw-la]
barber's tiệm hớt tóc [di-ạym húrd dóg]
bargaining trả giá [jả yá]

dialogue

how much is this? cái này bao nhiêu? [gái này bao n-yayoo]
5,000 dong năm ngàn đồng [num ngàn dàwng]
that's too expensive đắt quá [dúd gwá]
how about 3,000 dong? ba ngàn đồng được không ? [ba ngàn dàwng dœ-ựrg kawng]
all right, I'll let you have it for 3,500 thôi, lấy ông/bà ba ngàn rưỡi [toy láy-i awng/bà ba ngàn rœ-ũh-i
it's still too expensive, can't you reduce it a bit more? vẫn còn quá đắt, giảm tí nữa được không? [vũhn gòn gwá dúd swáwng taym dí nœ̃-a dœ-ựrg kawng]
OK 'OK'

basket cái thúng [gái tóóng], cái giỏ [gái yỏ]
bath: to have a bath tắm [dúm]

bathroom phòng tắm [fòng dúm]
with a private bathroom với một phòng tắm riêng [vúh-i mạwd fòng dúm ri-ayng]
bath towel khăn tắm [kun dúm]
battery (for car) bình ác-quy [bìng ág-gwi]
(for radio) pin
bay vịnh [vịng]
be*
beach bãi biển [bãi bi-ảyn]
beach mat chiếu [ji-áyoo]
beach umbrella cái dù [gái yoò]
bean curd đậu phụ [dụh-oo fọo]
beans đậu [dụh-oo]
French beans đậu Pháp [dụh-oo fáp]
broad beans đậu tằm [dụh-oo dùm]
yard-long beans đậu đũa [dụh-oo dõõ-a]
bean sprouts giá [yá]
beard râu quai [roh gwai]
beautiful đẹp [dẹp]
because vì [vì], bởi vì [bủh-i vì]
because of ... vì ... [vì]
bed giường [yoo-ùrng]
I'm going to bed now tôi đi ngủ đây [doy di ngỏỏ day-i]
bedroom phòng ngủ [fòng ngỏỏ]
beef thịt bò [tịd bò]
beer bia
two bottles/cans of beer, please làm ơn cho hai chai/lon bia [làm urn jo hai jai/lon bia]
before trước [joo-úrg]
(once before) trước đây [joo-úrg day-i]
begin bắt đầu [búd dòh]
when does it begin? khi nào bắt đầu? [ki nào búd dòh]
beginner tay non [day non]
beginning: at the beginning lúc đầu [lóóg dòh]
behind đàng sau [dàng sa-oo]
behind me đàng sau tôi [dàng sa-oo doy]
beige màu nâu nhạt [mà-oo noh n-yạd]
Belgium nước Bỉ [noo-úrg bỉ]
believe tin tưởng [din doo-ủrng]
below bên dưới [bayn yoo-úh-i]
belt dây nịt [yay-i nịd]
bend (in road) cong [gong]
bent cong [gong]
berth (on ship) giường ngủ [yoo-ùrng ngỏỏ]
beside: beside the ... bên cạnh [bayn gạng]
best khá nhất [ká n-yúhd]
betelnut quả cau [gwả ga-oo]
better khá hơn [ká hurn]
are you feeling better? ông/bà cảm thấy khá hơn chưa? [awng/bà gảm táy-i ká hurn joo-a]
between ... giữa ... [yõõ-a]
beyond ... ngoài ... [ngwài]
bicycle xe đạp [seh dạp]
big to [do], lớn [lúrn]
too big quá to [gwá do]
it's not big enough không đủ to [kawng dỏỏ do]
bike (bicycle) xe đạp [seh dạp]
(motorbike) xe gắn máy [seh gún máy], xe hon-đa [seh]
bikini bi-kí-ni [bi-gí-ni]

bill đơn tính tiền [durn díng di-àyn]
(US: banknote) tiền giấy [di-àyn yáy-i]
could I have the bill, please? làm ơn tính tiền [làm urn díng di-àyn]
bin thùng rác [tòong rág]
bird con chim [gon jim]
birthday sinh nhật [sing n-yụhd]
happy birthday! chúc sinh nhật vui vẻ! [jóóg sing n-yụhd vwee vẻ]
biscuit bánh bích-quy [báng bíj-gwi]
bit: a little bit một miếng nhỏ [mạwd mi-áyng n-yỏ]
a big bit một miếng lớn [mạwd mi-áyng lúrn]
a bit of ... một chút ... [mạwd jóód]
a bit expensive hơi đắt [huh-i dúd]
bite cắn [gún]
bitter đắng [dúng]
black màu đen [mà-oo den]
blanket chăn (N) [jun], mền (S) [màyn]
blind mù [mòò]
blinds rèm cửa [rèm gŏŏ-a]
blister da phồng [ya fàwng]
blocked (road, pipe, sink) tắc nghẽn [dúg ngẽn]
blond (adj) vàng hoe [vàng hweh]
blood máu [má-oo]
high blood pressure huyết áp cao [hwee-áyd áp gao]
blouse áo sơ-mi đàn bà [áo sur-mi dàn bà]
blow-dry sấy tóc [sáy-i dóg]
I'd like a cut and blow-dry tôi muốn cắt và sấy tóc [doy mwáwn gúd và sáy-i dóg]
blue màu xanh [mà-oo sang]
blue eyes mắt xanh [múd sang]
blusher phấn hồng [fúhn hàwng]
boarding house nhà nấu cơm trọ [n-yà núh-oo gurm jọ]
boarding pass phiếu lên máy bay [fi-áyoo layn máy bay]
boat tàu bè [dà-oo bèh]
boat trip du ngoạn bằng thuyền [doo ngwạn bùng twee-àyn]
body cơ thể [gur tảy]
boiled egg trứng luộc [jŏŏng lwạwg]
bone xương [sŏŏ-urng]
bonnet (of car) ca-pô [ga-paw]
book (noun) sách [sáj]
(verb: ticket) mua trước [mwaw jŏŏ-úrg]
(table, seat) đặt trước [dụd jŏŏ-úrg]
can I book a seat? tôi có thể đặt ghế trước không? [doy gó tảy dụd gáy jŏŏ-úrg kawng]

dialogue

I'd like to book a table for two tôi muốn đặt trước một bàn hai người [doy mwáwn dụd jŏŏ-úrg mạwd bàn hai ngoo-ùh-i]

what time would you like it booked for? ông/bà muốn đặt bàn lúc mấy giờ? [awng/bà mwáwn dụd bàn lóóg máy-i yùr]
half past seven bảy giờ rưỡi [bảy yùr roo-ũh-i]
that's fine ô-kê [aw-gay]
and your name? và tên ông/bà là gì? [và dayn awng/bà là yì]

bookshop, bookstore tiệm bán sách [di-ạym bán sáj]
boot (footwear) giày ống [yày áwng]
(of car) thùng xe [tòong seh]
border (of country) biên giới [bi-ayn yúh-i]
bored: I'm bored buồn [bwàwn]
boring buồn [bwàwn]
born: I was born in Manchester tôi đẻ ở 'Manchester' [doydẻh ủr]
I was born in 1960 tôi đẻ vào năm một chín sáu mươi [doy dẻh vào num mạwd jín sá-oo moo-uh-i]
borrow mượn [mọo-ụrn]
may I borrow ...? ông/bà cho tôi mượn ...được không? [awng/bà jo doy mọo-urn ...dọo-urg kawng]
both cả hai [gả hai]
bother: sorry to bother you xin lỗi làm phiền ông/bà [sin lãwi làm fi-àyn awng/bà]
bottle chai [jai]
a bottle of red wine một chai rượu vang đỏ [mạwd jai rọo-ụroo vang dỏ]
bottle-opener đồ mở chai [dàw mủr jai]
bottom (of person) đít [díd]
at the bottom of the ... (hill) chân ... [juhn]
(street) cuối ... [gwóy]
bowl chén [jén]
box hộp [hạwp]
box office phòng bán vé [fòng bán véh]
boy con trai [gon jai]
boyfriend bạn trai [bạn jai], bồ [bàw]
bra nịt vú [nịd vóó], xú-chiêng [sóó ji-ayng]
bracelet vòng đeo tay [vòng deh-ao day]
brake (noun) thắng [túng]
brandy rượu cô-nhắc [rọo-ụroo gawn-yúg]
bread bánh mì [báng mì]
break (verb) đánh bể (S) [dáng bảy], đánh vỡ (N) [dáng vũr]
I've broken the ... tôi đã đánh bể ... [doy dã dáng bảy]
I think I've broken my wrist hình như cổ tay tôi bị gãy rồi [hìng n-yoo gảw day doy bị gãy ròy]
break down xe hư [seh hoo]
I've broken down xe tôi bị hư rồi [seh doy bị hoo ròy]
breakfast điểm tâm [di-ảym duhm]
break-in: I've had a break-in tôi bị cướp đập vào phòng [doy bị goo-úrp dụhp vào fòng]

breast vú [vóó]
breathe thở [tủr]
breeze gió mát [yó mád]
bribe đút lót [dóód lód]
bridge (over river) cái cầu [gái gùh-oo]
brief vắn tắt [vún dúd]
briefcase cái cặp [gái gụp]
bright (light etc) sáng chói [sáng jói]
  bright red màu đỏ chói [mà-oo dỏ jói]
brilliant (idea, person) hay thật [hay tụhd]
bring mang [mang]
  (in vehicle) chở [jủr]
  I'll bring it back later lát nữa tôi sẽ mang lại trả [lád nǜ-a doy sẽh mang lại jả]
Britain Vương Quốc Anh [vǜ-urng gwáwg ang]
British người Anh [ngoo-ùh-i ang]
broken (not working) hư rồi [hǜ ròy]
  (in pieces) bể rồi (S) [bảy ròy], vỡ rồi (N) [vũr ròy]
bronchitis viêm phế quản [vi-aym fáy gwản]
bronze đồng đỏ [dàwng dỏ]
brooch trâm cài áo [juhm gài áo]
broom chổi [jỏy]
brother (older) anh [ang]
  (younger) em trai [em jai]
brother-in-law (older sister's husband) anh rể [ang rảy]
  (younger sister's husband) em rể [em rảy]
  (wife's older brother) anh vợ [ang vụr]
  (wife's younger brother) em vợ [em vụr]
  (husband's older brother) anh chồng [ang jàwng]
  (husband's younger brother) em chồng [em jàwng]
brown màu nâu [mà-oo noh]
  brown hair tóc nâu [dóg noh]
  brown eyes mắt nâu [múd noh]
bruise bầm tím [bùhm dím]
Brunei nước Bru-nê [nǜ-úrg broo-nay]
brush (for hair) bàn chải tóc [bàn jải dóg]
  (artist's) bút lông [bóód lawng]
  (for cleaning) cái chổi [gái jỏy]
bucket cái thùng [gái tòòng]
Buddhism phật giáo [fụhd yáo]
Buddhist (adj) theo phật giáo [teh-ao fụhd yáo]
building tòa kiến trúc [dwà gi-áyn jóóg]
bulb (light bulb) bóng đèn [bóng dèn]
bumper pa-ra-sốc [pa-ra-sáwg]
bunk giường ngủ [yǜ-urng ngỏỏ]
bureau de change chỗ đổi tiền [jãw dỏy di-àyn]
burglary ăn trộm [un jạwm]
Burma nước Miến Điện [nǜ-úrg mi-áyn di-ạyn]
burn (noun) vết bỏng [váyd bỏng], vết cháy [váyd jáy]
  (verb: set fire) đốt [dáwd]
  (of fire) cháy [jáy]
burnt: this is burnt cái này bị cháy [gái này bị jáy]

burst: a burst pipe bể ống nước [bảy áwng nœ-úrg]
bus xe buýt [seh bwééd]
which bus goes to ...? xe nào đi ...? [seh nào di]
when is the next bus to ...? chừng nào có xe đi ...? [jœ̀ng nào gó seh di]
what time is the last bus? chuyến xe cuối cùng đi mấy giờ? [jwee-áyn seh gwóy gòòng di máy-i yùr]

dialogue

does this bus go near ...? xe này có đi gần ... không? [seh này gó di gùhn ... kawng]
no, you need the bus that goes to ... không, ông/bà cần đón xe đi ... [kawng awng/bà gùhn dón seh di]

business công chuyện [gawng jwee-ạyn]
bus station bến xe buýt [báyn seh bwééd]
bus stop trạm xe buýt [jạm seh bwééd]
bust (chest) vòng ngực [vòng ngọ̈g]
busy (restaurant, person etc) bận [bụhn]
I'm busy tomorrow ngày mai tôi bận [ngày mai doy bụhn]
but nhưng [n-yœng]
butcher's hàng thịt [hàng tịd]
butter bơ [bur]
button nút [nóód]
buy mua [mwaw]
where can you buy ...? ông/bà mua ... ở đâu? [awng/bà mwaw ... ủr doh]
by: by coach/car bằng xe đò/xe hơi [bùng seh dò/seh huh-i]
written by ... do ... viết [yo ... vi-áyd]
by the window gần bên cửa sổ [bayn gạng gœ̉-a sảw]
by the sea gần biển [gùhn bi-ảyn]
by Thursday trước thứ Năm [jœ-úrg tœ́ num]
bye chào ông/bà [jào awng/bà]

C

cabbage cải bắp [gải búp]
cabin (on ship) ca-bin [ga-bin]
café quán cà-phê [gwán gà-fay]
cagoule áo mưa [áo moo-a]
cake bánh ngọt [báng ngọd]
cake shop tiệm bán bánh ngọt [di-ạym bán báng ngọd]
call (verb) gọi [gọy]
(to phone) gọi điện thoại [gọy di-ạyn twọy]
what's it called? cái này gọi là gì? [gái này gọy là yì]
he/she is called ... ông/bà ấy tên là ... [awng/bà áy-i dayn là]
please call the doctor làm ơn gọi bác sĩ [làm urn gọy bág sĩ]
please give me a call at 7.30 a.m. tomorrow xin gọi tôi dậy lúc bảy giờ rưỡi sáng

mai [sin gọy doy yạy-i lóóg bảy yùr roo-ũh-i sáng mai]
please ask him to call me xin bảo ông/bà ấy gọi điện thoại cho tôi [sin bảo awng/bà áy-i gọy di-ạyn twại jo doy]
call back: I'll call back later lát nữa tôi sẽ gọi lại [lád nœ-a doy sẽh gọy lại]
call round: I'll call round tomorrow ngày mai tôi sẽ đến [ngày mai doy sẽh dáyn]
Cambodia nước cam-pu-chia [nœ-úrg gam-poo-jia]
Cambodian (adj) cam-pu-chia [gam-poo-jia]
(language) tiếng cam-pu-chia [di-áyng gam-poo-jia]
camcorder máy quay phim [máy gway fim]
camera máy ảnh [máy ảng]
camera shop tiệm bán máy ảnh [di-ạym bán máy ảng]
camp (verb) cắm trại [gúm jại]
can cái lon [gái lon]
a can of beer một lon bia [mạwd lon bia]
can*: can you ...? (ability) ông/bà có thể ... không? [awng/bà gó tảy ... kawng]
(request) ông/bà ... được không? [awng/bà ... dœ-ựrg kawng]
can I have ...? ông/bà làm ơn cho tôi ... [awng/bà làm urn jo doy]
I can't ... tôi không thể ... [doy kawng tảy]
Canada Ca-na-đa [ga-na-da], Gia Nã Đại [ya nã dại]
Canadian (adj) Ca-na-đa [ga-na-da]
I'm Canadian tôi là người Ca-na-đa [doy là ngoo-ùh-i Ca-na-da]
canal kênh [gayng]
cancel hủy bỏ [hỏỏ-i bỏ]
candies kẹo [gẹh-ao]
candle nến [náyn]
canoe ca-nô [ga-naw]
canoeing chèo ca-nô [jèh-ao ga-naw]
can-opener đồ khui hộp [dàw kwee hạwp]
Cantonese tiếng Quảng Đông [di-áyng gwảwng dawng]
cap (hat) mũ két [mõõ géd]
(of bottle) nắp chai [núp jai]
car xe hơi [seh huh-i]
by car bằng xe hơi [bùng seh huh-i]
carburettor các-buy-ra-tơ [gág-bwee-ra-dur]
card (birthday etc) thiệp [tiạyp]
here's my (business) card đây là danh thiếp của tôi [day-i là yang ti-áyp gỏỏ-a doy]
careful cẩn thận [gủhn tụhn]
be careful! cẩn thận! [gủhn tụhn]
caretaker người gác dan [ngoo-ùh-i gág yan]
car ferry phà chở xe [fà jủr seh]
carnival ngày hội [ngày họy]
car park sân đậu xe [suhn dọh seh]
carpet thảm [tảm]
car rental chỗ thuê xe hơi [jãw

tweh seh huh-i]
carriage (of train) toa xe lửa [dwa seh lờ-a]
carrier bag túi đựng hàng [dóó-i dợng hàng], túi xách hàng [dóó-i sáj hàng]
carrot cà-rốt [gà-ráwd]
carry (luggage etc) xách [sáj]
(in one's arms) ôm [awm]
(on one's back or shoulder) vác [vág]
carton hộp giấy [hạwp yáy-i]
(of drink) một bị [mạwd bị]
case (suitcase) va-li
cash (noun) tiền mặt [di-àyn mụd]
will you cash this for me? ông/bà có thể đổi tôi cái này ra tiền mặt không? [awng/bà gó tảy dỏy doy gái này ra di-àyn mụd kawng]
cash desk quầy trả tiền [gwày-i jả di-àyn]
cassava khoai mì [kwai mì]
cassette băng cát-sét [bung gád-séd]
cassette recorder máy cát-sét [máy gád-séd]
casualty department phòng cứu thương [fòng gớ-oo tơ-urng]
cat con mèo [gon mèh-ao]
catch (verb) bắt [búd]
(bus etc) đón
where do we catch the bus to ...? ở đâu đón xe đi ...? [ủr doh dón seh di]
cathedral nhà thờ lớn [n-yà tùr lúrn]
Catholic (adj) theo Công giáo [teh-ao gawng yáo]
cauliflower cải bông [gải bawng]
cave hang
ceiling trần nhà [jùhn n-yà]
celery rau cần [ra-oo gùhn]
cemetery nghĩa trang [ngĩa jang], nghĩa địa [ngĩa dịa]
centigrade* độ [dạw]
centimetre* phân tây [fuhn day-i], xăng-ti-mét [sung-di-méd]
central trung ương [joong oo-urng]
centre trung tâm [joong duhm]
how do we get to the city centre? làm sao chúng tôi có thể đi vào trung tâm thành phố? [làm sao jóóng doy go tảy di vào joong duhm tàng fáw]
certainly chắc chắn [júg jún]
certainly not chắc chắn không [júg jún kawng]
chair ghế [gáy]
change (noun: money) tiền lẻ [di-àyn lẻh]
(verb: money) đổi tiền [dỏy di-àyn]
can I change this for ...? tôi có thể đổi cái này để lấy ... không? [doy go tảy dỏy gái này dảy láy-i ... kawng]
I don't have any change tôi không có tiền lẻ [doy kawng gó di-àyn lẻh]
can you give me change for a note? ông/bà có thể đổi giấy bạc này ra tiền lẻ không? [awng/bà gó tảy dỏy yáy-i bạg này ra di-àyn lẻh kawng]

dialogue

do we have to change (trains)? chúng tôi có phải đổi tàu không? [jóóng doy gó fải dỏy dà-oo kawng]
yes, change at Hue có, đổi ở Huế [gó dỏy ủr hwéh]
no, it's a direct train không cần, tàu chạy suốt [kawng gùhn dà-oo jạy swáwd]

changed: to get changed thay quần áo [tay gwùhn áo]
charge: how much do you charge for this? cái này ông/bà lấy bao nhiêu? [gái này awng/bà láy-i bao ni-yoh]
cheap rẻ [rẻh]
do you have anything cheaper? ông/bà còn gì rẻ hơn không? [awng/bà gòn yì rẻh hurn kawng]
check (US: noun) séc [ség], chi phiếu [ji fi-áyoo]
(US: bill) đơn tính tiền [durn díng di-àyn]
check (verb) xem lại [sem lại], coi lại [goi lại]
could you check the ..., please? ông/bà làm ơn xem lại đi ... [awng/bà làm urn sem lại di]
check-in (airport) quầy cân hành lý [gwày-i guhn hàng lí]
check in (at hotel) đăng ký [dung gí]
(at airport) cân hành lý [guhn hàng lí]
where do we have to check in? chúng tôi cân hành lý ở đâu? [jóóng doy guhn hàng lí ủr doh]
cheek (on face) má
cheerio! chào! [jào]
cheers! (toast) cạn chén! (N) [gạn jén], cạn ly! (S) [gạn li]
cheese phó-mát [fó-mád]
chemist's tiệm thuốc tây [di-ạym twáwg day-i]
cheque séc [ség], chi phiếu [ji fi-áyoo]
do you take cheques? ông/bà có lấy séc không? [awng/bà gó láy-i ség kawng]
cherry quả anh đào [gwả ang dào]
chess cờ [gùr]
Chinese chess cờ tướng [gùr dœ-úrng]
chest ngực [ngœg]
chewing gum kẹo cao su [gẹh-ao gao soo]
chicken (meat) thịt gà [tịd gà]
chickenpox thủy đậu [tỏỏ-i dọh]
child trẻ em [jẻh em], trẻ con [jẻh gon], con nít (S) [gon níd]
chin cằm [gùm]
china (crockery) chén đĩa bằng sứ [jén dĩa bùng sœ́]
China nước Trung Quốc [nœ-úrg joong kwáwg], nước Tàu [nœ-úrg dà-oo]
Chinese (adj) Trung Quốc [joong gwáwg], Tàu [dà-oo]
(person) người Trung Quốc [ngoo-ùh-i joong gwáwg], người Tàu [ngoo-ùh-i dà-oo]

chips khoai tây chiên [kwai day-i ji-ayn]
chocolate kẹo sô-cô-la [gẹh-ao saw-gaw-la]
milk chocolate sô-cô-la sữa [saw-gaw-la sŏŏ-a]
plain chocolate sô-cô-la nguyên chất [saw-gaw-la ngwee-ayn júhd]
choose chọn [jọn]
chopsticks đũa [dõõ-a]
Christmas Giáng Sinh [yáng sing], Nô-en [naw en]
Christmas Eve đêm Giáng Sinh [daym yáng sing]
merry Christmas! chúc Giáng Sinh vui vẻ! [jóóg yáng sing vwee vẻh]
chrysanthemum hoa cúc [hwa góóg]
church nhà thờ [n-yà tùr]
cider rượu táo [rŏŏ-ụroo dáo]
cigar xì-gà [sì-gà]
cigarette thuốc lá [twáwg lá]
cigarette lighter quẹt lửa [gwẹd lŏŏ-a]
cinema xi-nê [si-nay], rạp chiếu bóng [rạp ji-áyoo bóng]
citadel thành lũy [tàng lõõ-i]
city thành phố [tàng fáw]
city centre trung tâm thành phố [joong duhm tàng fáw]
clean (adj) sạch sẽ [sạj sẽh]
can you clean these for me? ông/bà làm sạch những cái này cho tôi được không? [awng/bà làm sạj n-yŏŏng gái này jo doy dŏŏ-ụrg kawng]
cleansing lotion kem thoa [gem twa], kem tẩy [gem dẩy-i]
clear (water, statement) rõ ràng
clever thông minh [tawng ming]
cliff vách núi [váj nóó-i]
climbing leo [leh-ao]
clinic phòng chẩn mạch [fòng jủhn mạj]
clock đồng hồ [dàwng hàw]
close (verb) đóng cửa [dóng gŏŏ-a]
(near) gần [gùhn]

dialogue

what time do you close? ông/bà đóng cửa mấy giờ? [awng/bà dóng gŏŏ-a máy-i yùr]
we close at 4.30 p.m., Monday to Saturday chúng tôi đóng cửa vào bốn giờ rưỡi từ thứ Hai đến thứ Bảy [jóóng doy dóng gŏŏ-a vào báwn yùr roo-ũh-i dŏŏ tóŏ hai dáyn tóŏ bảy]
do you close for lunch? ông/bà có đóng cửa nghỉ trưa không? [awng/bà gó dóng gŏŏ-a ngỉ joo-a kawng]
yes, between 12 and 1 p.m. có, giữa mười hai giờ và một giờ [gó yŏŏ-a moo-ùh-i hai yùr và mạwd yùr]

closed đóng cửa [dóng gŏŏ-a]
cloth (fabric) vải
(for cleaning etc) giẻ [yẻh]
clothes quần áo [gwùhn áo]
clothes line dây phơi quần áo

[yay-i fuh-i gwùhn áo]
clothes peg kẹp phơi quần áo [gẹp fuh-i gwùhn áo]
cloud mây [may-i]
cloudy nhiều mây [n-yàyoo may-i]
clutch (noun) am-bray-da [am-bray-ya], bộ ly kết [bạw li gáyd]
coach (bus) xe ca (N) [seh ga], xe đò (S) [seh dò]
(on train) toa xe lửa [dwa seh lừ-a]
coach station bến xe ca (N) [báyn seh ga], bến xe đò (S) [báyn seh dò]
coast bờ biển [bùr bi-ảyn]
on the coast trên bờ biển [jayn bùr bi-ảyn]
coat (long coat) áo choàng [áo jwàng]
(jacket) áo khoác [áo kwág]
coathanger cái mắc áo [gái múg áo]
cockroach con dán [gon yán]
cocoa ca-cao [ga-gao]
coconut dừa [yừ-a]
code (for phoning) mã vùng [mã vòong]
what's the (dialling) code for Nha Trang? mã vùng Nha Trang là gì? [mã vòong n-ya jang là yì]
coffee cà-phê [gà-fay]
two coffees, please làm ơn cho hai ly cà-phê [làm urn jo hai li gà-fay]
coin đồng tiền [dàwng di-àyn]
Coke® co-ca [go-ga]
cold (adj) lạnh [lạng]
it's cold (weather) trời lạnh [jùh-i lạng]
I'm cold tôi lạnh [doy lạng]
I have a cold tôi bị cảm [doy bị gảm]
the rice is cold cơm nguội rồi [gurm ngwọy ròy]
collapse: he's collapsed ông ấy ngã quỵ [awng áy-i ngã gwẹẹ]
collar cổ áo [gảw áo]
collect thu [too], lấy [láy-i]
I've come to collect ... tôi đến thu ... [doy dáyn too]
college trường cao đẳng [jừ-ùrng gao dủng]
colour màu [mà-oo]
do you have this in other colours? ông/bà còn những màu nào khác không? [awng/bà gòn n-yững mà-oo nào kág kawng]
colour film phim màu [fim mà-oo]
comb (noun) lược [lừ-ụrg]
come đến [dáyn]

dialogue

where do you come from? ông/bà ở đâu đến? [awng/bà ủr doh dáyn]
I come from Scotland tôi ở Tô Cách Lan đến [doy ủr daw gáj lan dáyn]

come back quay lại [gway lại]
I'll come back tomorrow mai tôi sẽ quay lại [mai doy sẽh gway lại]

come in đi vào [di vào]
comfortable (bed, chair) thoải mái [twải mái]
communism chủ nghĩa cộng sản [jỏ ngĩa gạwng sản]
Communist Party đảng cộng sản [dảng gạwng sản]
compact disc đĩa C.Đ [dĩa see dee]
company (business) hãng, công ty [gawng di]
compartment (on train) buồng ngăn [bwàwng ngun]
compass la bàn
complaint lời khiếu nại [lùh-i ki-áyoo nại]
I have a complaint tôi có lời khiếu nại [doy gó lùh-i ki-áyoo nại]
completely hoàn toàn [hwàn dwàn]
computer com-píu-tơ [gom-péw-dur], máy tính [máy díng]
personal computer máy vi tính [máy vi tíng]
concert buổi hòa nhạc [bwỏy hwà n-yạg]
concussion chấn thương não [júhn tơơ-urng não]
condom bao cao su [bao gao soo]
conference hội nghị [họy ngị]
confirm xác thực [ság tợg], xác nhận [ság n-yụhn]
Confucianism Khổng giáo [kảwng yáo]
congratulations! xin chúc mừng ông/bà! [sin jóóg mờờng awng/bà]
connection (travel) chuyến nối tiếp [jwee-áyn nóy di-áyp]
conscious tỉnh [dỉng]
constipation táo bón [dáo bón]
consulate lãnh sự quán [lãng sợ gwán]
contact (verb) liên lạc [li-ayn lạg]
contact lenses kính lồng [gíng làwng]
contraceptive cách ngừa thai [gáj ngờ-a tai]
convenient tiện [di-ạyn]
that's not convenient cái đó không tiện [gái dó kawng di-ạyn]
cook (verb) nấu [nóh]
not cooked chưa chín [joo-a jín]
cooker lò bếp [lò báyp]
cookie bánh bích-quy [báng bíj-gwi]
cooking utensils đồ làm bếp [dàw làm báyp]
cool mát [mád]
coral san hô [san haw]
coral island đảo san hô [dảo san haw]
cork nút chai [nóód jai]
corkscrew đồ vặn nút chai [dàw vụn nóód jai]
corner: on the corner trên góc đường [jayn góg dơơ-ùrng]
in the corner trong góc [jong góg]
correct (right) đúng [dóóng]
corridor hành lang [hàng lang]
cosmetics son phấn [son fúhn], mỹ phẩm [mĩ fủhm]
cost (verb) giá [yà]

how much does it cost? cái này giá bao nhiêu? [gái này yà bao ni-yoh]
cot giường trẻ [yoo-ùrng jẻh]
cotton (for sewing) chỉ [jỉ]
(material) bông [bawng]
cotton wool bông gòn [bawng gòn]
couch (sofa) giường đi-văng [yoo-ùrng di-vung]
couchette giường ngủ [yoo-ùrng ngỏỏ]
cough (noun) cơn ho [gurn ho]
cough medicine thuốc ho [twáwg ho]
could: could you ...? ông/bà có thể ...? [awng/bà gó tảy]
could I have ...? có thể cho tôi ... không? [gó tảy jo doy ... kawng]
I couldn't ... tôi không thể ... [doy kawng tảy]
country (nation) nước [noo-úrg], quốc gia [gwáwg ya]
countryside miền quê [mi-àyn gway]
couple (two people) một cặp [mạwd gụp]
a couple of ... hai ...
courier (guide) người hướng dẫn [ngoo-ùh-i hoo-úrng yũhn]
course (of meal) món ăn [món un]
of course dĩ nhiên [yĩ nyi-ayn]
of course not dĩ nhiên là không [yĩ nyi-ayn là kawng]
cousin (maternal: older male) anh họ [ang họ]
(maternal: older female) chị họ [jị họ]
(younger) em họ
(paternal: older male) anh (chú bác) [ang (jóó bág)]
(paternal: older female) chị (chú bác) [jị (jóó bág)]
(younger) em (chú bác) [em (jóó bág)]
cow con bò [gon bò]
crab con cua [gon gwaw]
cracker (biscuit) bánh quy dòn [báng gwi yòn]
craft shop cửa hàng thủ công nghệ [gỏo-a hàng tỏỏ gawng ngạy]
crash (noun) đụng xe [dọọng seh]
I've had a crash tôi bị đụng xe [doy bị dọọng seh]
crazy điên [di-ayn]
cream (in cake) kem [gem]
(lotion) kem thoa [gem twa]
(colour) màu kem [mà-oo gem]
credit card thẻ tín dụng [tẻh dín yọọng]
do you take credit cards? ông/bà có lấy thẻ tín dụng không? [awng/bà gó láy-i tẻh dín yọọng kawng]

dialogue

can I pay by credit card? tôi trả bằng thẻ tín dụng được không? [doy jả bùng tẻh dín yọọng doo-ựrg kawng]
which card do you want to use? ông/bà muốn dùng thẻ nào? [awng/bà mwáwn yòòng tẻh nào]
Access/Visa thẻ Access/ Visa [tẻh]

yes, sir vâng/dạ thưa ông được [vuhng/yạ too-a awng dɯ-ựrg]
what's the number? xin ông/bà cho biết số thẻ [sin awng/bà jo bi-áyd sáw tẻh]
and the expiry date? và ngày hết hạn? [và ngày háyd hạn]

crockery chén đũa [jén dõõ-a]
crocodile cá sấu [gá sóh]
crossing (by sea) đi qua biển [di gwa bi-ảyn]
crossroads ngã tư [ngã dɯ]
crowd đám đông [dám dawng]
crowded đông người [dawng ngoo-ùh-i]
crown (on tooth) vành răng [vàng rung]
cruise ngắm cảnh bằng tàu bè [ngúm gảng bùng dà-oo bèh]
crutches nạng chống [nạng jáwng]
cry (verb) khóc [kóg]
cucumber dưa chuột (N) [yoo-a jwạwd], dưa leo (S) [yoo-a leh-ao]
cup chén (N) [jén], ly (S) [li]
a cup of ..., please làm ơn cho một chén/ly [làm urn jo mạwd jén/li]
cupboard tủ đựng quần áo [dỏỏ dɯng gwùhn áo]
curly quăn [gwun]
current (electric) dòng điện [yòng di-ạyn]
(in water) dòng nước [yòng nɯ-úrg]
curtains màn cửa [màn gɯ-a]
cushion nệm [nạym], đệm [dạym]
custom tập quán [dụhp gwán], phong tục [fong dọọg]
Customs thuế quan [twéh gwan]
cut (noun) vết cắt [váyd gúd]
(verb) cắt [gúd]
I've cut myself tôi bị cắt phải [doy bị gúd fải]
cycling đạp xe đạp [dạp seh dạp]
cyclist người đi xe đạp [ngoo-ùh-i di seh dạp]
cyclo xích-lô [síj-law]

D

dad ba, bố [báw]
daily hàng ngày [hàng ngày]
damage (verb) làm hỏng [làm hỏng]
damaged bị hỏng [bị hỏng]
I'm sorry, I've damaged this xin lỗi tôi đã làm hỏng cái này rồi [sin lỗy doy dã làm hỏng gái này ròy]
damn! 'damn!'
damp (adj) ẩm [ủhm]
dance (verb: disco, ballroom) nhảy [n-yảy]
(traditional) múa [móó-a]
would you like to dance? ông/bà có muốn nhảy không? [awng/bà gó mwáwn n-yảy kawng]
dangerous nguy hiểm [ngwee hi-ảym]

Danish (adj) Đan Mạch [dan mạj]
(language) tiếng Đan Mạch [di-áyng dan mạj]
dark (adj: colour) đậm [dụhm]
(hair) đen
it's getting dark trời sắp tối [jùh-i súp dóy]
date*: what's the date today? hôm nay là ngày mấy? [hawm nay là ngày máy-i]
let's make a date for next Monday chúng ta hãy hẹn thứ Hai tuần sau [jóóng da hãy hẹn tơơ hai dwàwn sa-oo]
dates (fruit) quả chà là [gwả jà là]
(for medicinal use) táo Tàu [dáo dà-oo]
daughter con (gái) [gon (gái)]
daughter-in-law con dâu [gon yoh]
dawn bình minh [bìng ming]
at dawn vào bình minh [vào bìng ming]
day ngày [ngày], thứ [tơơ]
the day after hôm sau [hawm sa-oo]
the day after tomorrow mốt [máwd]
the day before hôm trước [hawm jơơ-úrg]
the day before yesterday hôm kia [hawm gia]
every day hàng ngày [hàng ngày], mỗi ngày [mõy ngày]
all day cả ngày [gả ngày]
in two days' time hai ngày nữa [hai ngày nỡơ-a]
day trip cuộc du hành không qua đêm [gwạwg yoo hàng kawng gwa daym]
dead chết [jáyd]
deaf điếc [di-áyg]
deal (business) thỏa thuận [twả twạwn]
it's a deal xong [song]
death sự chết chóc [sợơ jáyd jóg]
December tháng Chạp [táng jạp]
decide quyết định [gwi-áyd dịng]
we haven't decided yet chúng tôi còn chưa quyết định [jóóng doy gòn joo-a gwi-áyd dịng]
decision sự quyết định [sợơ gwi-áyd dịng]
deck (on ship) boong tàu [bong dà-oo]
deckchair ghế xếp [gáy sáyp]
deep sâu [soh]
definitely chắc chắn [júg jún]
definitely not chắc chắn không [júg jún kawng]
degree (qualification) bằng đại học [bùng dại họg]
dehydration cơ thể mất nước [gur tảy múhd nơơ-úrg]
delay (noun) sự chậm trễ [sợơ jụhm jãy]
delayed trễ [jãy]
deliberately cố ý [gáw í]
delicious rất ngon [rúhd ngon]
deliver đưa [doo-a]
delivery (of mail) đưa [doo-a], phát [fád]
Denmark nước Đan Mạch

[nœ-úrg dan mạj]
dental floss dây xỉa răng [yay-i sỉa rung]
dentist nha sĩ [n-ya sĩ]

dialogue

> **it's this one here** răng này đây [rung này day-i]
> **this one?** răng này hả? [rung này hả]
> **no that one** không phải, răng kia [kawng fải rung gia]
> **here?** đây? [day-i]
> **yes** vâng/dạ [vuhng/yạ]

dentures hàm răng giả [hàm rung yả]
deodorant nước thơm khử mùi mồ hôi [nœ-úrg turm kœ mòò-i màw hoy]
department store cửa hàng bách hóa [gœ-a hàng báj hwá]
departure sự khởi hành [sœ kủh-i hàng]
departure lounge phòng đợi khởi hành [fòng dụh-i kủh-i hàng]
depend: it depends tùy [dòò-i]
it depends on ... cái đó tùy vào ... [gái dó dòò-i vào]
deposit (as security) gửi nhà băng [gœ-i n-yà bung]
(as part payment) đặt cọc [dụd gọg]
description sự miêu tả [sœ mi-yoh dả]
dessert đồ tráng miệng [dàw jáng mi-ạyng]
destination nơi đến [nuh-i dáyn]
develop (film) rửa [rœ-a]

dialogue

> **could you develop these films?** ông/bà có thể rửa mấy phim này không? [awng/bà gó tảy rœ-a máy-i fim này kawng]
> **yes, certainly** vâng/dạ được [vuhng/yạ dœ-ựrg]
> **when will they be ready?** khi nào được? [ki nào dœ-ựrg]
> **tomorrow afternoon** chiều mai [ji-àyoo mai]
> **how much is the four-hour service?** nếu rửa trong bốn tiếng thì tính nhiêu? [náyoo rœ-a jong báwn di-áyng tì díng ni-yoh]

diabetic (noun) người có bệnh đái đường [ngoo-ùh-i gó bạyng dái dœ-ùrng]
diabetic foods thức ăn cho người có bệnh đái đường [tœ́g un jo ngoo-ùh-i gó bạyng dái dœ-ùrng]
dial (verb) quay số [gway sáw]
dialling code mã vùng [mã vòòng]
see **phone**
diamond kim cương [gim gœ-urng], hột xoàn (S) [hạwd swàn]
diaper tả [dả]
diarrhoea ỉa chảy [ỉa jảy]
do you have something for

diarrhoea? có thuốc gì chữa ỉa chảy không? [gó twáwg yì jœ-ã ỉa jảy kawng]
diary (business etc) sổ nhật ký [sảw n-yụhd gí]
(for personal experiences) tập nhật ký [dụhp n-yụhd gí]
dictionary tự điển [dœ di-ảyn]
didn't* see **not**
die chết [jáyd]
diesel dầu nhớt [yòh n-yúrd]
diet ăn kiêng [un gi-ayng]
I'm on a diet tôi đang ăn kiêng [doy dang un gi-ayng]
I have to follow a special diet tôi phải ăn kiêng theo một chế độ đặc biệt [doy fải un gi-ayng teh-ao mạwd jáy dạw dụg bi-ạyd]
difference khác [kág]
what's the difference? có gì khác nhau? [gó yì kág n-yoh]
different khác [kág]
this one is different cái này khác [gái này kág]
a different table một bàn khác [mạwd bàn kág]
difficult khó [kó]
difficulty khó [kó]
dinghy xuồng hơi [swàwng huh-i]
dining room phòng ăn [fòng un]
dinner (evening meal) cơm tối [gurm dóy]
to have dinner ăn cơm tối [un gurm dóy]
direct (adj) thẳng [tủng], trực tiếp [jœg di-áyp]
is there a direct train? có tàu chạy suốt không? [gó dà-oo jạy swáwd kawng]
direction hướng [hœ-úrng]
which direction is it? hướng nào? [hœ-úrng nào]
is it in this direction? có phải ở hướng này không? [gó fải ủr hœ-úrng này kawng]
dirt sự dơ dáy [sœ yur yáy]
dirty dơ [yur]
disabled tàn tật [dàn dụhd]
is there access for the disabled? có lối ra vào cho người tàn tật không? [gó lóy ra vào jo ngoo-ùh-i dàn dụhd kawng]
disappear biến mất [bi-áyn múhd], mất tích [múhd díj]
it's disappeared biến mất rồi [bi-áyn múhd ròy]
disappointed thất vọng [túhd vọng]
disaster tai họa [dai hwạ]
disco nhảy đầm [n-yảy dùhm], 'disco'
disease bệnh tật [bạyng dụhd]
disgusting ghê tởm [gay dủrm]
dish (meal) món ăn [món un]
(bowl) đĩa [dĩa]
dishcloth giẻ rửa chén bát [yẻh rœ-a jén bád]
disinfectant (noun) thuốc nước sát trùng [twáwg nœ-úrg sád jòong]
disk, diskette đĩa [dĩa]
disposable diapers/nappies tả giấy [dả yáy-i]
distance khoảng cách [kwảng gáj]
in the distance ở tận đằng xa

[ủr dụhn dùng sa]
district khu [koo], quận [gwụhn]
disturb quấy rầy [gwáy-i rùhi]
diversion (detour) đổi hướng [dỏy hoo-úrng]
diving board cầu nhảy [gòh n-yảy]
divorced ly dị [li yị]
dizzy: I feel dizzy tôi cảm thấy chóng mặt [doy gảm táy-i jóng mụd]
do (verb) làm
what shall we do? chúng tôi nên làm gì đây? [jóóng doy nayn làm yì day-i]
how do you do it? ông/bà làm bằng cách nào? [awng/bà làm bùng gáj nào]
will you do it for me? ông/bà làm hộ tôi được không? [awng/bà làm hạw doy doo-ựrg kawng]

dialogue

how do you do? chào ông/bà [jào awng/bà]
nice to meet you vui lòng gặp ông/bà [vwee lòng gụp awng/bà]
what do you do? (work) ông/bà làm gì? [awng/bà làm yì]
I'm a teacher, and you? tôi dạy học còn ông/bà? [doy yạy họg gòn awng/bà]
I'm a student tôi còn đi học [doy gòn di họg]
what are you doing this evening? ông/bà có làm gì tối nay không? [awng/bà gó làm yì dóy nay kawng]
we're going out for a drink, do you want to join us? chúng tôi đi uống rượu ông/bà có muốn đi chung không? [jóóng doy di wáwng roo-ụh-oo awng/bà gó mwáwn di joong kawng]

do you want chillies? ông/bà có ăn ớt không? [awng/bà gó un úrd kawng]
I do, but she doesn't tôi có ăn nhưng bà ấy thì không [doy gó un n-yoong bà áy-i tì kawng]

doctor bác sĩ [bág sĩ]
we need a doctor chúng tôi cần một bác sĩ [jóóng doy gùhn mạwd bág sĩ]
please call a doctor làm ơn gọi bác sĩ [làm urn gọi bág sĩ]

dialogue

where does it hurt? đau ở chỗ nào? [da-oo ủr jãw nào]
right here ngay chỗ này [ngay jãw này]
does that hurt now? chỗ đó bây giờ có đau không? [jãw dó bay-i yùr gó da-oo kawng]
yes có [gó]
take this to the pharmacy mang cái này đi tiệm

thuốc tây [mang gái này di di-ạym twáwg day-i]

document giấy tờ [yáy-i dùr]
dog con chó [gon jó]
doll búp-bê [bóóp-bay]
domestic flight chuyến bay nội địa [jwee-áyn bay nọy dịa]
don't!* đừng! [dꝏ̀ng]
don't do that! đừng làm vậy! [dꝏ̀ng làm vụhi]
see **not**
door cửa [gꝏ̉-a]
doorman người gác cửa [ngoo-ùh-i gág gꝏ̉-a]
double gấp đôi [gúhp doy]
double bed giường đôi [yꝏ-ùrng doy]
double room phòng hai người [fòng hai ngoo-ùh-i]
down dưới [yoo-úh-i]
down here dưới đây [yoo-úh-i day-i]
put it down over there đặt xuống dưới kia [dụd swáwng yoo-úh-i gia]
it's down there on the right dưới kia bên phải [yoo-úh-i gia bayn fải]
it's further down the road ở dưới kia, đi nữa [ủr yoo-úh-i kia di nꝏ̃-a]
downmarket (restaurant etc) hạng xoàng [hạng swàng]
downstairs dưới lầu [yoo-úh-i lòh]
dozen một tá [mạwd dá]
half a dozen nửa tá [nꝏ̉-a dá]
dragon dance múa rồng [móó-a ràwng]
drain (noun) cống rãnh [gáwng rãng]
draught beer bia hơi [bia huh-i]
draughty: it's draughty gió lùa quá [yó lòò-a gwá]
drawer ngăn kéo [ngun géh-ao]
drawing vẽ [vẽh]
dreadful (food) tồi quá [dòy gwá]
(noise) dễ sợ [yãy sụr]
(weather) xấu dễ sợ [sóh yãy sụr]
it's dreadful tồi quá [dòy gwá]
dream (noun) giấc mộng [gi-úhg mạwng]
dress (noun) váy dài [váy yài]
dressed: to get dressed mặc quần áo [mụg gwùhn áo]
dressing (for cut) băng bó [bung bó]
dressing gown áo khóac ngoài [áo kwág ngwài]
drink (noun: non-alcoholic) thức uống [tꝏ́g wáwng]
(alcoholic) rượu [rꝏ-ụroo]
(verb) uống [wáwng]
a cold drink thức uống lạnh [tꝏ́g wáwng lạng]
can I get you a drink? ông/bà có uống gì không? [awng/bà gó wáwng yì kawng]
what would you like (to drink)? ông/bà uống gì? [awng/bà wáwng yì]
no thanks, I don't drink không cám ơn tôi không uống rượu [kawng gám urn doy kawng wáwng rꝏ-ụroo]
I'll just have a drink of water cho tôi xin tí nước [jo doy sin

dí nɯ-úrg]
drinking water nước uống được [nɯ-úrg wáwng dɯ-ụrg]
is this drinking water? nước này có uống được không? [nɯ-úrg này gó wáwng dɯ-ụrg kawng]
drive (verb) lái xe [lái seh]
we drove here chúng tôi đã lái xe đến đây [jóóng doy dã lái seh dáyn day-ĭ]
I'll drive you home tôi sẽ đưa ông/bà về [doy sẽh doo-a awng/bà vày]
driver lái xe [lái seh]
driver's licence bằng lái xe [bùng lái seh]
drop: just a drop, please (of drink) cho xin tí thôi [jo sin dí toy]
drug thuốc men [twáwg men]
drugs (narcotics) ma-túy [ma-dóó-ĭ]
drunk (adj) say
dry (adj) khô [kaw]
(wine) chát [jád]
dry-cleaner tiệm giặt khô [di-ạym yụd kaw]
duck (meat) thịt vịt [tịd vịd]
due: he was due to arrive yesterday ông ấy đúng lẽ đã đến nơi hôm qua [awng áy-i dóóng lẽh dã dáyn nuh-i hawm gwa]
when is the train due? khi nào tàu đến? [ki nào dà-oo dáyn]
dull (pain) âm ỉ [uhm ĭ]
(weather) u ám [oo ám]
dummy núm vú giả [nóóm vóó yả]
during trong khi [jong ki]
dust bụi [bọọ-ĭ]
dustbin thùng rác [tòòng rág]
dusty nhiều bụi [n-yàyoo bọọ-ĭ]
Dutch (adj) Hòa Lan [hwà lan]
(language) tiếng Hòa Lan [di-áyng hwà lan]
duty-free (goods) hàng miễn thuế [hàng mi-ãyn twéh]
duty-free shop tiệm bán hàng miễn thuế [di-ạym bán hàng mi-ãyn twéh]
duvet chăn bông (N) [jun bawng], mền bông (S) [màyn bawng]

E

each (every) mỗi [mõy]
how much are they each? mỗi cái bao nhiêu? [mõy gái bao ni-yoh]
ear tai [dai]
earache: I have earache tôi bị đau tai [doy bị da-oo dai]
early sớm [súrm]
early in the morning hồi sáng sớm [hòy sáng súrm]
I called by earlier tôi đi ngang qua hồi sáng sớm [doy di ngang gwa hòy sáng súrm]
earrings bông tai [bawng dai]
east phía đông [fía dawng]
in the east ở phía đông [ủr fía dawng]
Easter lễ Phục Sinh [lãy fọọg sing]

easy dễ [yãy], dễ dàng [yãy yàng]
eat ăn [un]
we've already eaten, thanks chúng tôi ăn rồi cám ơn [jóóng doy un ròy gám urn]
eau de toilette nước thơm dịu [nœ-úrg turm yẹw]
economy class hạng bình dân [hạng bìng yuhn]
egg trứng [jœ́ng]
(hen's egg) trứng gà [jœ́ng gà]
eggplant cà dái dê (N) [gà yái yay], cà tím (S) [gà dím]
either: either ... or ... hoặc ... hay ... [hwụg ... hay]
either of them cái nào cũng được [gái nào gõõng dœ-ụrg]
elastic (noun) nịt thun [nịd toon]
elastic band dây thun [yay-i toon]
elbow cùi tay (N) [gòò-i day], cùi chỏ (S) [gòò-i jỏ]
electric chạy bằng điện [jạy bùng di-ạyn]
electrical appliances vật dụng điện khí [vụhd yọọng di-ạyn kí]
electric fire lửa điện [lœ̉-a di-ạyn]
electrician thợ điện [tụr di-ạyn]
electricity điện [di-ạyn]
elevator thang máy [tang máy]
else: something else còn cái gì nữa [gòn gái yì nœ̃-a]
somewhere else chỗ khác [jãw kág]
what else? còn gì nữa không? [gòn yì nœ̃-a kawng]

dialogue

would you like anything else? ông/bà còn cần gì nữa không? [awng/bà gòn gùhn yì nœ̃-a kawng]
no, nothing else, thanks không, không cần gì nữa cám ơn [kawng kawng gùhn yì nœ̃-a gám urn]

embassy tòa đại sứ [dwà dại sœ́]
emergency khẩn cấp [kủhn gúhp]
this is an emergency! đây là một việc khẩn cấp! [day-i là mạwd vi-ạyg kủhn gúhp]
emergency exit cửa an tòan [gœ̉-a an dwàn]
empty (adj) trống không [jáwng kawng]
end (noun) cuối [gwóy]
at the end of the street ở cuối đường [ủr gwóy dœ-ùrng]
when does it end? khi nào hết? [ki nào háyd]
engaged (toilet, telephone) đang bận [dang bụhn]
(to be married) đính hôn [díng hawn]
engine (car) máy móc [máy móg]
England nước Anh [nœ-úrg ang], Anh Quốc [ang gwáwg]
English (adj) Anh [ang]
(language) tiếng Anh [di-áyng ang]
I'm English tôi là người Anh

[doy là ngoo-ùh-i ang]
do you speak English? ông/bà nói được tiếng Anh không? [awng/bà nóy dœ-ụrg di-áyng ang kawng]
enjoy (doing something) thích [tíj]

dialogue

how did you like the film? ông có thích phim đó không? [awng gó tíj fim dó kawng]
I enjoyed it very much – did you enjoy it? tôi thích lắm – ông/bà có thích không? [doy tíj lúm – awng/bà gó tíj kawng]

enjoyable (evening, night out) vui [voo-i]
(day, film) thú vị [tóó vị]
enlargement (of photo) phóng to [fóng do]
enormous rất to [rúhd do], to lắm [do lúm]
enough đủ [dỏỏ]
there's not enough không đủ [kawng dỏỏ]
it's not big enough không đủ to [kawng dỏỏ do]
that's enough đủ rồi [dỏỏ ròy]
entrance (noun) lối vào [lóy vào]
envelope bìa thư [bìa tœ]
epileptic kinh phong [ging fong]
equipment (for climbing etc) dụng cụ [yọọng gọọ], thiết bị [ti-áyd bị]
error sai lầm [sai lùhm]
especially đặc biệt [dụg bi-ạyd]
essential chủ yếu [jỏỏ yáyoo]
it is essential that ... điều chủ yếu là ... [di-àyoo jỏỏ yáyoo là]
Europe Châu Âu [joh oh]
European (adj) Châu Âu [joh oh]
even ngay [ngay], ngay cả [ngay gả]
even if ... ngay như ... [ngay n-yœ]
evening buổi tối [bwỏy dóy]
this evening tối nay [dóy nay]
in the evening vào buổi tối [vào bwỏy dóy]
evening meal cơm tối [gurm dóy]
eventually dần dần [yùhn yùhn]
ever bao giờ [bao yùr]

dialogue

have you ever been to Phan Thiet? ông/bà có đi Phan Thiết bao giờ chưa? [awng/bà gó di fan ti-áyd bao yùr joo-a]
yes, I was there two years ago có tôi đã có đi cách đây hai năm rồi [gó doy dã gó di gáj day-i hai num ròy]

every mọi [mọy]
every day mọi ngày [mọy ngày]
everyone mọi người [mọy ngoo-ùh-i]
everything mọi thứ [mọy tœ́]

everywhere mọi nơi [mọy nuh-i]
exactly! đúng qúa! [dóóng gwá], chính thế! [jíng táy]
example ví dụ [ví yọọ]
for example cho ví dụ [jo ví yọọ]
excellent hảo hạng [hảo hạng]
excellent! rất hay! [rúhd hay]
except ngoại trừ [ngwại jờ], trừ phi [jờ fi]
exchange rate tỉ giá hối đoái [dỉ yá hóy dwái]
exciting (day, holiday) đầy thú vị [dày-i tóó vị]
(film) hấp dẫn [húhp yũhn]
excuse me (to get past) xin ông/bà thứ lỗi [sin awng/bà tớ lõy]
(to get attention) ông/bà ơi [awng/bà uh-i]
(pol: to get attention) thưa ông/bà [too-a awng/bà]
(to say sorry) xin lỗi [sin lõy]
exhaust (pipe) ống khói [áwng kóy]
exhausted (tired) mệt lả [mạyd lả]
exhibition cuộc triển lãm [gwạwg ji-ảyn lãm]
exit lối ra [lóy ra]
where's the nearest exit? lối ra gần nhất ở đâu? [lóy ra gùhn n-yúhd ủr doh]
expect trông đợi [jawng dụh-i], chờ mong [jùr mong]
expensive đắt [dúd], mắc [múg]
experienced giàu kinh nghiệm [yà-oo ging ngi-ạym]
explain giải thích [yải tíj]
can you explain that? ông/bà có thể giải thích cái đó không? [awng/bà gó tảy yải tíj gái dó kawng]
express (mail) tốc hành [dáwg hàng]
(train) tốc hành [dáwg hàng], chạy thẳng [jạy tủng]
extension (telephone) máy nhánh [máy n-yáng]
extension 221, please cho tôi xin máy nhánh số hai-hai-một [jo doy sin máy n-yáng hai-hai-mạwd]
extension lead dây nối [yay-i nóy]
extra: can we have an extra one? có thể cho thêm một cái nữa không? [gó tảy jo taym mạwd gái nỡ-a kawng]
do you charge extra for that? cái đó có phải trả thêm tiền không? [gái dó gó fải jả taym di-àyn kawng]
extraordinary (strange) lạ lùng [lạ lòòng], kì dị [gì yị]
extremely vô cùng [vaw gòòng], cùng cực [gòòng gọg]
eye mắt [múd]
will you keep an eye on my suitcase for me? ông/bà làm ơn trông hộ (N)/giùm (S) hành lý tôi được không? [awng/bà làm urn jawng hạw/yòòm hàng lí doy dọ-ụrg kawng]
eyebrow pencil bút chì vẽ lông mày [bóód jì vẽh lawng mày]
eye drops thuốc nhỏ mắt [twáwg n-yỏ múd]

eyeglasses (US) mắt kính **[múd gíng]**
eyeliner bút chì vẽ khoanh mắt **[bóód jì vẽh kwang múd]**
eye make-up remover thuốc tẩy vẽ mắt **[twáwg dảy-i vẽh múd]**
eye shadow quầng mắt **[gwùhng múd]**

F

face mặt **[mụd]**
factory xưởng chế tạo **[sœ-ửrng jáy dạo]**
faint (verb) bất tỉnh **[búhd dỉng]**, ngất xỉu **[ngúhd sỉ-oo]**
she's fainted bà ấy bất tỉnh **[bà áy-i búhd dỉng]**
I feel faint tôi thấy muốn xỉu **[doy táy-i mwáwn sỉ-oo]**
fair (funfair) hội chợ **[họy jựr]**
(trade fair) công bình **[gawng bìng]**
(price) phải chăng **[fải jung]**
fairly đại khái **[dại kái]**, trung trung **[joong joong]**
fake đồ giả **[dàw yả]**
fall (US: noun) mùa thu **[mòò-a too]**
in the fall vào mùa thu **[vào mòò-a too]**
fall (verb) té **[déh]**, ngã
she's had a fall bà ấy bị té **[bà áy-i bị déh]**
false giả mạo **[yả mạo]**, sai lầm **[sai lùhm]**
family gia đình **[ya dìng]**
famous nổi tiếng **[nỏy di-áyng]**
fan (electrical) quạt máy **[gwạd máy]**
(handheld) quạt tay **[gwạd day]**
(sports) người say mê **[ngoo-ùh-i say may]**
fan belt dây quạt **[yay-i gwạd]**
fantastic tuyệt diệu **[dwee-ạyd yi-ạyoo]**
far xa **[sa]**

dialogue

is it far from here? cách đây có xa không? **[gáj day-i gó sa kawng]**
no, not very far không không xa lắm **[kawng kawng sa lúm]**
well how far? vậy bao xa? **[vạy-i bao sa]**
it's about 20 kilometres khoảng hai chục cây số **[kwảng hai jọọg gay-i sáw]**

fare (bus/rail fare) vé xe **[véh seh]**
farm ruộng rẫy **[rwạwng rãy-i]**
fashion mốt **[máwd]**
fashionable đúng mốt **[dóóng máwd]**, thời trang **[tùh-i jang]**
fast lẹ (S) **[lẹh]**, nhanh (N) **[n-yang]**
fat (person) mập **[mụhp]**
(on meat) thịt mỡ **[tịd mũr]**
father cha (N) **[ja]**, bố (S) **[báw]**
(informal) ông già **[awng yà]**
father-in-law (wife's father) cha vợ (N) **[ja vụr]**, bố vợ (S) **[báw vụr]**

(husband's father) cha chồng (N) [ja jàwng], bố chồng (S) [báw jàwng]
(informal) ông già vợ [awng yà vựr]
faucet vòi (nước) [vòy nœ-úrg]
fault (noun) lỗi [lõy]
sorry, it was my fault xin lỗi lỗi tại tôi [sin lõy lõy dại doy]
it's not my fault không phải lỗi tại tôi [kawng fải lõy dại doy]
faulty hư [hœ], hỏng
favourite thích nhất [tíj n-yúhd]
fax (noun) 'fax'
(verb: person) gửi 'fax' cho [gœ-i – jo]
(verb: document) gửi đi bằng 'fax' [gœ-i di bùng]
February tháng Hai [táng hai]
feel cảm thấy [gảm táy-i]
I feel hot tôi cảm thấy nóng [doy gảm táy-i nóng]
I feel unwell tôi cảm thấy không được khỏe [doy gảm táy-i kawng dœ-ựrg kwẻh]
I feel like going for a walk tôi muốn đi thả bộ [doy mwáwn di tả bạw]
how are you feeling? ông/bà cảm thấy thế nào? [awng/bà gảm táy-i táy nào]
I'm feeling better tôi cảm thấy khá hơn [doy gảm táy-i ká hurn]
felt-tip (pen) bút nỉ [bóód nỉ]
fence (noun) hàng rào [hàng rào]
fender (US: of car) pa-ra-sốc [pa-ra-sáwg]
ferry phà [fà]
festival lễ [lãy], hội hè [họy hèh]
fetch tìm [dìm]
I'll fetch him tôi sẽ đi gọi ông ấy đến [doy sẽh di gọy awng áy-i dáyn]
will you come and fetch me later? lát nữa ông/bà đến đón tôi được không? [lád nœ̃-a awng/bà dáyn dón doy dœ-ựrg kawng]
feverish bị sốt [bị sáwd], lên cơn sốt [layn gurn sáwd]
I am feeling feverish tôi đang lên cơn sốt [doy dang layn gurn sáwd]
few: a few một vài [mạwd vài]
a few days một vài ngày [mạwd vài ngày]
fiancé chồng chưa cưới [jàwng joo-a goo-úh-i]
fiancée vợ chưa cưới [vựr joo-a goo-úh-i]
field cánh đồng [gáng dàwng], đồng ruộng [dàwng rwạwng]
fight (noun) đánh lộn [dáng lạwn]
figs quả sung [gwả soong]
fill in điền [di-àyn], điền vào [di-àyn vào]
do I have to fill this in? tôi có phải điền cái này không? [doy gó fải di-àyn gái này kawng]
fill up đổ đầy [dảw dày-i]
fill it up, please làm ơn đổ đầy [làm urn dảw dày-i]
filling (in cake, sandwich) nhân [n-yuhn]
(in tooth) trồng răng [jàwng rung]
film (movie, for camera) phim [fim]

dialogue

do you have this kind of film? ông/bà có loại phim này không? [awng/bà gó lwại fim này kawng]
yes, how many exposures? có, loại mấy tấm? [gó lwại máy-i dúhm]
36 ba mươi sáu tấm [ba moo-uh-i sá-oo dúhm]

film processing rửa phim [rởo-a fim]
filthy (room etc) bẩn thỉu [bủhn tỉ-oo]
find (verb) tìm [dìm], tìm thấy [dìm táy-i]
I can't find it tôi tìm không thấy [doy dìm kawng táy-i]
I've found it tôi tìm thấy rồi [doy dìm táy-i ròy]
find out tìm ra [dìm ra]
could you find out for me? ông/bà có thể hỏi giùm tôi không? [awng/bà gó tảy hỏi yòom doy kawng]
fine (weather) tốt [dáwd]
(punishment) bị phạt [bị fạd]

dialogues

how are you? ông/bà có khỏe không? [awng/bà gó kwẻh kawng]
I'm fine, thanks tôi khỏe cám ơn [doy kwẻh gám urn]

is that OK? cái đó được chứ? [gái dó dōo-ụrg jóo]
that's fine, thanks được cám ơn [dōo-ụrg gám urn]

finger ngón tay [ngón day]
finish hết [háyd]
(with verb) xong [song]
I haven't finished eating yet tôi còn chưa ăn xong [doy gòn joo-a un song]
when does it finish? khi nào hết? [ki nào háyd]
fire lửa [lởo-a]
fire! lửa! [lởo-a]
can we light a fire here? chúng tôi đốt lửa ở đây có được không? [jóong doy dáwd lởo-a ủr day-i gó dōo-ụrg kawng]
it's on fire đang cháy [dang jáy]
fire alarm còi báo lửa [gòi báo lởo-a]
fire brigade đội cứu lửa [dọy góo-oo lởo-a]
firecracker pháo [fáo]
fire escape lối thoát hỏa hoạn [loy twát hwả hwạn]
fire extinguisher bình chữa lửa [bìng jõo-a lởo-a]
firework display đốt pháo bông [dáwd fáo bawng]
fireworks pháo bông [fáo bawng]
first trước [jōo-úrg], đầu tiên [dòh di-ayn]
I was first tôi trước [doy jōo-úrg]
at first mới đầu [múh-i dòh]
the first time lần đầu tiên [lùhn dòh di-ayn]

first on the left thứ nhất ở bên tay trái [tớ n-yúhd ửr bayn day jái]
first aid cấp cứu [gúhp gớ-oo]
first-aid kit hộp cấp cứu [hạwp gúhp gớ-oo]
first class (travel etc) hạng sang
first floor lầu một [lòh mạwd]
(US) lầu dưới [lòh yoo-úh-i]
first name tên [dayn]
fish (noun) cá [gá]
fisherman (with net) người đánh cá [ngoo-ùh-i dáng gá]
(with rod) người câu cá [ngoo-ùh-i goh gá]
fishing (with net) đánh cá [dáng gá]
(with rod) câu cá [goh gá]
fishing village xóm chài [sóm jài]
fishmonger's tiệm bán cá [di-ạym bán gá]
fit (attack) lên cơn [layn gurn]
fit: it doesn't fit me không vừa tôi [kawng vờ-a doy]
fitting room phòng thử quần áo [fòng tở gwùhn áo]
fix (verb: arrange) sắp xếp [súp sáyp], dàn xếp [yàn sáyp]
(repair) sửa [sở-a]
can you fix this? ông/bà có thể sửa cái này không? [awng/bà gó tảy sở-a gái này kawng]
fizzy có ga [gó ga]
flag lá cờ [lá gùr]
flannel (facecloth) khăn lau mặt [kun la-oo mụd]
flash (for camera) đèn nháy [dèn n-yáy]
flat (noun: apartment) nhà lầu [n-yà lòh]
(adj: level) phẳng [fủng], bằng phẳng [bùng fủng]
I've got a flat tyre tôi bị dẹt bánh xe [doy bị yẹd báng seh]
flavour mùi vị [mòò-i vị]
flea bọ chét [bọ jéd]
flight chuyến bay [jwee-áyn bay]
flight number số chuyến bay [sáw jwee-áyn bay]
flippers giày nhái [yày n-yái]
flood lụt [lọọd]
floor (of room) sàn nhà [sàn n-yà]
(storey) tầng lầu [dùhng lòh]
on the floor ở trên sàn [ửr jayn sàn]
florist tiệm bán hoa [di-ạym bán hwa]
flour bột [bạwd]
flower hoa [hwa]
flu cảm cúm [gảm góóm]
fluent rành (S) [ràng], sõi (N)
he speaks fluent Vietnamese ông ấy nói rành/sõi tiếng Việt [awng áy-i nóy ràng/sõi di-áyng vi-ạyd]
fly (noun) ruồi [rwòy]
(verb) bay
can we fly there? chúng tôi có thể bay đến đó không? [jóóng doy gó tảy bay dáyn dó kawng]
fly in bay vào
fly out bay ra
fog sương mù [sơơ-urng mòò]
foggy: it's foggy nhiều sương mù [n-yàyoo sơơ-urng mòò]
folk dancing múa dân tộc

[móó-a yuhn dạwg]
folk music dân ca [yuhn ga]
follow theo [teh-ao]
follow me đi theo tôi [di teh-ao doy]
food thức ăn [tóóg un], đồ ăn [dàw un]
food poisoning ngộ độc thức ăn [ngạw dạwg tóóg un]
food shop/store tiệm bán thức ăn [di-ạym bán tóóg un]
foot* (of person) bàn chân [bàn juhn]
on foot đi bộ [di bạw]
football (game) bóng đá [bóng dá]
(ball) qủa bóng đá [gwả bóng dá]
football match cuộc đấu bóng đá [gwạwg dóh bóng dá]
for cho [jo]
do you have something for ...? ông/bà có thuốc gì trị chứng ... không? [awng/bà gó twáwg yì jị jóóng ... kawng]

dialogues

who's the fish soup for? món lẩu cá của ai đó? [món lủhoo gá gỏỏ-a ai dó]
that's for me của tôi [gỏỏ-a doy]
and this one? còn món này? [gòn món này]
that's for her của bà ấy [gỏỏ-a bà áy-i]
where do I get the bus for Hoi An? ở đâu đón xe đi Hội An? [ủr doh dón seh di họy an]
the bus for Hoi An leaves from Dien Bien Phu Street xe Hội An chạy từ đường Điện Biên Phủ [seh họy an jạy dòò dòò-ùrng di-ạyn bi-ayn fỏỏ]

how long have you been here? ông/bà đến đây bao lâu rồi? [awng/bà dáyn day-i bao loh ròy]
I've been here for two days, how about you? tôi đến đây đã hai ngày rồi còn ông/bà thì sao? [doy dáyn day-i dã hai ngày ròy gòn awng/bà tì sao]
I've been here for a week tôi đến đây đã một tuần rồi [doy dáyn day-i dã mạwd dwàwn ròy]

forehead trán [ján]
foreign nước ngoài [nòò-úrg ngwài], ngoại quốc [ngwại gwáwg]
foreigner người nước ngoài [ngoo-ùh-i nòò-úrg ngwài], người ngoại quốc [ngoo-ùh-i ngwại gwáwg]
forest rừng [ròòng]
forget quên [gwayn]
I forget tôi quên [doy gwayn]
I've forgotten tôi đã quên rồi [doy dã gwayn ròy]
fork cái nĩa [gái nĩa]
(in road) ngã ba

form (document) đơn [durn], tờ đơn [dùr durn]
formal (dress) trịnh trọng [jịng jọng]
fortnight hai tuần [hai dwàwn]
fortunately may [may], may mắn [may mún]
forward: could you forward my mail? ông/bà có thể chuyển thư dùm tôi không? [awng/bà gó tảy jwee-ảyn tœ yòom doy kawng]
forwarding address địa chỉ chuyển thư [dịa jỉ jwee-ảyn tœ]
foundation cream kem nền [gem nàyn]
fountain (ornamental) thác phun [tác foon]
(for drinking) vòi uống nước công cộng [vòy wáwng nœ-urg gawng gạwng]
fountain pen bút máy [bóód máy]
foyer (of hotel, theatre) phòng tiếp tân [fòng di-áyp duhn]
fracture (noun) vết nứt [váyd nœd]
France nước Pháp [nœ-úrg fáp]
free rảnh [rảng]
(no charge) miễn phí [mi-ãyn fí]
is it free (of charge)? có phải miễn phí không? [gó fải mi-ãyn fí kawng]
freezer tủ đông lạnh [dỏỏ dawng lạng]
French (adj) Pháp [fáp]
(language) tiếng Pháp [di-áyng fáp]
French fries khoai tây chiên [kwai day-i ji-ayn]
frequent thường xuyên [tœ-ùrng swee-ayn]
how frequent is the bus to Vung Tau? xe đi Vũng Tàu có chạy thường xuyên không? [seh di võõng dà-oo gó jạy tœ-ùrng swee-ayn kawng]
fresh (weather, breeze) trong lành [jong làng]
(fruit etc) tươi [doo-uh-i]
(water) ngọt [ngọd]
fresh orange cam tươi [gam doo-uh-i]
Friday thứ Sáu [tœ sá-oo]
fridge tủ lạnh [dỏỏ lạng]
fried chiên (S) [ji-ayn], rán (N)
(stir-fried) xào [sào]
fried egg trứng chiên/rán [jœng ji-ayn/rán]
fried rice cơm chiên [gurm ji-ayn], cơm rang [gurm rang]
friend bạn
friendly thân thiện [tuhn ti-ạyn]
from từ [dœ]
when does the next train from Thap Cham arrive? khi nào chuyến xe lửa kế tiếp từ Tháp Chàm đến? [ki nào jwee-áyn seh lœ-a gáy di-áyp dœ táp jàm dáyn]
from Monday to Friday từ thứ Hai đến thứ Sáu [dœ tœ hai dáyn tœ sá-oo]
from next Thursday kể từ thứ Tư tuần sau [gảy dœ tœ dœ dwàwn sa-oo]

dialogue

where are you from? ông/bà từ đâu đến? [awng/bà dờ doh dáyn]
I'm from Bristol tôi từ 'Bristol' đến [doy dờ – dáyn]

front (part) mặt trước [mụd jơ-úrg]
in front ở trước mặt [ủr jơ-úrg mụd]
in front of the hotel ở trước mặt khách sạn [ủr jơ-úrg mụd káj sạn]
at the front ở đằng trước [ủr dùng jơ-úrg]
frost đóng băng [dóng bung]
frozen đông lạnh [dawng lạng]
frozen food thức ăn đông lạnh [tớg un dawng lạng]
fruit trái cây [jái gay-i]
fruit juice nước trái cây [nơ-úrg jái gay-i]
fry (deep-fry) rán (N), chiên (S) [ji-ayn]
(stir-fry) xào [sào]
frying pan cái chảo [gái jảo]
full đầy [dày-i]
it's full of ... đầy ... [dày-i]
I'm full tôi no rồi [doy no rày]
full board bao cả hết ăn và ở [bao gả háyd un và ủr]
fun: it was fun vui lắm [voo-i lúm]
it's no fun không phải chuyện đùa [kawng fải jwee-ạyn dòò-a]
funeral đám tang [dám dang]
funny (strange) kỳ cục [gì gọọg]
(amusing) tức cười [dớg goo-ùh-i]
furniture đồ đạc bàn ghế [dàw dạg bàn gáy]
further xa hơn [sa hurn]
it's further down the road ở dưới kia, đi nữa [ủr yoo-úh-i kia di nỡ-a]

dialogue

how much further is it to Buon Me Thuot? còn bao xa mới đến Buôn Mê Thuột? [gòn bao sa múh-i dáyn bwawn may twạwd]
about 5 kilometres khoảng năm cây số [kwảng num gay-i sáw]

fuse (noun) cầu chì [gòh jì]
the lights have fused đèn bị cháy cầu chì rồi [dèn bị jáy gòh jì ròy]
fuse box hộp cầu chì [hạwp gòh jì]
fuse wire dây nối cầu chì [yay-i nóy gòh jì]
future tương lai [dơ-urng lai], mai sau [mai sa-oo]
in future trong tương lai [jong dơ-urng lai]

G

gallery 'gallery'
gallon* ga-lông [ga-lawng]
game (cards etc) trò chơi [jò juh-i]

(match) ván [ván]
(meat) thịt rừng [tịd rờng]
garage ga-ra
(for fuel) trạm đổ xăng [jạm dảw sung]
garbage rác [rág]
garden vườn [vờ-ùrn], vườn hoa [vờ-ùrn hwa]
garlic tỏi [dỏy]
gas ga
(US) xăng [sung]
gas cylinder (camping gas) ga xi-lanh [ga si-lang]
gas station trạm xăng [jạm sung]
gate cổng [gảwng]
gay lại cái [lại gái]
gearbox hộp số [hạwp sáw]
gear lever cần sang số [gùhn sang sáw]
gears số [sáw]
general (adj) đại khái [dại kái]
gents' toilet nhà vệ sinh đàn ông [n-yà vạy sing dàn awng]
genuine (antique etc) đồ thật [dàw tụhd]
German (adj) Đức [dớg]
(language) tiếng Đức [di-áyng dớg]
German measles bệnh sởi Đức [bạyng sủh-i dớg]
Germany nước Đức [nờ-úrg dớg]
get (fetch) lấy [láy-i]
could you get me another one, please? phiền ông/bà lấy cho cái khác được không? [fi-àyn awng/bà láy-i jo gái kág dờ-ựrg kawng]

how do I get to ...? tôi phải đi ... bằng cách nào? [doy fải di ... bùng gáj nào]
do you know where I can get them? ông/bà có biết ở đâu lấy được những thứ này không? [awng/bà gó bi-áyd ủr doh láy-i dờ-ựrg n-yững tớ này kawng]

dialogue

can I get you a drink? ông/bà uống gì để tôi kêu? [awng/bà wáwng yì dảy doy gayoo]
no, I'll get this one, what would you like? không lần này để tôi mua ông/bà uống gì? [kawng lùhn này dảy doy mwaw awng/bà wáwng yì]
a glass of red wine một ly rượu vang đỏ [mạwd li rờ-ựroo vang dỏ]

get back (return) về lại [vày lại]
get in (arrive) về đến [vày dáyn]
get off xuống xe [swáwng seh]
where do I get off? ở đâu xuống xe? [ủr doh swáwng se]
get on (to train etc) lên xe [layn seh]
get out (of car etc) xuống xe [swáwng seh]
get up (in the morning) dậy [yạy-i]
gift (informal) quà [gwà]
(formal) tặng phẩm [dụng fủhm]
gift shop tiệm bán quà kỷ niệm [di-ạym bán gwà gỉ ni-ạym]
gin 'gin'

gin and tonic 'gin and tonic'
girl gái
girlfriend bạn gái [bạn gái]
(informal) bồ [bàw]
give cho [jo]
can you give me some change? ông/bà đổi tiền lẻ cho tôi được không? [awng/bà dỏy di-àyn lẻh jo doy dœ-ựrg kawng]
I gave it to him tôi đã cho ông ấy rồi [doy dã jo awng áy-i ròy]
will you give this to ...? ông/bà giao cái này cho ... được không? [awng/bà yao gái này jo ... dœ-ựrg kawng]
give back trả lại [jả lại]
given name tên [dayn]
glad mừng [mừng]
glass (material) kính [gíng]
(tumbler) cốc vại [gáwg vại]
(wine glass) ly đựng rượu [li dọng rœ-ựroo]
a glass of wine một ly rượu vang [mạwd li rœ-ựroo vang]
glasses (spectacles) mắt kính [múd gíng]
gloves găng tay [gung day]
glue (noun) keo [geh-ao]
(for paper) hồ [hàw]
go đi [di]
we'd like to go to the zoo chúng tôi muốn đi sở thú [jóóng doy mwáwn di sủr tóó]
where are you going? ông/bà đi đâu? [awng/bà di doh]
where does this bus go? xe này chạy đâu? [seh này jạy doh]
let's go! chúng ta lên đường! [jóóng da layn dœ-ùrng]
she's gone (left) bà ấy đã đi rồi [bà áy-i dã di ròy]
where has he gone? ông ấy đi đâu rồi? [awng áy-i di doh ròy]
I went there last week tôi đã đến đó tuần qua [doy dã dáyndó dwàwn gwa]
hamburger to go bánh hamburger mang đi [báng hamboorger mang di]
go away đi vắng [di vúng]
go away! đi chỗ khác! [di jãw kág]
go back (return) về lại [vày lại], trở về [jửr vày]
go down (the stairs etc) đi xuống [di swáwng]
go in (enter) đi vào [di vào]
go out (in the evening) đi ra phố [di ra fáw]
do you want to go out tonight? tối nay ông/bà có muốn đi ra phố không? [dóy nay awng/bà gó mwáwn di ra fáw kawng]
go through đi qua [di gwa]
go up (the stairs etc) đi lên [di layn]
goat (meat) thịt dê [tịd yay]
(animal) con dê [gon yay]
God Trời [jùh-i]
(Christian) Chúa [jóó-a]
goggles kính che mắt [gíng jeh múd]
gold vàng
golf gôn [gawn]
golf course sân gôn [suhn gawn]
gong cái chiêng [gái ji-ayng]

good tốt [dáwd], hay
good! tốt! [dáwd], hay!
it's no good vô dụng [vaw dọong]
goodbye chào [jào], tạm biệt [dạm bi-ạyd], 'goodbye'
good evening 'good evening'
Good Friday Ngày Chúa thăng thiên [ngày jóó-a tung ti-ayn]
good morning 'good morning'
good night chúc ngủ ngon [jóóg ngỏỏ ngon], 'good night'
got: we've got to leave chúng tôi phải đi thôi [jóóng doy fải di toy]
have you got any ...? ông/bà có ... nào không? [awng/bà gó ... nào kawng]
government chính phủ [jíng fỏỏ]
gradually dần dần [yùhn yùhn]
gram(me) gờ-ram [gùr-ram]
grandchildren cháu [já-oo]
granddaughter cháu (gái) [já-oo (gái)]
grandfather (paternal) ông nội [awng nọy]
(maternal) ông ngoại [awng ngwại]
grandmother (paternal) bà nội [bà nọy]
(maternal) bà ngoại [bà ngwại]
grandson cháu (trai) [já-oo (jai)]
grapes quả nho [gwả n-yo]
grass cỏ [gỏ]
grateful nhớ ơn [n-yúr urn], cám ơn [gám urn]
great (excellent) tuyệt [dwee-ạyd]
that's great! tuyệt! [dwee-ạyd]
a great success một sự thành công vĩ đại [mạwd sọọ tàng gawng vĩ dại]
Great Britain Vương Quốc Anh [vọọ-urng gwáwg ang]
Greece nước Hy Lạp [nọọ-úrg hi lạp]
greedy (for food) tham ăn [tam un], háu ăn [há-oo un]
(for money etc) tham lam [tam lam]
green màu xanh lá cây [mà-oo sang lá gay-i]
greengrocer's tiệm bán rau quả [di-ạym bán ra-oo gwả]
grey màu xám [mà-oo sám]
grill (noun) cái vỉ nướng thịt [gái vỉ nọọ-úrng tịd]
grilled nướng [nọọ-úrng]
grocer's tiệm tạp hóa [di-ạym dạp hwá]
ground mặt đất [mụd dúhd]
on the ground trên mặt đất [jayn mụd dúhd]
ground floor lầu dưới [lòh yoo-úh-i]
group nhóm [n-yóm]
guarantee (noun) sự bảo đảm [sọọ bảo dảm]
is it guaranteed? có bảo đảm không? [gó bảo dảm kawng]
guest khách [káj]
guesthouse nhà khách [n-yà káj]
guide (person) người hướng dẫn [ngoo-ùh-i họọ-úrng yũhn]
guidebook sách hướng dẫn [sáj họọ-úrng yũhn]
guided tour du ngoạn có

hướng dẫn [yoo ngwạn gó hoo-úrng yũhn]
guitar đàn ghi-ta [dàn gi-da]
Gulf of Thailand Vịnh Thái Lan [vịng tái lan]
gum (in mouth) lợi răng [lụri rung]
gun súng [sóóng]
gym thể dục [tảy yọọg]

H

hair (on head) tóc [dóg]
(on body) lông [lawng]
hairbrush bàn chải tóc [bàn jải dóg]
haircut cắt tóc [gúd dóg]
hairdresser's (men's) tiệm hớt tóc [di-ạym húrd dóg]
(women's) tiệm uốn tóc [di-ạym wáwn dóg]
hairdryer máy sấy tóc [máy sáy-i dóg]
hair gel keo tóc [geh-ao dóg]
hairgrips kẹp tóc [gẹp dóg]
hairslide trâm kẹp tóc [juhm gẹp dóg]
hair spray nước xịt tóc [noo-úrg sịd dóg]
half* nửa [nd-a], một nửa [mạwd nd-a]
half an hour nửa tiếng [nd-a di-áyng], nửa giờ [nd-a yùr]
half a litre nửa lít [nd-a líd]
about half that khoảng một nửa cái đó [kwảng mạwd nd-a gái dó]
half-bottle nửa chai [nd-a jai]
half dozen nửa tá [nd-a dá]
half fare nửa giá vé [nd-a yá véh]
half price nửa giá [nd-a yá]
ham thịt dăm-bông [tịd yum-bawng]
hammer (noun) cái búa [gái bóó-a]
hand tay [day]
handbag cái xắc tay [gái súg day]
handbrake thắng tay [túng day]
handkerchief khăn tay [kun day], khăn mu-xoa [kun moo-swa]
handle cán [gán]
hand luggage hành lý xách tay [hàng lí sáj tay]
hangover đầu nặng trĩu [dòh nụng jĩ-oo]
I've got a hangover đầu tôi nặng trĩu [dòh doy nụng jĩ-oo]
Hanoi Hà nội [hà nọy]
happen xảy ra [sảy ra]
what's happening? việc gì đang xảy ra thế? [vi-ạyg yì dang sảy ra táy]
what has happened? việc gì đã xảy ra thế? [vi-ạyg yì dã sảy ra táy]
happy vui [voo-i], vui vẻ [voo-i vẻh]
I'm not happy about this tôi không hài lòng về việc này [doy kawng hài lòng vày vi-ạyg này]
harbour bến cảng [báyn gảng]
hard cứng [gơng]
(difficult) khó [kó]
hard-boiled egg trứng luộc

thật chín [jóong lwạwg tụhd jín]
hardly hiếm [hi-áym], ít khi [íd ki]
hardly ever hầu như không bao giờ [hòh n-yoo kawng bao yùr]
hardware shop tiệm bán đồ sắt [di-ạym bán dàw súd]
harvest (rice) mùa gặt [mòò-a gụd]
hat nón
(conical) nón lá [nón lá]
hate (verb) ghét [géd]
have có [gó]
can I have a ...? làm ơn cho tôi một ... [làm urn jo doy mạwd]
do you have ...? ông/bà có không ...? [awng/bà gó kawng]
what'll you have? (drink) ông/bà uống gì? [awng/bà wáwng yì]
I have to leave now tôi phải đi ngay bây giờ [doy fải di ngay bay-i yùr]
do I have to ...? tôi có phải ...? [doy gó fải]
can we have some ...? làm ơn cho chúng tôi vài ... [làm urn jo jóóng doy vài]
hayfever bệnh cảm phấn hoa [bạyng gảm fúhn hwa]
he* ông ấy [awng áy-i], ổng (S) [ảwng]
head đầu [dòh]
headache nhức đầu [n-yóog dòh]
headlights đèn pha [dèn fa]
headphones bộ ống nghe [bạw áwng ngeh]
healthy (person) khỏe mạnh [kwẻh mạng]
(food) lành mạnh [làng mạng]
(climate) trong lành [jong làng]
hear nghe [ngeh]

dialogue

can you hear me? ông/bà có nghe tôi nói gì không? [awng/bà gó ngeh doy nóy yì kawng]
I can't hear you, could you repeat that? tôi không thể nghe ông/bà nói gì cả làm ơn nói lại đi? [doy kawng tảy ngeh awng/bà nóy yì gả làm urn nóy lại di]

hearing aid máy nghe [máy ngeh]
heart tim [dim]
heart attack bệnh đau tim [bạyng da-oo dim]
heat nhiệt [n-yạyd], sức nóng [sóog nóng]
heater (in room) lò sưởi [lò soo-ủh-i]
(in car) máy sưởi [máy soo-ủh-i]
heating sưởi ấm [soo-ủh-i úhm]
heavy nặng [nụng]
heel gót [gód]
could you heel these? ông/bà có thể đóng gót những cái này không? [awng/bà gó tảy dóng gód n-yõong gái này kawng]
height chiều cao [ji-àyoo gao]
helicopter máy bay trực thăng [máy bay jọog tung]
hello chào ông/bà [jào awng/bà], 'hello'

(answer on phone) a-lô [a-law]
helmet (for motorcycle) nón sắt [nón súd]
help (noun) sự giúp đỡ [sợ yóóp dũr]
(verb) giúp [yóóp], giúp đỡ [yóóp dũr]
help! cứu tôi với! [gớ-oo doy vúh-i]
can you help me? ông/bà có thể giúp tôi không? [awng/bà gó tảy yóóp doy kawng]
thank you very much for your help rất cám ơn sự giúp đỡ của ông/bà [rúhd gám urn sợ yóóp dũr gỏỏ-a awng/bà]
helpful (person) hay giúp đỡ [hay yóóp dũr]
hepatitis bệnh viêm gan [bạyng vi-aym gan]
her* bà ấy [bà áy-i], bả (S)
I haven't seen her tôi không có thấy bà ấy [doy kawng gó táy-i bà áy-i]
that's her towel đó là khăn lau của bà ấy [dó là kun la-oo gỏỏ-a bà áy-i]
that's her bag đó là xắc tay của bà ấy [dó là súg day gỏỏ-a bà áy-i] OK
herbs các loại rau thơm [gág lwại ra-oo turm]
(medicinal) dược thảo [yợ-ụrg tảo]
here đây [day-i]
here is/are ... đây là ... [day-i là]
here you are đây [day-i], ông/bà [awng/bà]
(very polite) đây [day-i], thưa ông/bà [too-a awng/bà]
hers* của bà ấy [gỏỏ-a bà áy-i], của bả (S) [gỏỏ-a bả]
hey! ê! [ay]
hi! chào! [jào], 'hello!'
hide (verb) dấu [yóh]
high cao [gao]
hill đồi [dòy]
hill tribe dân tộc miền núi [yuhn dạwg mi-àyn nóó-i], dân tộc miền ngược [yuhn dạwg mi-àyn ngợ-ụrg]
him* ông ấy [awng áy-i], ổng (S) [ảwng]
Hindu đạo Ấn Độ [dạo úhn dạw]
hip hông [hawng]
hire thuê [tweh], mướn (S) [mơ-úrn]
for hire cho thuê [jo tweh]
where can I hire a bike? ở đâu có thuê xe đạp? [ủr doh gó tweh seh dạp]
his* của ông ấy [gỏỏ-a awng áy-i], của ổng (S) [gỏỏ-a ảwng]
it's his car xe của ông ấy [seh gỏỏ-a awng áy-i]
that's his đó là của ông ấy [dó là gỏỏ-a awng áy-i]
hit (verb: in fighting) đánh [dáng]
(of car) đụng [dọọng]
hitch-hike đi quá giang [di gwá yang]
hobby sở thích [sủr tịj]
Ho Chi Minh City Thành phố Hồ Chí Minh [tàng fáw hàw jí ming]
Ho Chi Minh Trail đường mòn Hồ Chí Minh [dơ-ừrng mòn

hàw jí ming]
hold (verb) cầm [gùhm], nắm [núm]
hole cái lỗ [gái lãw]
holiday nghỉ lễ [ngỉ lãy]
(school holiday) nghỉ hè [ngỉ hèh]
on holiday đang nghỉ lễ [dang ngỉ lãy]
(travelling) đi du lịch [di yoo lịj]
Holland nước Hòa Lan [nœ-úrg hwà lan]
home nhà [n-yà]
at home (in my house etc) ở nhà [ủr n-yà]
(in my country) ở quê hương [ủr gway hœ-urng]
we go home tomorrow ngày mai chúng tôi về nước [ngày mai jóong doy vày nœ-úrg]
honest thật thà [tụhd tà]
honey mật ong [mụhd ong]
honeymoon tuần trăng mật [dwàwn jung mụhd]
hood (US: of car) ca-pô [ga-paw]
hope mong [mong], hy vọng [hi vọng]
I hope so tôi mong vậy [doy mong vạy-i]
I hope not tôi mong không phải vậy [doy mong kawng fải vạy-i]
hopefully mong rằng [mong rùng], hy vọng rằng [hi vọng rùng]
horn (of car) còi xe [gòi seh]
horrible ghê gớm [gay gúrm]
it's horrible! ghê quá! [gay gwá]
horse con ngựa [gon ngœ-a]
horse riding cỡi ngựa [gũh-i ngœ-a]
hospital nhà thương [n-yà tœ-urng], bệnh viện [bạyng vi-ạyn]
hospitality sự tốt bụng [sœ dáwd bọong]
thank you for your hospitality cám ơn sự tốt bụng của ông/bà [gám urn sœ dáwd bọong gỏỏ-a awng/bà]
hot nóng
(spicy) cay [gay]
it's so hot! nóng quá! [nóng gwá], nực quá! [nœg gwá]
I'm hot tôi thấy nóng [doy táy-i nóng]
it's hot today hôm nay trời nóng [hawm nay jùh-i nóng]
hotel khách sạn [káj sạn]
hotel room phòng khách sạn [fòng káj sạn]
hour giờ [yùr]
house nhà [n-yà]
how thế nào [táy nào]
how many? bao nhiêu? [bao ni-yoh]
how do you do? hân hạnh gặp ông/bà [huhn hạng gụp awng/bà]

dialogues

how are you? ông/bà có khỏe không? [awng/bà gó kwẻh kawng]
fine, thanks, and you? khỏe cám ơn còn ông/bà? [kwẻh gám urn gòn awng/bà]

how much is it? bao nhiêu tiền? [bao ni-yoh di-àyn]
one hundred thousand dong một trăm ngàn đồng [mạwd jum ngàn dàwng]
I'll take it tôi lấy [doy láy-i]

humid nóng nực [nóng nơơg]
hungry đói [dóy], đói bụng [dóy bọọng]
are you hungry? ông/bà có đói chưa? [awng/bà gó dóy joo-a]
hurry (verb) vội vã [vọy vã], vội vàng [vọy vàng]
I'm in a hurry tôi đang [doy dang], gấp việc [gúhp vi-ạyg]
there's no hurry không có gì phải vội [kawng gó yì fải vọy]
hurry up! nhanh lên! [n-yang layn], lẹ lên! (S) [lẹh layn]
hurt (verb) đau [da-oo], bị thương [bị tơơ-urng]
it really hurts đau qúa đi [da-oo gwá di]
he is badly hurt ông ấy bị thương nặng [awng áy-i bị tơơ-urng nụng]
husband người chồng [ngoo-ùh-i jàwng]

I

I* tôi [doy], tui (S) [doo-i]
ice đá [dá]
with ice với đá [vúh-i dá]
no ice, thanks đừng bỏ đá cám ơn [dờờng bỏ dá gám urn]
ice cream kem đá [gem dá], cà-rem [gà-rem]
iced coffee cà phê đá [gà fay dá]
ice lolly kem đá [gem dá]
ID card thẻ chứng minh nhân dân [tẻh jớớng ming n-yuhn yuhn]
idea ý kiến [í gi-áyn]
idiot (man/woman) anh ngốc [ang ngáwg], chị ngốc [jị ngáwg]
idiotic ngốc [ngáwg]
if nếu [náyoo]
ignition nổ máy [nảw máy]
ill ốm [áwm]
I feel ill tôi cảm thấy ốm [doy gảm táy-i áwm]
illness ốm [áwm], bệnh hoạn [bạyng hwạn]
imitation (leather etc) đồ giả [dàw yả]
immediately lập tức [lụhp dớg], ngay [ngay]
Imperial Tombs lăng tẩm vua chúa [lung dủhm vwa jóó-a]
important quan trọng [gwan jọng]
it's very important rất quan trọng [rúhd gwan jọng]
it's not important không quan trọng [kawng gwan jọng]
impossible (can't do) không thể làm được [kawng tảy làm dơơ-ụrg]
(disbelief) không thể có [kawng tảy gó]
(not accepting) không thể được [kawng tảy dơơ-ụrg]
improve cải thiện [gải ti-ạyn], học thêm [họg taym]
I want to improve my

Vietnamese tôi muốn học thêm tiếng Việt [doy mwáwn họg taym di-áyng vi-ạyd]
in: it's in the centre ở trung tâm [ủr joong duhm]
in my car ở xe tôi [ủr seh doy]
in Vung Tau ở Vũng Tàu [ủr võõng dà-oo]
in two days from now từ giờ trở đi còn hai ngày [dờ yùr jủr di gòn hai ngày]
in five minutes trong năm phút [jong num fóód]
in May vào tháng Năm [vào táng num]
in English bằng tiếng Anh [bùng di-áyng ang]
in Vietnamese bằng tiếng Việt [bùng di-áyng vi-ạyd]
is he in? ông ấy có ở nhà không? [awng áy-i gó ủr n-yà kawng]
include bao cả [bao gả]
does that include meals? cái đó có bao cả ăn chưa? [gái dó gó bao gả un joo-a]
is the service charge included? có bao cả tiền phục vụ chưa? [gó bao gả di-àyn fọọg vọọ joo-a]
inconvenient không tiện [kawng di-ạyn], bất tiện [búhd di-ạyn]
incredible (very good) hay quá [hay gwá]
(amazing) hay tuyệt [hay dwee-ạyd]
India nước Ấn Độ [nöö-úrg úhn dạw]
Indian (adj) Ấn Độ [úhn dạw]
indicator đèn chớp [dèn júrp]
indigestion bội thực [bọy tọọg]
Indonesia In-đô-nê-xi-a [in-daw-nay-si-a]
Indonesian người In-đô-nê-xi-a [ngoo-ùh-i in-daw-nay-si-a]
indoor pool hồ bơi trong nhà [hàw buh-i jong n-yà]
indoors trong nhà [jong n-yà]
inexpensive không đắt [kawng dúd]
infection truyền nhiễm [jwee-àyn n-yãym], lây độc [lay-i dạwg]
infectious dễ lây [yãy lay-i]
inflammation sưng [sööng], viêm [vi-aym]
informal (clothes) không trịnh trọng [kawng jịng jọng]
(occasion) thân mật [tuhn mụhd]
information (written material) tài liệu [dài li-ạyoo]
do you have any information about ...? ông/bà có tài liệu gì về ... không? [awng/bà gó dài li-ạyoo yì vày ... kawng]
information desk phòng thông tin [fòng tawng din]
injection thuốc chích [twáwg jíj]
injured bị thương [bị töö-urng]
she's been injured bà ấy bị thương [bà áy-i bị töö-urng]
in-laws (wife's parents) cha mẹ vợ [ja mẹh vụr]
(husband's parents) cha mẹ chồng [ja mẹh jàwng]
inner tube (for tyre) săm [sum], ruột [rwạwd]

innocent (not guilty) vô tội [vaw dọy]
insect sâu bọ [soh bọ]
insect bite bị sâu bọ cắn [bị soh bọ gún]
do you have anything for insect bites? ông/bà có thuốc trị sâu bọ cắn không? [awng/bà gó twáwg jị soh bọ gún kawng]
insect repellent thuốc ngừa sâu bọ cắn [twáwg ngờo-a soh bọ gún]
inside ở trong [ủr jong]
inside the hotel ở trong khách sạn [ủr jong káj sạn]
let's sit inside chúng ta hãy ngồi vào trong [jóong da hãy ngòy vào jong]
insist (demand) yêu cầu [yayoo gòh]
I insist on paying tôi nhất định trả tiền [doy n-yúhd dịng jả di-àyn]
insomnia chứng mất ngủ [jóong múhd ngỏỏ]
instant coffee cà phê pha liền [gà fay fa li-àyn]
instead: give me that one instead cho tôi cái kia [jo doy gái gia]
instead of ... thay vì ... [tay vì]
insulin in-su-lin [in-soo-lin]
insurance bảo hiểm [bảo hi-ảym]
intelligent thông minh [tawng ming]
interested: I'm interested in ... tôi thích ... [doy tíj]
would you be interested in ...? ông/bà có muốn ... không? [awng/bà gó mwáwn ... kawng]
interesting thú vị [tóó vị]
that's very interesting cái đó thật là thú vị [gái dó tụhd là tóó vị]
international quốc tế [gwáwg dáy]
interpret thông dịch [tawng yịj], phiên dịch [fi-ayn yịj]
interpreter thông dịch viên [tawng yịj vi-ayn]
interval (at theatre) nghỉ xả hơi [ngỉ sả huh-i], nghỉ giải lao [ngỉ yải lao]
into: I'm not into ... tôi không thích ... [doy kawng tíj]
introduce giới thiệu [yúh-i ti-ạyoo]
may I introduce ...? tôi xin giới thiệu ... [doy sin yúh-i ti-ạyoo]
invitation (verbal) lời mời [lùh-i mùh-i]
(written) giấy mời [yáy-i mùh-i]
(card) thiệp mời [ti-ạyp mùh-i]
invite mời [mùh-i]
Ireland nước Ái Nhĩ Lan [nóo-úrg ái n-yĩ lan]
Irish người Ái Nhĩ Lan [ngoo-ùh-i ái n-yĩ lan]
I'm Irish tôi là người Ái Nhĩ Lan [doy là ngoo-ùh-i ái n-yĩ lan]
iron (for ironing) bàn ủi [bàn ỏỏ-i]
can you iron these for me? ông/bà có thể ủi những thứ này cho tôi không? [awng/bà gó tảy ỏỏi n-yõõng tóó này jo doy kawng]

is*
island đảo [dảo]
it* (child, animal, object) nó
it's English/Vietnamese đồ Anh/Việt [dàw ang/vi-ạyd]
it's raining trời đang mưa [juh-ì dang moo-a]
it's expensive cái đó đắt [gái dó dúd]
where is it? ở đâu vậy? [ủr doh vạy-i]
Italian (adj) Ý [í]
(language) tiếng Ý [di-áyng í]
Italy nước Ý [nœ-úrg í]
itch: it itches nó ngứa [nó ngœ-a]

J

jack (for car) cái kích xe [gái gịj seh]
jacket áo vét [áo véd]
jam (preserve) mứt [mœd]
jammed: it's jammed bị mắc kẹt [bị múg gẹd]
January tháng Giêng [táng yayng]
Japan nước Nhật [nœ-úrg n-yụhd]
Japanese (adj) Nhật [n-yụhd]
jar (noun) cái lọ [gái lọ]
jaw hàm
jazz 'jazz'
jealous ghen [gen]
jeans quần 'jeans' [gwùhn yin], quần bò [gwùhn bò]
jellyfish con sứa [gon sœ-a]
jersey áo săng-đay [áo sung-day]
jetty cầu tàu [gòh dà-oo]
jeweller's tiệm vàng [di-ạym vàng]
jewellery đồ nữ trang [dàw nœ̃ jang]
Jewish Do Thái [yo tái]
job việc làm [vi-ạyg làm]
jogging thể dục chạy bộ [tảy yọọg jạy bạw]
to go jogging đi chạy bộ [di jạy bạw]
joke chuyện đùa [jwee-ạyn dòò-a]
journey cuộc hành trình [gwạwg hàng jìng]
have a good journey! thượng lộ bình an! [tœ-ụrng lạw bìng an]
jug cái bình [gái bìng]
a jug of water một bình nước [mạwd bìng nœ-úrg]
juice nước trái cây [nœ-úrg jái gay-i]
July tháng Bảy [táng bảy]
jump (verb) nhảy [n-yảy]
jumper áo ấm [áo úhm], áo lạnh [áo lạng]
jump leads dây xạc điện [yay-i sạg di-ạyn]
junction ngã tư [ngã dœ]
June tháng Sáu [táng sá-oo]
jungle rừng rậm [rœ̀ng rụhm]
junk (boat) ghe buồm [geh bwàwm]
just (only) chỉ [jỉ]
just for me chỉ cho một mình tôi [jỉ jo mạwd mìng doy]
just here ngay đây [ngay day-i], ngay chỗ này [ngay jãw này]
not just now không phải ngay

bây giờ [kawng fải ngay bay-i yùr]
we've just arrived chúng tôi vừa đến nơi [jóóng doy vờ-a dáyn nuh-i]

K

keep (verb) giữ [yỡ]
keep the change khỏi thối tiền [kởi tóy di-àyn]
can I keep it? tôi giữ lại có được không? [doy yỡ lại gó dơ-ựrg kawng]
please keep it xin cứ giữ lại [sin gớ yỡ lại]
ketchup nước sốt cà [nơ-úrg sáwd gà]
kettle ấm đun nước [úhm doon nơ-úrg]
key chìa khóa [jìa kwá]
the key for room 201, please làm ơn cho chìa khóa phòng hai không một [làm urn jo jìa kwá fòng hai kawng mạwd]
keyring vòng xâu chìa khóa [vòng soh jìa kwá]
kidneys thận [tụhn]
kill (verb) giết [yáyd]
kilo* kí [gí]
kilometre* cây số [gay-i sáw], kí-lô-mét [gí-law-méd]
how many kilometres is it to ...? bao nhiêu cây số thì đến ...? [bao ni-yoh gay-i sáw tì dáyn]
kind (generous) tử tế [dở dáy]
that's very kind ông/bà tử tế quá [awng/bà dở dáy gwá]

dialogue

which kind do you want? ông/bà muốn loại nào? [awng/bà mwáwn lwại nào]
I want this kind tôi muốn loại này [doy mwáwn lwại này]
I want that kind tôi muốn loại kia [doy mwáwn lwại gia]

king vua [vwaw]
kiosk kê-ốt [gay-áwd]
kiss (noun) nụ hôn [nọọ hawn]
(verb) hôn [hawn]
kitchen nhà bếp [n-yà báyp]
Kleenex® khăn giấy [kun yáy-i]
knee đầu gối [dòh góy]
knickers quần lót nữ [gwùhn lód nỡ]
knife con dao [gon yao]
knock (verb) gõ
knock down đụng ngã [dọọng ngã]
he's been knocked down ông ấy bị đụng ngã [awng áy-i bị dọọng ngã]
knock over (object) đánh đổ [dáng dảw]
(pedestrian) đụng té [dọọng déh]
know biết [bi-áyd]
I don't know tôi không biết [doy kawng bi-áyd]
I didn't know that việc đó tôi không biết [vi-ạyg dó doy kawng bi-áyd]
do you know where I can find ...? ông/bà có biết ở đâu

có ... không? [awng/bà gó bi-áyd ủr doh gó ... kawng]
kumquat quả quất [gwả gwúhd]

L

label nhãn hiệu [n-yãn hi-ạyoo]
ladies' room, ladies' toilets nhà vệ sinh nữ [n-yà vạy sing nŏŏ̃]
ladies' wear quần áo nữ [gwùhn áo nŏŏ̃]
lady (younger woman) cô [gaw] (older woman) bà
lager la-de [la-yeh]
lake hồ [hàw]
lamb (meat) thịt cừu [tịd gŏŏ̀-oo]
lamp đèn
lane (small road) hẻm
language ngôn ngữ [ngawn ngŏŏ̃]
the English/Vietnamese language tiếng Anh/Việt [di-áyng ang/vi-ạyd]
language course khóa dạy ngôn ngữ [kwá yạy ngawn ngŏŏ̃]

lantern đèn lồng [dèn làwng]
Laos nước Lào [nŏŏ-úrg lào]
large to [do], lớn [lúrn]
last cuối [gwóy], cuối cùng [gwóy gòong]
last week tuần vừa qua [dwàwn vŏŏ̀-a gwa]
last Friday thứ Sáu vừa qua [tŏŏ́ sá-oo vŏŏ̀-a gwa]
last night đêm qua [daym gwa]
what time is the last train to Hai Phong? chuyến xe lửa cuối cùng đi Hải Phòng thì là mấy giờ? [jwee-áyn seh lŏŏ̉-a gwóy gòong di hải fòng tì là máy-i yùr]
late muộn (N) [mwạwn], trễ (S) [jãy]
sorry, I'm late xin lỗi, tôi đến muộn [sin lãwi doy dáyn mwạwn]
the train was late xe lửa đã đến muộn [seh lŏŏ̉-a dã dáyn mwạwn]
we must go – we'll be late phải đi thôi – bằng không sẽ muộn [fải di toy – bùng kawng sẽh mwạwn]
it's getting late trời sắp tối rồi [jùh-i súp dúh-i ròy]
later lát nữa [lád nŏŏ̃-a]
I'll come back later lát nữa tôi sẽ quay lại [lád nŏŏ̃-a doy sẽh gway lại]
see you later lát nữa sẽ gặp [lád nŏŏ̃-a sẽh gụp]
later on lát nữa [lád nŏŏ̃-a]
latest muộn nhất (N) [mwạwn n-yúhd], trễ nhất (S) [jãy n-yúhd]
by Wednesday at the latest trễ nhất là thứ Tư [jãy n-yúhd là tŏŏ́ dŏŏ]
laugh (verb) cười [goo-ùh-i]
laundry (clothes) quần áo dơ [gwùhn áo yur] (place) tiệm giặt quần áo [di-ạym yụd gwùhn áo]
lavatory nhà vệ sinh [n-yà vạy sing], cầu tiêu [gòh di-yoh]
law luật [lwạwd]
lawn sân cỏ [suhn gỏ]
lawyer luật sư [lwạwd sŏŏ]

laxative thuốc nhuận tràng [twáwg n-ywạwn jàng]
lazy lười [loo-ùh-i]
lead (electrical) dây điện [yay-i di-ạyn]
(verb) dẫn [yũhn]
where does this lead to? cái này dẫn đến đâu? [gái này yũhn dáyn doh]
leaf lá
leaflet giấy thông tin [yáy-i tawng din]
leak (noun) sự rỉ [sọọ rỉ]
(verb) rỉ
the roof leaks mái bị dột [mái bị yạwd]
learn học [hợg]
least: not in the least hòan tòan không [hwàn dwàn kawng]
at least ít nhất [íd n-yúhd]
leather da [ya]
leave (depart) rời khỏi [rùh-i kỏi]
(leave behind) để lại [dảy lại]
I will leave tomorrow tôi sẽ lên đường vào ngày mai [doy sẽh layn dọọ-ùrng vào ngày mai]
may I leave this here? tôi để lại cái này ở đây được không? [doy dảy lại gái này ủr day-i dọọ-ụrg kawng]
I left my coat in the bar tôi đã bỏ quên cái áo khoác ở quán bar [doy dã bỏ gwayn gái áo kwág ủr gwán bar]
when does the bus for Hoi An leave? khi nào xe Hội An chạy? [ki nào seh họy an jạy]
leeks tỏi tây [dỏi day-i]
left bên trái [bayn jái]
on/to the left ở bên trái [ủr bayn jái]
turn left quẹo trái [gwẹh-ao jái]
there's none left không còn nữa [kawng gòn nọọ-a]
left-handed thuận tay trái [twạwn day jái]
left luggage (office) chỗ gửi hành lý [jãw gọọ-i hàng lí]
leg chân [juhn]
lemon quả chanh [gwả jang]
lemonade nước chanh chai [nọọ-úrg jang jai]
lend cho mượn [jo mọọ-ụrn]
will you lend me your ...? ông/bà cho tôi mượn ... của ông/bà có được không? [awng/bà jo doy mọọ-ụrn ... gỏỏ-a awng/bà gó dọọ-ụrg kawng]
lens (of camera) ống kính [áwng gíng]
lesbian lại đực [lại dọọg]
less ít đi [íd di], kém hơn [gém hurn]
less than ít hơn [íd hurn]
less expensive kém đắt hơn [gém dúd hurn]
lesson bài học [bài họg]
let (allow) cho phép [jo fép]
will you let me know? ông/bà sẽ cho tôi biết chứ? [awng/bà sẽh jo doy bi-áyd jọọ]
I'll let you know tôi sẽ cho ông/bà biết [doy sẽh jo awng/bà bi-áyd]
let's go for something to eat chúng ta hãy đi tìm cái gì ăn [jóóng da hãy di dìm gái yì un]
let off cho xuống [jo swáwng]

will you let me off at ...? ông/bà làm ơn cho tôi xuống chỗ ... [awng/bà làm urn jo doy swáwng jãw]

letter (personal) lá thư [lá tœ]
(junk mail, bills etc) thư từ [tœ dœ]
do you have any letters for me? ông/bà có thư từ gì cho tôi không? [awng/bà gó tœ dœ yì jo doy kawng]

letterbox hộp thư [hạwp tœ], thùng thư [tòong tœ]

lettuce xà-lách [sà-láj], rau diếp [ra-oo yáyp]

lever (noun) xà-beng [sà-beng]

library thư viện [tœ vi-ạyn]

licence giấy phép [yáy-i fép]

lid cái nắp [gái núp]

lie (verb: tell untruth) nói dối [nóy yóy]

lie down nằm xuống [nùm swáwng]

lifebelt phao cứu đắm [fao gér-oo dúm]

lifeguard tuần biển [dwàwn bi-åyn]

life jacket áo phao [áo fao]

lift (in building) thang máy [tang máy]
could you give me a lift? ông/bà cho tôi quá giang được không? [awng/bà jo doy gwá yang dœ-ụrg kawng]
would you like a lift? ông/bà có muốn quá giang không? [awng/bà gó mwáwn gwá yang kawng]

light (lamp) đèn [dèn]
(not heavy) không nặng [kawng nụng]

light blue xanh nhạt [sang n-yạd]
do you have a light? (for cigarette) ông/bà có lửa không? [awng/bà gó lœ̉-a kawng]

light bulb bóng đèn [bóng dèn]
I need a new light bulb tôi cần cái bóng đèn mới [doy gùhn gái bóng dèn múh-i]

lighter (cigarette) quẹt lửa [gwẹd lœ̉-a]

lightning sấm chớp [súhm júrp]

like (verb) thích [tíj]
I like it tôi thích [doy tíj]
I like going for walks tôi thích đi thả bộ [doy tíj di tả bạw]
I like you tôi mến ông/bà lắm [doy máyn awng/bà lúm]
I don't like it tôi không thích [doy kawng tíj]
do you like ...? ông/bà có thích ... không? [awng/bà gó tíj ... kawng]
I'd like a beer cho tôi xin một lon bia [jo doy sin mạwd lon bia]
I'd like to go swimming tôi muốn đi bơi [doy mwáwn di buh-i]
would you like a drink? ông/bà uống gì không? [awng/bà wáwng yì kawng]
would you like to go for a walk? ông/bà có muốn đi thả bộ không? [awng/bà gó mwáwn di tả bạw kawng]
what's it like? như thế nào vậy? [n-yœ táy nào vạy-i]

I want one like this tôi muốn một cái như cái này vậy [doy mwáwn mạwd gái n-yoo gái này vạy-i]
lime quả chanh [gwả jang]
line (on paper) giòng [yòng]
(phone) đường dây [doo-ùrng yay-i]
could you give me an outside line? cho tôi xin đường dây gọi ra ngoài [jo doy sin doo-ùrng yay-i gọi ra ngwài]
lips môi [moy]
lip salve kem bôi môi [gem boy moy]
lipstick son môi [son moy]
liqueur rượu mùi [roo-ụroo mòò-i]
listen nghe [ngeh]
litre* lít [líd]
a litre of white wine một lít rượu vang trắng [mạwd líd roo-ụroo vang júng]
little chút [jóód], tí (S) [dí]
just a little, thanks chỉ một tí thôi cám ơn [jỉ mạwd dí toy gám urn]
a little milk một tí sữa [mạwd dí sõo-a]
a little bit more thêm một tí nữa [taym mạwd dí nõo-a]
live (verb) ở [ủr]
we live together chúng tôi ở chung [jóóng doy ủr joong]

dialogue

where do you live? ông/bà ở đâu? [awng/bà ủr doh]

I live in London tôi ở Luân Đôn [doy ủr lwawn dawn]

lively (person) hoạt bát [hwạd bád], vui nhộn [voo-i n-yạwn]
(town) vui nhộn [voo-i n-yạwn]
liver gan
loaf ổ [ảw]
lobby (in hotel) phòng tiếp tân [fòng di-áyp duhn]
lobster tôm hùm [dawm hòòm]
local địa phương [dịa foo-urng]
can you recommend a local speciality? ông/bà có thể đề nghị một món ăn thuần túy địa phương không? [awng/bà gó tảy dày ngị mạwd món un twàwn dóó-i dịa foo-urng kawng]
lock (noun) ổ khóa [ảw kwá]
(verb) khóa [kwá]
it's locked khóa rồi [kwá ròy]
lock in khóa ở trong [kwá ủr jong]
lock out khóa ở ngoài [kwá ủr ngwài]
I've locked myself out tôi tự khóa mình ngoài cửa [doy dọo kwá mìng ngwài gỏo-a]
locker (for luggage etc) tủ khóa [dỏỏ kwá]
lollipop kẹo tăm [gẹh-ao dum]
London Luân Đôn [lwawn dawn]
long dài [yài]
how long will it take to fix it? phải sửa bao lâu mới được? [fải sỏo-a bao loh múh-i doo-ựrg]
how long does it take? phải tốn bao lâu? [fải dáwn bao loh]

a long time lâu lắm [loh lúm]
one day/two days longer thêm một ngày/hai ngày [taym mạwd ngày/hai ngày]
long-distance call cú điện thoại đường dài [góó di-ạyn twại dœ-ùrng yài]
look: I'm just looking, thanks tôi chỉ nhìn thôi cám ơn [doy jỉ n-yìn toy gám urn]
can I have a look? xem có được không? [sem gó dœ-ụrg kawng]
look after săn sóc [sun sóg]
look at nhìn [n-yìn], xem [sem]
look for tìm [dìm]
I'm looking for ... tôi đang tìm ... [doy dang dìm]
look forward to háo hức [háo hœ́g], mong đợi [mong dụh-i]
I'm looking forward to it tôi rất háo hức [doy rúhd háo hœ́g]
loose (handle etc) lỏng
lorry xe vận tải [seh vụhn dải]
lose lạc [lạg], mất [múhd]
I've lost my way tôi đi lạc đường [doy di lạg dœ-ùrng]
I'm lost, I want to get to ... tôi bị lạc tô muốn đi ... [doy bị lạg daw mwáwn di]
I've lost my bag tôi bị mất túi [doy bị múhd dóó-i]
lost property (office) trạm giữ của cải thất lạc [jạm yœ̃ gỏỏ-a gải túhd lạg]
lot: a lot, lots nhiều [n-yàyoo]
not a lot không nhiều lắm [kawng n-yàyoo lúm]
a lot of people nhiều người [n-yàyoo ngoo-ùh-i]
a lot bigger to hơn nhiều [do hurn n-yàyoo]
I like it a lot tôi thích lắm [doy tíj lúm]
lotion (for skin) nước kem thoa [nœ-úrg gem twa]
loud to (tiếng) [do (di-áyng)]
lounge (in house, hotel) phòng khách [fòng káj]
(in airport) phòng đợi [fòng dụh-i]
love (verb: person, place) yêu [yayoo]
(object, food) rất thích [rúhd tíj]
I love Vietnam tôi yêu Việt Nam [doy yayoo vi-ạyd nam]
lovely đẹp [dẹp]
(meal, drinks) ngon
(person) dễ thương [yãy tœ-urng]
low thấp [túhp]
luck sự may mắn [sọ̈ may mún]
good luck! chúc may mắn! [jóóg may mún]
luggage hành lý [hàng lí]
luggage trolley xe đẩy hành lý [seh dảy-i hàng lí]
lump (on body) cái bướu [gái bœ-úroo]
lunch bữa trưa [bõõ-a joo-a]
lungs phổi [fỏy]
luxurious (hotel, furnishings) sang trọng [sang jọng]
luxury sự xa hoa [sọ̈ sa hwa]
luxury goods xa xỉ phẩm [sa sỉ fủhm]

M

machine máy
mad (insane) điên [di-ayn]
(angry) giận điên lên [yụhn di-ayn layn]
magazine tạp chí [dạp jí]
maid (in hotel) cô phục vụ phòng [gaw fọọg vọọ fòng]
maiden name họ riêng [họ ri-ayng]
mail (noun) thư từ [too dòo]
(verb) gửi thư [gỏo-i too]
is there any mail for me? có thư từ gì cho tôi không? [gó too dòo yì jo doy kawng]
main chính [jíng]
main course món chính [món jíng]
main post office bưu điện chính [ber-oo di-ạyn jíng]
main road (in town) đường chính [doo-ùrng jíng]
(in country) đường cái [doo-ùrng gái]
mains switch công-tắc chính [gawng-dúg jíng]
make (brand name) nhãn hiệu [n-yãn hi-ạyoo]
(verb) làm
I make it 5,000 dong tôi tính năm ngàn đồng [doy díng num ngàn dàwng]
what is it made of? làm bằng gì? [làm bùng yì]
make-up son phấn [son fúhn]
man đàn ông [dàn awng]
manager giám đốc [yám dáwg]
can I see the manager? tôi có thể gặp ông giám đốc không? [doy gó tảy gụp awng yám dáwg kawng]
manageress bà giám đốc [bà yám dáwg]
manual (car) xe không tự động [seh kawng dọọ dạwng]
many nhiều [n-yàyoo]
not many không nhiều [kawng n-yàyoo]
map bản đồ [bản dàw]
March tháng Ba [táng ba]
market (noun) chợ [jụr]
marmalade mứt [móog]
married: I'm married (said by man/woman) tôi có vợ/chồng rồi [doy gó vụr/jàwng ròy]
are you married? (to man) anh có vợ chưa? [ang gó vụr joo-a]
(to woman) chị có chồng chưa? [jị gó jàwng joo-a]
mascara thuốc bôi mí mắt [twáwg boy mí múd]
match (football etc) trận đấu [jụhn dóh]
matches quẹt (S) [gwẹd], diêm (N) [yi-aym]
material (fabric) vải
matter: it doesn't matter không việc gì [kawng vi-ạyg yì]
what's the matter? việc gì vậy? [vi-ạyg yì vạy-i]
mattress nệm [nạym]
May tháng Năm [táng num]
may: may I have another one? làm ơn cho thêm một cái [làm urn jo taym mạwd gái]
may I come in? tôi vào được

không? [doy vào dꝏ-ụrg kawng]
may I see it? tôi xem được không? [doy sem dꝏ-ụrg kawng]
may I sit here? tôi ngồi đây được không? [doy ngòy day-i dꝏ-ụrg kawng]
maybe có thể [gó tảy]
mayonnaise xốt mayone [sáwd mayoneh]
me* tôi [doy], tui (S) [doo-i]
me too tôi cũng vậy [doy gõõng vạy-i]
meal bữa ăn [bꝏ̃-a un]

dialogue

did you enjoy your meal?
ông/bà ăn có ngon miệng không? [awng/bà un gó ngon mi-ạyng kawng]
it was excellent, thank you
ngon tuyệt, cám ơn [ngon dwee-ạyd gám urn]

mean: what do you mean? ý ông/bà muốn nói gì? [í awng/bà mwáwn nóy yì]

dialogue

what does this word mean? từ này nghĩa là gì? [dꝏ̀ này ngĩa là yì]
it means ... in English trong tiếng Anh, nó có nghĩa là ... [jong di-áyng ang nó gó ngĩa là]

measles sởi [sủh-i]
meat thịt [tịd]
mechanic thợ máy [tụr máy]
medicine thuốc [twáwg]
medium (adj: size) vừa [vꝏ̀-a]
medium-dry chát vừa phải [jád vꝏ̀-a fải]
medium-rare vừa chín [vꝏ̀-a jín]
medium-sized cỡ vừa [gũr vꝏ̀-a]
meet gặp [gụp]
nice to meet you vui lòng gặp ông/bà [vwee lòng gụp awng/bà]
where shall I meet you? tôi sẽ gặp ông/bà ở đâu? [doy sẽh gụp awng/bà ủr doh]
meeting cuộc mít-tinh [gwạwg míd-ding]
meeting place chỗ gặp mặt [jãw gụp mụd]
melon dưa [yoo-a]
men đàn ông [dàn awng]
mend sửa [sꝏ̉-a]
could you mend this for me? ông/bà có thể sửa giùm tôi cái này không? [awng/bà gó tảy sꝏ̉-a yòom doy gái này kawng]
men's room nhà vệ sinh đàn ông [n-yà vạy sing dàn awng]
menswear quần áo đàn ông [gwùhn áo dàn awng]
mention (verb) nhắc [n-yúg]
don't mention it không có chi [kawng gó ji]
menu thực đơn [tꝏ̣g durn]
may I see the menu, please? làm ơn cho xem thực đơn [làm urn jo sem tꝏ̣g durn]

see **menu reader** page 198

message lời nhắn [lùh-i n-yún]

are there any messages for me? có ai nhắn gì tôi không? [gó ai n-yún yì doy kawng]

I want to leave a message for ... tôi muốn nhắn ông/bà ... [doy mwáwn n-yún awng/bà]

metal (noun) kim loại [gim lwại]

metre* mét [méd]

microwave (oven) lò vi ba

midday buổi trưa [bwỏy joo-a]

at midday vào buổi trưa [vào bwỏy joo-a]

middle: in the middle ở giữa [ủr yõo-a]

in the middle of the night lúc nửa đêm [lóóg nởo-a daym]

the middle one cái ở giữa [gái ủr yõo-a]

midnight nửa đêm [nởo-a daym]

at midnight lúc nửa đêm [lóóg nởo-a daym]

might: I might ... tôi có thể ... [doy gó tảy]

I might not ... tôi có thể không ... [doy gó tảy kawng]

I might want to stay another day tôi có thể ở lại thêm một ngày [doy gó tảy ủr lại taym mạwd ngày]

migraine chứng đau nửa đầu [jóong da-oo nởo-a dòh]

mild (taste) dịu [yẹw]

(weather) ôn hòa [awn hwà]

mile* dặm [yụm]

milk sữa [sõo-a]

milkshake sữa khuấy [sõo-a kwúy]

millimetre* mi-li-mét [mi-li-méd]

minced meat thịt băm nhỏ [tịd bum n-yỏ]

mind: never mind không sao [kawng sao]

I've changed my mind tôi đã thay đổi ý kiến [doy dã tay dỏy í gi-áyn]

dialogue

do you mind if I open the window? tôi mở cửa sổ có làm phiền ông/bà không? [doy mủr gởo-a sảw gó làm fi-àyn awng/bà kawng]

no, I don't mind không, không phiền gì cả [kawng kawng fi-àyn yì gả]

mine*: it's mine đó là của tôi [dó là gỏo-a doy]

mineral water nước khoáng [nóo-úrg kwáng]

mints kẹo bạc hà [gẹh-ao bạg hà]

minute phút [fóód]

in a minute tí nữa [dí nõo-a]

just a minute đợi tí [dụh-i dí]

mirror gương [gòo-urng]

Miss (informal: to youngish woman or one of similar age to you) Chị [jị]

(formal: usually said by man to young woman) Cô [gaw]

miss: I missed the bus tôi đã lỡ chuyến xe (buýt) [doy dã lũr jwee-áyn seh (bweéd)]

missing thiếu mất [ti-áyoo múhd]
one of my ... is missing một trong những ... của tôi bị thiếu mất [mạwd jong n-yững ... gỏỏ-a doy bị ti-áyoo múhd]
there's a suitcase missing thiếu mất một cái va-li [ti-áyoo múhd mạwd gái va-li]
mist sương mù [sœ-urng mòò]
mistake (noun) sự sai lầm [sợ sai lùhm]
I think there's a mistake tôi nghĩ có sự sai lầm [doy ngĩ gó sợ sai lùhm]
sorry, I've made a mistake xin lỗi, tôi hiểu lầm [sin lõy doy hi-ảy-oo lùhm]
misunderstanding sự hiểu lầm [sợ hi-ảyoo lùhm]
mix-up: sorry, there's been a mix-up xin lỗi, có sự nhầm lẫn [sin lõy gó sợ n-yùhm lũhn]
mobile phone điện thoại cầm tay [di-ạyn twại gùhm day]
modern hiện đại [hi-ạyn dại]
modern art gallery phòng triển lãm nghệ thuật hiện đại [fòng ji-ảyn lãm ngạy twạwd hi-ạyn dại]
moisturizer kem dùng cho da đỡ khô [gem yòòng jo ya dũr kaw]
moment: I won't be a moment chỉ chốc lát thôi [jỉ jáwg lád toy]
monastery tu viện [doo vi-ạyn]
Monday thứ Hai [tớ hai]
money tiền [di-àyn]
month tháng [táng]
monument (war) đài kỷ niệm [dài gỉ ni-ạym]
(historical) di tích [yi díj]
moon trăng [jung]
moped xe gắn máy [seh gún máy]
more: can I have some more water, please? xin ông/bà cho thêm tí nước [sin awng/bà jo taym dí nœ-úrg]
more expensive/interesting đắt hơn/thú vị hơn [dúd hurn/ tóó vị hurn]
more than 50 hơn năm chục [hurn num jọọg]
more than that nhiều hơn thế nữa [n-yàyoo hurn táy nỡ-a]
a lot more thêm nhiều hơn nữa [taym tụhd n-yàyoo hurn nỡ-a]

dialogue

would you like some more? ông/bà còn thêm nữa không? [awng/bà gòn taym nỡ-a kawng]
no, no more for me, thanks thôi, không thêm nữa, cám ơn [toy kawng taym nỡ-a gám urn]
how about you? còn ông/bà thế nào? [gòn awng/bà táy nào]
I don't want any more, thanks không thêm nữa, cám ơn [kawng taym nỡ-a gám urn]

morning buổi sáng [bwỏy sáng]

this morning sáng nay [sáng nay]
in the morning vào buổi sáng [vào bwỏy sáng]
mosquito muỗi [mwõy]
mosquito net cái màn [gái màn]
mosquito repellent thuốc ngừa muỗi [twáwg ngoo-a mwõy]
most: I like this one most of all tôi thích cái này nhất [doy tíjgái này n-yúhd]
most of the time thường [too-ùrng]
most tourists đa số khách du lịch [da sáw káj yoo lij]
mostly hầu hết [hòh háyd]
mother mẹ [mẹh]
(informal) bà già [bà yà]
mother-in-law (husband's mother) mẹ chồng [mẹh jàwng]
(wife's mother) mẹ vợ [mẹh vụr]
motorbike xe hon đa (S) [seh hon da], xe mô tô (N) [seh maw daw]
motorboat xuồng máy [swàwng máy]
mountain núi [nóó-i]
in the mountains ở trên núi [ủr jayn nóó-i]
mountaineering leo núi [leh-ao nóó-i]
mouse chuột [jwạwd]
moustache ria
mouth miệng [mi-ạyng]
mouth ulcer loét miệng [lwéd mi-ạyng]
move: he's moved to another room ông ấy đã dời sang phòng khác [awng áy-i dã yùh-i sang fòng kág]
could you move your car? xin ông/bà dời xe đi chỗ khác được không? [sin awng/bà yùh-i seh di jãw kág doo-ụrg kawng]
could you move up a little? xin ông/bà ngồi xê ra một tí được không? [sin awng/bà ngòy say ra mạwd dí doo-ụrg kawng]
where has it moved to? dọn đi đâu rồi? [yọn di doh ròy]
where has it been moved to? bị dời đi đâu rồi? [bị yùh-i di doh ròy]
movie phim [fim]
movie theater xi-nê [si-nay], rạp chiếu bóng [rạp ji-áyoo bóng]
Mr (formal: to older or more senior man) Ông [äng]
(less formal: to youngish man) Anh [ang]
Mrs/Ms (formal: to older or more senior woman) Bà
(less formal: to youngish woman) Chị [jị]
(formal: usually said by man to young woman) Cô [gaw]
much nhiều [n-yàyoo]
much better/worse khá hơn nhiều/xấu hơn nhiều [ká hurn n-yàyoo/sóh hurn n-yàyoo]
much hotter nóng hơn nhiều [nóng hurn n-yàyoo]
not much không nhiều [kawng n-yàyoo]
not very much không nhiều lắm [kawng n-yàyoo lúm]
I don't want very much tôi

không muốn nhiều lắm [doy kawng mwáwn n-yàyoo lúm]
mud bùn [bòon]
mug (for drinking) cái ca [gái ga]
I've been mugged tôi bị trấn lột [doy bị júhn lạwd]
mum má
mumps bệnh quai bị [bạyng gwai bị]
museum viện bảo tàng [vi-ạyn bảo dàng]
mushrooms nấm [núhm]
music âm nhạc [uhm n-yạg]
musician nhạc sĩ [n-yạg sĩ]
Muslim (adj) Hồi giáo [hòy yáo]
mussels trai [jai]
must*: I must ... tôi phải ... [doy fải]
I mustn't drink alcohol tôi không được uống rượu [doy kawng doo-ụrg nayn wáwng roo-ụroo]
mustard tương mù tạt [doo-urng mòo dạd]
my* của tôi [gỏỏ-a doy], của tui (S) [gỏỏ-a doo-i]
myself: I'll do it myself tự tôi sẽ làm [dọo doy sẽh làm]
by myself một mình [mạwd mìng]

N

nail (finger) móng
(metal) cái đinh [gái ding]
nailbrush bàn chải móng tay [bàn jải móng day]
nail varnish thuốc đánh móng tay [twáwg dáng móng day]
name tên [dayn]
my name's John tên tôi là John [dayn doy là John]
what's your name? ông/bà tên gì? [awng/bà dayn yì]
what is the name of this street? đường này là đường gì? [doo-ùrng này là doo-ùrng yì]
napkin khăn ăn [kun un]
nappy tả [dả]
narrow (street) hẹp
nasty (person) tàn nhẫn [dàn n-yũhn]
(weather) rất xấu [rúhd sóh]
(accident) nghiêm trọng [ngi-aym jọng]
national (nationwide) toàn quốc [dwàn gwáwg]
nationality quốc tịch [gwáwg dịj]
natural tự nhiên [dọo ni-ayn]
nausea sự buồn nôn [sọo bwàwn nawn]
navy (blue) màu xanh biển [mà-oo sang bi-ảyn]
near gần [gùhn]
is it near the city centre? có gần trung tâm thành phố không? [gó gùhn joong duhm tàng fáw kawng]
do you go near the Cu Tri Tunnels? ông/bà có đi gần Đường Hầm Củ Tri không? [awng/bà gó di gùhn doo-ùrng hùhm gỏỏ ji kawng]
where is the nearest ...? ... gần nhất ở đâu? [gùhn n-yúhd ủr doh]

nearby ở gần [ủr gùhn]
nearly gần như [gùhn n-yoo]
necessary cần thiết [gùhn ti-áyd]
neck cổ [gảw]
necklace (metal) dây chuyền [yay-i jwee-àyn]
(beads) chuỗi hạt [jwõy hạd]
necktie cà vạt [gà vạd]
need: I need ... tôi cần ... [doy gùhn]
do I need to pay? tôi có cần phải trả tiền không? [doy gó gùhn fải jả di-àyn kawng]
needle mũi kim [mõõ-i gim]
negative (film) bản âm [bản uhm]
neither: neither (one) of them không phải cái nào cả [kawng fải gái nào gả]
neither ... nor ... không ... mà cũng không ... [kawng ... mà gõõng kawng ...]
nephew cháu (trai) [já-oo (jai)]
net (in sport) lưới [loo-úh-i]
Netherlands Nước Hòa Lan [noo-úrg hwà lan]
never không bao giờ [kawng bao yùr]
(not as yet) chưa bao giờ [joo-a bao yùr]

dialogue

have you ever been to Hanoi? ông/bà có bao giờ đi Hà Nội chưa? [awng/bà gó bao yùr di hà nọy joo-a]
no, never, I've never been there chưa, chưa bao giờ, tôi chưa đi lần nào [joo-a joo-a bao yùr doy joo-a di lùhn nào]

new mới [múh-i]
news (radio, TV etc) tin tức [din dóog]
newsagent's tiệm báo [di-ạym báo]
newspaper báo
newspaper kiosk sạp báo
New Year năm mới [num múh-i]
Lunar New Year (Vietnamese) Tết [dáyd], Tết Âm Lịch [dáyd uhm lịj]
Happy New Year! chúc mừng năm mới! [jóóg mòong num múh-i]
New Year's Eve đêm giao thừa [daym yao tòo-a]
New Zealand nước Tân Tây Lan [noo-úrg duhn day-i lan]
New Zealander: I'm a New Zealander tôi là người Tân Tây Lan [doy là ngoo-ùh-i duhn day-i lan]
next kế tiếp [gáy di-áyp]
the next turning on the left đường kế tiếp quẹo trái [doo-ùrng gáy di-áyp gwẹh-ao jái]
the next street on the left đường kế tiếp bên tay trái [doo-ùrng gáy di-áyp bayn day jái]
at the next stop ở trạm sắp tới [ủr jạm súp dúh-i]
next week tuần tới [dwàwndúh-i]
next to bên cạnh [bayn gạng]

nice (food) ngon
(view etc) đẹp [dẹp]
(looks) tốt mã [dáwd mã]
(person) dễ chịu [yãy jẹw]
niece cháu (gái) [já-oo (gái)]
night ban đêm [ban daym]
at night vào ban đêm [vào ban daym]
good night chúc ngủ ngon [jóóg ngỏỏ ngon]

dialogue

do you have a single room for one night? ông/bà có phòng một người cho thuê một đêm không? [awng/bà gó fòng mạwd ngoo-ùh-i jo tweh mạwd daym kawng]
yes, madam vâng/dạ, thưa bà, có [vuhng/yạ too-a bà gó]
how much is it per night? mỗi đêm bao nhiêu? [mõy daym bao ni-yoh]
it's 100,000 dong for one night một trăm ngàn một đêm [mạwd jum ngàn mạwd daym]
thank you, I'll take it cám ơn, tôi lấy phòng [gám urn doy láy-i fòng]

nightclub hộp đêm [hạwp daym]
nightdress áo ngủ đàn bà [áo ngỏỏ dàn bà]
night porter người gác đêm [ngoo-ùh-i gág daym]
no không [kawng]
I've no change tôi không có tiền lẻ [doy kawng gó di-àyn lẻh]
there's no ... left không còn ... nữa [kawng gòn ... nõõ-a]
no way! không được! [kawng dõõ-ụrg]
oh no! (upset) ối trời! [óy jùh-i]
nobody không ai [kawng ai]
there's nobody there không có ai ở đó [kawng gó ai ủr dó]
noise sự ồn ào [sọọ àwn ào]
noisy: it's too noisy ồn ào quá [àwn ào gwá]
non-alcoholic không chất rượu [kawng júhd rõõ-ụroo]
none không có [kawng gó]
nonsmoking compartment ngăn cấm hút thuốc [ngun gúhm hóód twáwg]
noon buổi trưa [bwỏy joo-a]
at noon vào buổi trưa [vào bwỏy joo-a]
no-one không ai [kawng ai]
nor: nor do I tôi cũng không [doy gõõng kawng]
normal bình thường [bìng tõõ-ùrng]
north phía bắc [fía búg]
in the north ở phía bắc [ủr fía búg]
to the north phía bắc [fía búg]
north of Hanoi phía bắc Hà Nội [fía búg hà nọy]
the North (North Vietnam) Miền Bắc [mi-àyn búg]
northeast đông bắc [dawng búg]
northern thuộc phía bắc [twạwg fía búg]
Northern Ireland Bắc Ái Nhĩ Lan [búg ái n-yĩ lan]

North Vietnam Việt Bắc [vi-ạyd búg]
northwest tây bắc [day-i búg]
Norway nước Na uy [nœ-úrg na wee]
Norwegian (adj) Na uy [na wee] (language) tiếng Na uy [di-áyng Na wee]
nose mũi [mõõ-i]
not* không [kawng]
no, I'm not hungry không, tôi không đói [kawng doy kawng dóy]
I don't want any, thank you tôi không cần gì cả, cám ơn [doy kawng gùhn yì gả gám urn]
it's not necessary không cần thiết [kawng gùhn ti-áyd]
I didn't know that cái đó tôi không biết [gái dó doy kawng bi-áyd]
not that one – this one không phải cái đó – cái này [kawng fải gái dó – gái này]
note (banknote) tiền giấy [di-àyn yáy-i]
notebook sổ tay [sảw day]
notepaper (for letters) giấy viết thư [yáy-i vi-áyd tœ]
nothing không có gì [kawng gó yì]
nothing for me, thanks tôi không cần gì cả, cám ơn [doy kawng gùhn yì gả gám urn]
nothing else không còn gì nữa [kawng gòn yì nœ̃-a]
novel tiểu thuyết [di-ảyoo twee-áyd]
November tháng Mười Một [táng moo-ùh-i mạwd]
now bây giờ [bay-i yùr]
number số [sáw]
I've got the wrong number tôi lầm số rồi [doy lùhm sáw ròy]
what is your phone number? số điện thoại của ông/bà là gì? [sáw di-ạyn twại gỏỏ-a awng/bà là yì]
number plate bảng số xe [bảng sáw seh]
nurse y tá [i dá]
nut (for bolt) đai ốc [dai áwg]
nuts hạt [hạd], hột (S) [hạwd]

occupied (toilet, telephone) đang bận [dang bụhn]
o'clock* giờ [yùr]
October tháng Mười [táng moo-ùh-i]
odd (strange) kỳ quặc [gì gwụg]
off (lights) tắt [dúd]
it's just off Ba Dinh Square ở ngay bên cạnh quãng trường Ba Đình [ủr ngay bayn gạng gwãng jœ-ừng ba dìng]
we're off tomorrow mai chúng tôi đi [mai jóong doy di]
offensive (language, behaviour) khó chịu [kó jẹw]
office (place of work) văn phòng [vun fòng]
officer (said to policeman) ông cảnh sát [awng gảng sád]
often thường (xuyên) [tœ-ùrng (swee-ayn)]

not often không thường xuyên [kawng tœ-ùrng swee-ayn]
how often are the buses? cách bao lâu lại có xe (buýt)? [gáj bao loh lại gó seh (bweéd)]
oil (for car, salad) dầu [yòh]
ointment thuốc mỡ [twáwg mũr]
OK 'OK'
are you OK? ông/bà không việc gì chứ? [awng/bà kawng vi-ạyg yì jœ]
is that OK with you? ông/bà tán thành chứ? [awng/bà dán tàng jœ]
is it OK to ...? ... được chứ? [dœ-ựrg jœ]
that's OK, thanks được rồi, cám ơn [dœ-ựrg ròy gám urn]
I'm OK (nothing for me) đủ rồi [dœ ròy]
(I feel OK) tôi thấy dễ chịu [doy táy-i yãy jẹw]
is this train OK for ...? tàu này đi ... chứ? [dà-oo này di ... jœ]
I said I'm sorry, OK? tôi đã nói xin lỗi rồi, được chưa? [doy dã nóy sin lõy ròy dœ-ựrg joo-a]
old (person) già [yà]
(thing) cũ [gõõ]

dialogue

how old are you? ông/bà mấy tuổi? [awng/bà máy-i dwỏy]
I'm 25 tôi hai mươi lăm tuổi [doy hai moo-uh-i lum dwỏy]
and you? còn ông/bà? [gòn awng/bà]

old-fashioned cũ [gõõ]
(clothes) không hợp thời trang [kawng hựrp tùh-i trang]
(person) hủ lậu [hỏỏ lạ-oo]
old town (old part of town) phố cũ [fáw gõõ]
in the old town ở phố cũ [ủr fáw gõõ]
omelette trứng tráng [jœng jáng]
on: on the street/beach ở trên đường phố/bãi biển [ủr jayn dœ-ùrng fáw/bãi bi-ảyn]
is it on this road? có phải ở đường này không? [gó fải ủr dœ-ùrng này kawng]
on the plane ở trong máy bay [ủr jong máy bay]
on Saturday vào thứ bảy [vào tœ bảy]
on TV trên ti vi [jayn di vi]
I haven't got it on me tôi không có mang theo [doy kawng gó mang teh-ao]
this one's on me (drink) ly này để tôi trả [li này dảy doy jả]
the light wasn't on đèn không có bật lên [dèn kawng gó bụhd layn]
what's on tonight? đêm nay có gì vui không? [daym nay gó yì vwee kawng]
once (one time) một lần [mạwd lùhn]
at once (immediately) lập tức [lụhp dœg], ngay [ngay]
one một [mạwd]

the white one cái màu trắng [gái mà-oo júng]
one-way: a one-way ticket to ... một vé một chiều đi ... [mạwd véh mạwd ji-àyoo di]
onion hành tây [hàng day-i]
only chỉ [jỉ]
only one chỉ một cái [jỉ mạwd gái]
it's only six o'clock mới có sáu giờ [múh-i gó sá-oo yùr]
I've only just got here tôi vừa mới đến đây [doy vòo-a múh-i dáyn day-i]
on/off switch công tắc [gawng dúg]
open (adj, verb) mở [mủr]
(verb: of shop) mở cửa [mủr gỏo-a]
when do you open? khi nào ông/bà mở cửa? [ki nào awng/bà mủr gỏo-a]
I can't get it open tôi mở không được [doy mủr kawng dọo-ụrg]
in the open air ở ngoài trời [ủr ngwài jùh-i]
opening times giờ mở cửa [yùr mủr gỏo-a]
open ticket vé để trống [véh dảy jáwng]
operation (medical) ca mổ [ga mảw]
operator (telephone) tổng đài [dảwng dài]
see **phone**
opposite: the bar opposite quán 'bar' đối diện [gwán – dóy yi-ạyn]
opposite my hotel đối diện khách sạn tôi [dóy yi-ạyn káj sạn doy]
the opposite direction ngược chiều [ngọo-ụrg ji-àyoo]
optician chuyên viên nhãn khoa [jwee-ayn vi-ayn n-yãn kwa]
or hay, hoặc [hwèg]
orange (fruit) quả cam [gwả gam]
(colour) màu cam [mà-oo gam]
orange juice (fresh) nước cam [nóo-úrg gam]
(fizzy) nước cam hơi [nóo-úrg gam huh-i]
(cordial) nước ngọt mùi cam [nóo-úrg ngọd mòò-i gam]
orchestra dàn nhạc [yàn n-yạg]
order: can we order now? (in restaurant) chúng tôi có thể kêu món ăn chưa? [jóóng doy gó tảy gayoo món un joo-a]
I've already ordered, thanks tôi có kêu rồi, cám ơn [doy gó gayoo ròy gám urn]
I didn't order this tôi không có kêu món này [doy kawng gó gayoo món này]
out of order hỏng
ordinary bình thường [bìng tòo-ùrng]
other khác [kág]
the other one cái khác [gái kág]
the other day hôm kia [hawm gia]
I'm waiting for the others tôi đang đợi những người khác [doy dang dụh-i n-yõong ngoo-ùh-i kág]

do you have any others? ông/bà còn những cái nào khác không? [awng/bà gòn n-yŏŏng gái nào kág kawng]

otherwise bằng không [bùng kawng]

our/ours* của chúng tôi [gỏỏ-a jóóng doy]

(including listeners) của chúng ta [gỏỏ-a jóóng da]

out: he's out ông ấy đi vắng [awng áy-i di vúng]

three kilometres out of town cách thị xã ba kí-lô-mét [gáj tị sã ba gí-law-méd]

outdoors ngoài trời [ngwài jùh-i]

outside bên ngoài [bayn ngwài]

can we sit outside? chúng tôi ngồi ngoài được không? [jóóng doy ngòy ngwài dŏŏ-ụrg kawng]

oven lò

over: over here bên này [bayn này]

over there bên kia [bayn gia]

over 500 hơn năm trăm [hurn num jum]

it's over chấm dứt [júhm yŏŏd]

overcharge: you've overcharged me ông/bà tính tôi quá đắt [awng/bà díng doy gwá dúd]

overcoat áo khoác [áo kwág]

overlooking: I'd like a room overlooking the courtyard tôi muốn một phòng nhìn ra sân [doy mwáwn mạwd fòng n-yìn ra suhn]

overnight (travel) qua đêm [gwa daym]

owe: how much do I owe you? tôi nợ ông/bà bao nhiêu? [doy nụr awng/bà bao ni-yoh]

own: my own ... ... của riêng tôi [gỏỏ-a ri-ayng doy]

are you on your own? một mình ông/bà thôi hả? [mạwd mìng awng/bà toy hả]

I'm on my own một mình tôi thôi [mạwd mìng doy toy]

owner chủ nhân [jỏỏ n-yuhn]

P

pack (verb) gói [góy]

a pack of ... một gói ... [mạwd góy]

package (parcel) gói đồ [góy dàw]

package holiday chuyến đi trọn gói [jwee-áyn di jọn góy]

packed lunch gói cơm trưa [góy gurm joo-a]

packet: a packet of cigarettes một gói thuốc lá [mạwd góy twáwg lá]

padlock (noun) cái khóa móc [gái kóa móg]

page (of book) trang [jang]

could you page Mr ...? ông/bà có thể kêu loa cho ông ... không? [awng/bà gó tảy gayoo lwa jo awng ... kawng]

pagoda chùa tháp [jòò-a táp]

pain đau [da-oo]

I have a pain here tôi thấy

đau ở đây [doy táy-i da-oo ủr day-i]
painful đau [da-oo]
painkillers thuốc trị đau [twáwg jị da-oo]
paint (noun) sơn [surn]
painting bức họa [bœ́g hwạ]
pair: a pair of ... một đôi ... [mạwd doy]
Pakistani (adj) 'Pakistani'
palace cung điện [goong di-ạyn]
pale (complexion) tái [dái]
pale blue xanh nhạt [sang n-yạd]
pan xoong [soong], chảo [jảo]
(frying pan) chảo rán [jảo rán]
(saucepan) cái xoong [gái soong]
panties quần lót [gwùhn lód]
pants (underwear) quần lót [gwùhn lód]
(US: trousers) quần [gwùhn]
pantyhose quần nịt [gwùhn nịd]
paper giấy [yáy-i]
(newspaper) báo
a piece of paper một mảnh giấy [mạwd mảng yáy-i]
paper handkerchiefs khăn giấy [kun yáy-i]
parcel (general) gói hàng [góy hàng]
(post) bưu kiện [ber-oo gi-ạyn]
pardon (me)? (didn't understand/hear) xin lỗi, ông/bà nói sao? [sin lỗy awng/bà nóy sao]
parents cha mẹ [ja mẹh]
park (noun) công viên [gawng vi-ayn]
can I park here? tôi đỗ xe ở đây được không? [doy dãw seh ủr day-i dœ-ụrg kawng]
parking lot sân đậu xe [suhn dọh seh]
part (noun) phần [fùhn]
party (group) nhóm [n-yóm]
(formal wedding party etc) tiệc [di-ạyg]
(informal gathering) liên hoan [li-ayn hwan]
pass (in mountains) đèo [dèh-ao]
passenger hành khách [hàng káj]
passport hộ chiếu [hạw ji-áyoo]
past*: in the past trước đây [jœ-úrg day-i]
just past the information office chỉ vừa qua khỏi sở thông tin [jỉ vœ̀-a gwa kỏy sủr tawng din]
path đường mòn [dœ-ùrng mòn]
pavement vỉa hè [vỉa hèh]
on the pavement trên vỉa hè [jayn vỉa hèh]
pay (verb) trả tiền [jả di-àyn]
can I pay, please? xin tính tiền [sin díng di-àyn]
it's already paid for đã trả tiền rồi [dã jả di-àyn ròy]

dialogue

who's paying? ai trả tiền? [ai jả di-àyn]
I'll pay tôi sẽ trả [doy sẽh jả]
no, you paid last time, I'll pay không, ông/bà đã trả lần trước, tôi sẽ trả [kawng awng/bà dã jả lùhn jœ-úrg doy sẽh jả]

peach quả đào [gwả dào]
peanuts lạc (N) [lạg], đậu phọng (S) [dọh fọng]
pear quả lê [gwả lay]
peas đậu hột [dọh hạwd]
peculiar (taste, custom) kỳ quặc [gì gwụg]
peg (for washing) kẹp phơi quần áo [gẹp fuh-i gwùhn áo]
(for tent) cọc căng lều [gọg gung làyoo]
pen bút [bóód]
pencil bút chì [bóód jì]
penfriend bạn thư từ [bạn tơơ dờ]
penicillin pênixilin [paynisilin]
penknife dao nhíp [yao n-yíp]
pensioner người về hưu [ngoo-ùh-i vày her-oo]
people người [ngoo-ùh-i]
the other people in the hotel những người khác trong khách sạn [n-yỡng ngoo-ùh-i kág jong káj sạn]
too many people quá nhiều người [gwá n-yàyoo ngoo-ùh-i]
pepper (spice) hạt tiêu [hạd di-yoh]
(vegetable) ớt ngọt [úrd ngọd]
peppermint (sweet) kẹo bạc hà [gẹh-ao bạg hà]
per: per night mỗi đêm [mõy daym]
how much per day? mỗi ngày bao nhiêu? [mõy ngày bao ni-yoh]
per cent phần trăm [fùhn jum]
perfect hoàn hảo [hwàn hảo]
perfume nước hoa [nơơ-úrg hwa]
perhaps có lẽ [gó lẽh]
perhaps not có lẽ không [gó lẽh kawng]
period (of time) khoảng thời gian [kwảng tùh-i yan]
(menstruation) kinh nguyệt [ging ngwee-ạyd]
perm uốn [wáwn]
permit (noun) giấy phép [yáy-i fép]
person người [ngoo-ùh-i]
personal stereo máy 'stereo' cá nhân [máy – gá n-yuhn]
petrol xăng [sung]
petrol can thùng đựng xăng [tòong dợng sung]
petrol station trạm xăng [jạm sung]
pharmacy tiệm thuốc tây [di-ạym twáwg day-i]
phone (noun) điện thoại [di-ạyn twại]
(verb) gọi điện thoại [gọi di-ạyn twại]
phone book danh bạ điện thoại [yang bạ di-ạyn twại]
phone box điện thoại công cộng [di-ạyn twại gawng gạwng]
see **phone**
phonecard thẻ điện thoại [tẻh di-ạyn twại]
see **phone**
phone number số điện thoại [sáw di-ạyn twại]
photo tấm ảnh (N) [dúhm ảng], tấm hình (S) [túhm hìng]
excuse me, could you take a photo of us? xin ông/bà chụp giùm chúng tôi tấm ảnh

được không? [sin awng/bà jọọp yòòm jóóng doy dúhm ảng dơơ-ựrg kawng]
is it OK if I take your photo? tôi chụp ảnh ông/bà được không? [doy jọọp ảng awng/bà dơơ-ựrg kawng]
phrasebook từ điển cụm từ và thành ngữ [dờờ di-ảyn gọọm dờờ và tàng ngỡỡ]
piano đàn 'piano'
pickpocket móc túi [móg dóó-i]
pick up: will you be there to pick me up? ông/bà sẽ có mặt tại đó để đón tôi chứ? [awng/bà sẽh gó mụd dại dó dảy dón doy jớớ]
picnic píc-níc [píg-níg]
picture (painting) bức họa [bớớg hwạ]
(photo) tấm ảnh (N) [dúhm ảng], tấm hình (S) [túhm hìng]
pie (meat) bánh nướng [báng nơơ-úrng]
(fruit) bánh nướng nhân ngọt [báng nơơ-úrng n-yuhn ngọd]
piece miếng [mi-áyng]
a piece of ... một miếng ... [mạwd mi-áyng]
pill thuốc viên ngừa thai [twáwg vi-ayn ngờờ-a tai]
I'm on the pill tôi uống thuốc (viên) ngừa thai [doy wáwng twáwg (vi-ayn) ngờờ-a tai]
pillow gối [góy]
pillow case áo gối [áo góy]
pin (noun) mũi ghim [mõõ-i gim]
pineapple quả dứa (N) [gwả yớớ-a], quả thơm (S) [gwả turm]
pineapple juice nước dứa [nơơ-úrg yớớ-a]
pink màu hồng [mà-oo hàwng]
pipe (for smoking) ống điếu [áwng di-áyoo]
(for water) ống dẫn nước [áwng yũhn nơơ-úrg]
pity: it's a pity rất tiếc [rúht di-áyg]
pizza món pitsa [món pidsa]
place (noun) chỗ [jãw]
is this place taken? chỗ này có ai ngồi chưa? [jãw này gó ai ngòy joo-a]
at your place ở nhà ông/bà [ủr n-yà awng/bà]
at his place ở nhà ông ấy [ủr n-yà awng áy-i]
plain (not patterned) trơn [jurn]
plane máy bay, phi cơ [fi gur]
by plane bằng máy bay [bùng máy bay]
plant cây cối [gay-i góy]
plasters thuốc dán [twáwg yán]
plastic chất dẻo [júhd yẻo]
(credit cards) thẻ [tẻh]
plastic bag túi đựng hàng [dóó-i dợng hàng]
plate đĩa [dĩa]
platform thềm (ga) [tàym (ga)]
which platform is it for Cam Ranh? tàu Cam Ranh đi từ thềm (ga) nào? [dà-oo gam rang di dờờ tàym (ga) nào]
play (in theatre) vở kịch [vũr gịj]
(verb) chơi [juh-i]
playground sân chơi [suhn juh-i]
pleasant dễ chịu [yãy jẹw]
please làm ơn [làm urn], xin [sin]

yes, please vâng, xin ông/bà (N) [vuhng sin awng/bà], dạ, xin ông/bà (S) [yạ sin awng/bà]
could you please ...? ông/bà làm ơn ... được không? [awng/bà làm urn ... dœ-ụrg kawng]
please don't xin đừng [sin dœ̀ng]
pleased: pleased to meet you hân hạnh gặp ông/bà [huhn hạng gụp awng/bà]
pleasure: my pleasure sự hân hạnh của tôi [sœ̣ huhn hạng gỏỏ-a doy]
plenty: plenty of ... nhiều ... [n-yàyoo]
there's plenty of time còn nhiều thì giờ [gòn n-yàyoo tì yùr]
that's plenty, thanks đủ rồi, cám ơn [dỏỏ ròy gám urn]
pliers cái kìm (N) [gái gìm], cái kềm (S) [gái gàym]
plug (electrical) phích cắm [fíj gúm]
(in sink) cái nút [gái nóód]
(for car) bu-gi [boo-yi]
plumber thợ ống cống [tụr áwng gáwng]
p.m.* (noon – sunset) chiều [ji-àyoo]
(sunset – midnight) tối [dóy]
poached egg trứng chần [jœ́ng jùhn]
pocket túi [dóó-i]
point: two point five hai phẩy năm [hai fảy-i num]
there's no point vô ích [vaw íj]
points (in car) các điểm cắm [gág di-ảym gúm]
poisonous có độc [gó dạwg]
police cảnh sát (S) [gảng sád], công an (N) [gawng an]
call the police! kêu cảnh sát! [gayoo gảng sád]
policeman cảnh sát (S) [gảng sád], công an (N) [gawng an]
police station đồn cảnh sát (S) [dàwn gảng sád], đồn công an (N) [dàwn gawng an]
policewoman nữ cảnh sát (S) [nœ̃ gảng sád], nữ công an (N) [nœ̃ gawng an]
polish (noun) dầu đánh bóng [yòh dáng bóng]
polite lịch sự [lịj sœ̣]
polluted ô nhiễm [aw n-yãym]
pool (for swimming) bể bơi [bảy buh-i]
poor (not rich) nghèo [ngèh-ao]
(quality) kém [gém]
pop music nhạc pốp [n-yạg páwp]
pop singer ca sĩ nhạc pốp [ga sĩ n-yạg páwp]
popular phổ biến [fảw bi-áyn]
population dân số [yuhn sáw]
pork thịt lợn (N) [tịd lụrn], thịt heo (S) [tịd heh-ao]
port (for boats) cảng [gảng]
(drink) rượu poóc-tô [rœ-ụrg poóg-daw]
porter (in hotel) phu khuân vác [foo kwawn vág]
portrait chân dung [juhn yoong]
posh (restaurant) sang trọng [sang jọng]
(people) lịch sự [lịj sœ̣]

possible có thể [gó tảy]
is it possible to ...? có thể ... không? [gó tảy ... kawng]
as ... as possible càng ... càng tốt [gàng ... gàng dáwd]
post (noun: mail) thư từ [dœ dœ̀]
(verb) gửi [gœ̉-i]
could you post this for me? ông/bà gửi giùm tôi cái này được không? [awng/bà gœ̉-i yòom doy gái này dœ-ụrg kawng]
postbox thùng thư [tòong tœ]
postcard bưu thiếp [ber-oo ti-áyp]
postcode mã thư tín [mã tœ dín]
poster tấm áp-phích [dúhm áp-fíj]
poste restante phòng thư lưu [fòng tœ ler-oo]
post office sở bưu điện [sủr ber-oo di-ạyn]
potato khoai tây [kwai day-i]
pots and pans nồi niêng xoong chảo [nòy ni-ayng soong jảo]
pottery đồ gốm [dàw gáwm]
pound* (money) đồng pao [dàwng pao]
(weight) pao
power cut cắt điện [gúd di-ạyn]
power point điểm cắm điện [di-ảym gúm di-ạyn]
practise: I want to practise my Vietnamese tôi muốn tập luyện tiếng Việt [doy mwáwn dụhp lwee-ạyn di-áyng vi-ạyd]
prawns tôm [dawm]
prefer: I prefer ... tôi thích ... hơn [doy tíj ... hurn]
pregnant có thai [gó tai]
prescription (for medicine) đơn thuốc [durn twáwg], toa thuốc (S) [dwa twáwg]
present (gift) món quà [món gwà]
(formal) tặng phẩm [dụng fủhm]
president (of country) tổng thống [dảwng táwng]
pretty (beautiful) xinh đẹp [sing dẹp]
it's pretty expensive khá đắt [ká dúd]
price giá [yá]
priest linh mục [ling mọọg]
prime minister thủ tướng [tỏỏ dœ-úrng]
printed matter ấn phẩm [úhn fủhm]
prison nhà tù [n-yà dòò]
private riêng [ri-ayng]
private property nhà cửa tư nhân [n-yà gœ̉-a dœ n-yuhn]
private bathroom phòng tắm riêng [fòng dúm ri-ayng]
probably chắc [júg]
problem vấn đề [vúhn dày]
no problem! không thành vấn đề! [kawng tàng vúhn dày]
program(me) (noun) chương trình [jœ-urng jìng]
promise: I promise tôi hứa [doy hœ́-a]
pronounce: how is this pronounced? cái này đọc

sao? [gái này dọg sao]
properly (repaired, locked etc) đàng hòang [dàng hwàng]
protection factor (of suntan lotion) yếu tố bảo vệ da [yáyoo dáw bảo vạy ya]
Protestant (adj) Tin Lành [din làng]
public convenience nhà vệ sinh công cộng [n-yà vạy sing gawng gạwng]
public holiday ngày lễ công cộng [ngày lãy gawng gạwng]
pudding (dessert) đồ ngọt tráng miệng [dàw ngọd jáng mi-ạyng]
pull kéo [géh-ao]
pullover áo len cổ chui [áo len gảw jwee]
puncture (noun) lủng bánh [lỏong báng]
purple màu tím [mà-oo dím]
purse (for money) cái ví [gái ví]
(US: bag) cái xắc tay [gái súg day]
push xô [saw]
(from the back) đẩy [dảy-i]
pushchair ghế đẩy [gáy dảy-i]
put đặt [dụd]
where can I put ...? tôi có thể đặt ... ở đâu? [doy gó tảy dụd ... ủr doh]
could you put us up for the night? ông/bà có thể cho chúng tôi ở lại qua đêm không? [awng/bà gó tảy jo jóong doy ủr lại gwa daym kawng]
pyjamas pi-ya-ma

Q

quality chất lượng [júhd lɷ-ựrng]
quarantine thời gian cách ly [tùh-i yan gáj li]
quarter một phần tư [mạwd fùhn dɷ]
quayside: on the quayside bên bến cảng [bayn báyn gảng]
question câu hỏi [goh hỏi]
queue xếp hàng [sáyp hàng]
is there a queue? có xếp hàng không? [gó sáyp hàng kawng]
quick lẹ [lẹh], nhanh (S) [n-yang]
that was quick! nhanh thế! [n-yang táy]
what's the quickest way there? lối nào đi tới đó lẹ nhất? [lóy nào di dúh-i dó lẹh n-yúhd]
fancy a quick drink? làm một ly nhé? [làm mạwd li n-yéh]
quickly nhanh chóng [n-yang jóng]
quiet (place, hotel) yên tĩnh [yayn dĩng]
quiet! yên nào! [yayn nào]
quite (fairly) khá [ká]
(very) rất [rúhd]
that's quite right đúng đấy [dóong dáy-i]
quite a lot khá nhiều [ká n-yàyoo]

R

rabbit thịt thỏ [tịd tỏ]
race (for runners, cars) đua [dwaw]
racket (tennis, squash) cái vợt [gái vụrd]
radiator (of car) bộ tản nhiệt [bạw dản n-yạyd]
(in room) lò sưởi [lò soo-ủh-i]
radio máy ra-đi-ô [máy ra-di-aw]
on the radio trên ra-đi-ô [jayn ra-di-aw]
rail: by rail bằng đường sắt [bùng dœ-ùrng súd]
railway đường sắt [dœ-ùrng súd]
rain (noun) mưa [moo-a]
in the rain trong mưa [jong moo-a]
it's raining trời đang mưa [jùh-i dang moo-a]
raincoat áo mưa [áo moo-a]
rape (noun) hãm hiếp [hãm hi-áyp]
rare (steak) nướng lòng đào [nœ-úrng lòng dào]
(uncommon) hiếm [hi-áym]
rash (on skin) phát ban [fád ban]
raspberry quả mâm xôi [gwả muhm soy]
rat con chuột [gon jwạwd]
rate (for changing money) tỉ lệ [dỉ lạy]
rather: it's rather good khá tốt [ká dáwd]
I'd rather ... (prefer) tôi thích ... hơn [doy tíj ... hurn]
razor dao cạo [yao gạo]
(electric) máy cạo [máy gạo]
razor blades lưỡi dao cạo [loo-ũhi yao gạo]
read đọc [dọg]
ready: are you ready? ông/bà chuẩn bị xong chưa? [awng/bà jwẩwn bị song joo-a]
I'm not ready yet tôi còn chưa chuẩn bị xong [doy gòn joo-a jwẩwn bị song]

dialogue

when will it be ready? khi nào được? [ki nào dœ-ụrg]
it should be ready in a couple of days chừng hai ngày thì được [jœ̀ng hai ngày tì dœ-ụrg]

real (genuine) thật [tụhd]
really: I'm really sorry tôi thành thật xin lỗi [doy tàng tụhd sin lõy]
really? (expressing doubt) thật à? [tụhd à]
(expressing polite interest) thế à? [táy à]
rear lights đèn sau [dèn sa-oo]
rearview mirror kính chiếu hậu [gíng ji-áyoo họh]
reasonable (prices etc) phải chăng [fải jung]
receipt hóa đơn [hóa durn]
recently gần đây [gùhn day-i]
reception (in hotel) phòng tiếp tân [fòng di-áyp duhn]
(for guests) sự đón tiếp [sœ̣ dón di-áyp]

at reception tại chỗ tiếp tân [dại jãw di-áyp duhn]
reception desk quầy tiếp tân [gwày-i di-áyp duhn]
receptionist nhân viên tiếp tân [n-yuhn vi-ayn di-áyp duhn]
recognize nhận ra [n-yụhn ra]
recommend: could you recommend ...? ông/bà có thể đề nghị ... không? [awng/bà gó tảy dày ngị ... kawng]
record (music) dĩa hát [yĩa hád]
red màu đỏ [mà-oo dỏ]
red wine rượu đỏ [rœ-ụroo dỏ]
refund (noun) trả lại [jả lại]
can I have a refund? tôi lấy tiền lại được không? [doy láy-i di-àyn lại dœ-ụrg kawng]
region vùng [vòòng]
(administrative area) khu [koo]
registered: by registered mail gửi bảo đảm [gœ̉-i bảo dảm]
registration number số đăng ký [sáw dung gí]
relative (noun) bà con [bà gon]
religion tôn giáo [dawn yáo]
remember: I don't remember tôi không nhớ [doy kawng n-yúr]
I remember tôi nhớ [doy n-yúr]
do you remember? ông/bà có nhớ không? [awng/bà gó n-yúr kawng]
rent (noun: for apartment etc) tiền nhà [di-àyn n-yà]
(verb: car etc) thuê (N) [tweh], mướn (S) [mœ-úrn]
to rent, for rent cho thuê [jo tweh]
rented car xe thuê [seh tweh]
repair (verb) sửa [sœ̉-a]
can you repair it? ông/bà có thể sửa lại không? [awng/bà gó tảy sœ̉-a lại kawng]
repeat lập lại [lụhp lại]
could you repeat that? xin ông/bà lập lại [sin awng/bà lụhp lại]
reservation: I'd like to make a reservation (in hotel) tôi muốn đặt trước một phòng [doy mwáwn dụd jœ-úrg mạwd fòng]

dialogue

I have a reservation tôi có đặt trước một phòng [doy gó dụd jœ-úrg mạwd fòng]
yes sir, what name please? vâng/dạ, thưa ông, tên gì ạ? [vuhng/yạ too-a awng dayn yì ạ]

reserve (verb) đặt trước [dụd jœ-úrg]

dialogue

can I reserve a table for tonight? tôi muốn đặt trước một bàn tối nay có được không? [doy mwáwn dụd jœ-úrg mạwd bàn dóy nay gó dœ-ụrg kawng]
yes madam, for how many people? vâng/dạ được, cho mấy người? [vuhng/yạ dœ-ụrg jo máy-i ngoo-ùh-i]

for two cho hai người [jo hai ngoo-ùh-i]
and for what time? vào lúc mấy giờ? [vào lóog máy-i yùr]
for eight o'clock lúc tám giờ [lóóg dám yùr]
and could I have your name, please? ông/bà làm ơn cho biết tên [awng/bà làm urn jo bi-áyd dayn]
see alphabet for spelling

rest: I need a rest tôi cần sự nghỉ ngơi [doy gùhn sọọ ngỉ nguh-i]
the rest of the group những người khác trong nhóm [n-yõõng ngoo-ùh-i kág jong n-yóm]
restaurant nhà hàng [n-yà hàng], quán ăn [gwán un]
restaurant car toa bán thức ăn [dwa bán tóóg un]
rest room nhà vệ sinh [n-yà vạy sing], cầu tiêu [gòh di-yoh]
retired: I'm retired tôi về hưu rồi [doy vày her-oo ròy]
return: a return to ... một vé khứ hồi đi ... [mạwd véh kóó hòy di]
return ticket vé khứ hồi [véh kóó hòy]
see **ticket**
reverse charge call người nhận trả tiền [ngoo-ùh-i n-yụhn jả di-àyn]
reverse gear số lùi [sáw lòò-i]
revolting kinh tởm [ging dủrm]
rib xương sườn [sоо-urng sоо-ùrn]
rice (cooked) cơm [gurm]
(uncooked) gạo
(with husks) thóc [tóg]
rich (person) giàu [yà-oo]
(food) béo [béh-ao]
right (correct) đúng [dóóng]
(not left) bên phải [bayn fải]
you were right ông/bà đã đúng [awng/bà dã dóóng]
that's right đúng rồi [dóóng ròy]
this can't be right cái này không thể nào đúng được [gái này kawng tảy nào dóóng dоо-ụrg]
right! rồi! [ròy]
is this the right road for ...? đường này có phải đường đi ... không? [dоо-ùrng này gó fải dоо-ùrng di ... kawng]
to the right, on the right ở bên phải [ủr bayn fải]
turn right quẹo phải (S) [gwẹh-ao fải], rẽ phải (N) [rẽh fải]
right-hand drive lái bên tay phải [lái bayn day fải]
ring (on finger) nhẫn [n-yũhn]
I'll ring you tôi sẽ gọi điện thoại cho ông/bà [doy sẽh gọy di-ạyn twại jo awng/bà]
ring back gọi lại [gọy lại]
ripe (fruit) chín [jín]
rip-off: it's a rip-off! sao chém đắt thế? [sao jém dúd táy]
rip-off prices giá cắt cổ [yá gúd gảw]
risky liều lĩnh [li-àyoo lĩng]
river con sông [gon sawng]
road đường [dоо-ùrng]

is this the road for ...? đường này có phải đường đi ... không? [dœ-ừrng này gó fải dœ-ừrng di ... kawng]
down the road ở dưới đường [ửr yoo-úh-i dœ-ừrng]
road accident tai nạn xe cộ [dai nạn seh gạw]
road map bản đồ lái xe [bản dàw lái seh]
roadsign biển báo [bi-ảyn báo]
rob: I've been robbed tôi bị cướp giật [doy bị gœ-úrp yụht]
rock lắc lư [lúg lœ]
(music) nhạc rốc [n-yạg ráwg]
on the rocks (with ice) với đá
roof mái [mái]
roof rack khung mui xe [koong mwee seh]
room phòng [fòng]
in my room ở phòng tôi [ửr fòng doy]
room service phục vụ phòng [fọog vọo fòng]
rope dây thừng [yay-i tœ̀ng]
rosé rượu rosa [rœ-ụroo rosa]
roughly (approximately) đại khái [dại kái]
round: it's my round đến lượt tôi [dáyn lœ-ựrd doy]
roundabout (for traffic) bùng binh [bòong bing]
round trip: a round trip ticket to ... một vé khứ hồi đi ... [mạwd véh kœ́ hòy di]
route lối [lóy]
what's the best route? lối nào hay nhất? [lóy nào hay n-yúhd]
Royal Palace Hoàng Cung [hwàng goong]
rubber (material) cao su [gao soo]
(eraser) cục tẩy [gọog dảy-i]
rubber band dây thun [yay-i toon]
rubbish (waste) rác [rág]
(poor quality goods) thứ đồ rác rưởi [tœ́ dàw rág roo-úh-i]
rubbish! (nonsense) nói bậy! [nóy bạy-i]
rucksack ba lô [ba law]
rude vô lễ [vaw lãy]
ruins di tích lịch sử đã đổ nát [yi díj lij sœ̉ dã dảw nád]
rum rượu rom [rœ-ụroo rom]
rum and Coke® rượu rom pha coca [rœ-ụroo rom fa goga]
run (verb) chạy [jạy]
how often do the buses run? xe buýt có chạy thường không? [seh bweéd gó jạy tœ-ừrng kawng]
I've run out of money tôi hết tiền rồi [doy háyd di-àyn ròy]
rush hour giờ cao điểm [yùr gao di-ảym]

S

sad buồn [bwàwn]
saddle (for bike) yên xe [yayn seh]
(for horse) yên ngựa [yayn ngœ-a]
safe (adj) an toàn [an dwàn]
safety pin ghim băng [gim bung]

sail (verb) đi thuyền buồm [di twee-àyn bwàwm]
sailboard (noun) ván lướt [ván lꝏ-úrd]
sailboarding môn lướt thuyền [mawn lꝏ-úrd twee-àyn]
salad rau sống [ra-oo sáwng], xà lách [sà láj]
salad dressing nước chấm (rau sống) [nꝏ-úrg júhm (ra-oo sáwng)]
sale: for sale để bán [dảy bán]
salmon cá hồi [gá hòy]
salt muối [mwóy]
same: the same cũng vậy [gõõng vạy-i]
the same as this giống như cái này [yáwng n-yꝏ gái này]
the same again, please như lần trước vậy, phiền ông/bà [n-yꝏ lùhn jꝏ-úrg vạy-i fi-àyn awng/bà]
it's all the same to me đối với tôi tất cả đều như nhau [dóy vúh-i doy dúhd gả dàyoo n-yꝏ nya-oo]
sand cát [gád]
sandals giầy xăng-đan [yày-i sung-dan]
sandwich bánh xăng-đuých [báng sung-dweéj]
sanitary napkins/towels băng vệ sinh [bung vạy sing]
Saturday thứ Bảy [tꝏ bảy]
sauce nước xốt [nꝏ-úrg sáwd] (for dipping) nước chấm [nꝏ-úrg júhm]
saucepan cái chảo [gái jảo]
saucer đĩa nhỏ [dĩa n-yỏ]
sauna tắm hơi [dúm huh-i]
sausage xúc xích [sóóg síj]
say (verb) nói [nóy]
how do you say ... in Vietnamese? ... nói thế nào bằng tiếng Việt? [nóy táy nào bùng di-áyng vi-ạyd]
what did he say? ông ấy nói gì? [awng áy-i nóy yì]
she said ... bà ấy nói ... [bà áy-i nóy]
could you say that again? ông/bà làm ơn nói lại [awng/bà làm urn nóy lại]
scarf khăn quàng [kun gwàng]
scenery cảnh [gảng]
schedule (US) thời gian biểu [tùh-i yan bi-ảyoo]
scheduled flight chuyến bay theo kế hoạch [jwee-áyn bay teh-ao gáy hwạj]
school trường học [jꝏ-ùrng họg]
scissors: a pair of scissors một đôi kéo [mạwd doy géh-ao]
scooter xe scutơ [seh sgoodur]
scotch rượu uýt-ki [rꝏ-ụroo wíd-gi]
Scotch tape® băng keo [bung geh-ao]
Scotland nước Tô Cách Lan [nꝏ-úrg daw gáj lan]
Scottish Tô Cách Lan [daw gáj lan]
I'm Scottish tôi là người Tô Cách Lan [doy là ngoo-ùh-i daw gáj lan]
scrambled eggs trứng khuấy [jꝏ́ng kwóy]

scratch (noun) vết trầy [váyd jày-i]
screw (noun) đinh vít [ding víd]
screwdriver cái tua vít [gái dwaw víd]
sea biển [bi-ảyn]
by the sea gần biển [gùhn bi-ảyn]
seafood hải sản [hải sản]
seafront bãi biển [bãi bi-ảyn]
on the seafront ở trước biển [ủr jœ-úrg bi-ảyn]
search (verb: for someone) tìm [dìm]
seasick: I feel seasick tôi cảm thấy say sóng [doy gảm táy-i say sóng]
I get seasick tôi bị say sóng [doy bị say sóng]
seaside: by the seaside gần bờ biển [gùhn bùr bi-ảyn]
seat chỗ ngồi [jãw ngòy]
is this anyone's seat? có ai ngồi đây chưa? [gó ai ngòy day-i joo-a]
seat belt đai an toàn [dai an dwàn]
seaweed rong biển [rong bi-ảyn]
secluded khuất [kwáwd]
second (adj) thứ hai [tœ hai]
(of time) giây [yay-i]
just a second! đợi tí [dụh-i dí]
second class (travel etc) hạng nhì [hạng n-yì]
second floor lầu hai [lòh hai]
(US) lầu một [lòh mạwd]
second-hand cũ [gõõ]
see thấy [táy-i]
(have a look) xem [sem]
can I see? tôi xem được không? [doy sem dœ-ụrg kawng]
have you seen ... ? ông/bà có thấy ... không? [awng/bà gó táy-i ... kawng]
I saw him this morning tôi thấy ông ấy sáng nay [doy táy-i awng áy-i sáng nay]
see you! chào ông/bà! [jào awng/bà]
I see (I understand) tôi hiểu rồi [doy hi-ảyoo ròy]
self-service tự phục vụ [dœ fọọg vọọ]
sell bán
do you sell ... ? ông/bà có bán ... không? [awng/bà gó bán ... kawng]
Sellotape® băng keo [bung geh-ao]
send gửi (N) [gœ-i], gởi (S) [gủh-i]
I want to send this to England tôi muốn gửi cái này đi Anh Quốc [doy mwáwn gœ-i gái này di ang gwáwg]
senior citizen người già [ngoo-ùh-i yà]
separate (adj) riêng [ri-ayng]
separated: I'm separated tôi đã ly thân [doy dã li tuhn]
separately (pay, travel) riêng [ri-ayng]
September tháng Chín [táng jín]
septic làm độc [làm dạwg]
serious (person) nghiêm nghị [ngi-aym ngị]

(problem) nghiêm trọng [ngi-aym jọng]
(illness) trầm trọng [jùhm jọng]
service charge (in restaurant) tiền phục vụ [di-àyn fọọg vọọ]
service station trạm xăng [jạm sung]
serviette khăn ăn [kun un]
set menu thực đơn cố định [tọọg durn gáw dịng]
several (một) vài [(mạwd) vài]
sew vá
could you sew this back on? ông/bà có thể vá lại cái này không? [awng/bà gó tảy vá lại gái này kawng]
sex (male/female) giới tính [yúh-i díng]
sexy 'sexy'
shade: in the shade dưới bóng mát [yoo-úh-i bóng mád]
shake: let's shake hands chúng ta hãy bắt tay [jóóng da hãy búd day]
shallow (water) cạn [gạn]
shame: what a shame! thật đáng tiếc [túhd dáng di-áyg]
shampoo (noun) nước gội đầu [nơo-úrg gọy dòh]
shampoo and set gội và sấy ép [gọy và sáy-i ép]
share (verb: room, table etc) chung [joong]
sharp (knife) sắc [súg], bén (S)
(pain) nhói [n-yóy]
shattered (very tired) mệt lả [mạyd lả]
shaver máy cạo râu [máy gạo roh]
shaving foam bọt cạo [bọd gạo]
shaving point ổ cắm máy cạo [ảw gúm máy gạo]
she* bà ấy [bà áy-i], bả (S)
sheet (for bed) tấm đra [dúhm dra]
shelf giá [yá]
sherry rượu 'sherry' [rơo-ụroo]
ship tàu [dà-oo]
by ship bằng tàu [bùng dà-oo]
shirt áo sơ mi [áo sur mi]
shit! 'shit!', chết cha! [jáyd ja]
shock (noun) cú sốc [góó sáwg]
I got an electric shock from the ... tôi bị điện giật từ chỗ ... [doy bị di-ạyn yạd dờo jãw]
shock-absorber thiết bị giảm sốc [ti-áyd bị yảm sáwg]
shocking (prices) đắt đỏ [dúd dỏ]
(weather) rất xấu [rúhd sóh]
(news) sửng sốt [sởong sáwd]
shoe giày [yày]
a pair of shoes một đôi giày [mạwd doy yày]
shoelaces dây giày [yay-i yày]
shoe polish kem đánh giày [gem dáng yày]
shoe repairer thợ sửa giày [tụr sởo-a yày]
shop cửa hàng [gởo-a hàng], tiệm [di-ạym]
shopping: I'm going shopping tôi đi chợ [doy di jụr]
shopping centre trung tâm buôn bán [joong duhm bwawn bán]
shop window ô kính bày hàng [aw gíng bày hàng]
shore (of sea) bờ biển [bùr

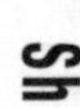

bi-ảyn]
(of lake) bờ hồ [bùr hàw]
short (person) lùn [lòon]
(time) ít [íd]
(journey) ngắn [ngún]
shortcut đường tắt [dœ-ùrng dúd]
shorts quần soóc [gwùhn soóg]
should: what should I do? tôi phải làm gì? [doy fải làm yì]
you should ... ông/bà nên ... [awng/bà nayn]
you shouldn't ... ông/bà không nên ... [awng/bà kawng nayn]
he should be back soon chắc ông ấy sắp về [júg awng áy-i súp vày]
shoulder vai
shout (verb) la lớn [la lúrn]
show (in theatre) buổi trình diễn [bwỏy jìng yi-ãyn]
could you show me? ông/bà cho tôi xem được không? [awng/bà jo doy sem dœ-ựrg kawng]
shower (in bathroom) vòi hoa sen [vòy hwa sen]
with shower có vòi hoa sen [gó vòy hwa sen]
shower gel dầu tắm [yòh dúm]
shut (verb) đóng lại [dóng lại]
when do you shut? khi nào ông/bà đóng cửa? [ki nào awng/bà dóng gœ̉-a]
when does it shut? khi nào đóng cửa? [ki nào dóng gœ̉-a]
they're shut đóng cửa rồi [dóng gœ̉-a ròy]
I've shut myself out tôi vô ý tự khóa mình ngoài cửa [doy vaw í dœ̣ kwá mìng ngwài gœ̉-a]
shut up! im đi! [im di]
shutter (on window) cửa cuốn [gœ̉-a gwáwn]
(on camera) lá chắn sáng [lá jún sáng]
shy e thẹn [eh tẹn]
sick (ill) bệnh [bạyng]
I'm going to be sick (vomit) tôi sắp ói đây [doy súp óy day-i]
side cạnh [gạng]
the other side of the street đường bên kia [dœ-ùrng bayn gia]
sidelights đèn xi nhan [dèn si n-yan]
side salad đĩa rau sống [dĩa ra-oo sáwng]
side street phố nhỏ [fáw n-yỏ]
sidewalk vỉa hè [vỉa hèh]
on the sidewalk trên vỉa hè [jayn vỉa hèh]
sight: the sights of ... thắng cảnh ... [túng gảng]
sightseeing: we're going sightseeing chúng tôi đi ngắm cảnh [jóong doy di ngúm gảng]
sightseeing tour cuộc du ngoạn ngắm cảnh [gwạwg yoo ngwạn ngúm gảng]
sign (roadsign etc) dấu hiệu [yóh hi-ạyoo]
signal: he didn't give a signal (driver, cyclist) ông ấy không có ra hiệu [awng áy-i kawng gó ra hi-ạyoo]

signature chữ ký [jõõ gí]
signpost biển báo [bi-ảyn báo]
silk tơ [dur]
silly (person) ngốc [ngáwg]
(thing to do) khờ dại [kùr yại]
(mistake) ngớ ngẩn [ngúr ngửhn]
don't be silly! đừng có dớ dẩn! [dờong gó yúr yửhn]
silver (noun) bạc [bạg]
similar giống [yáwng]
simple (easy) đơn giản [durn yản]
since: since last week kể từ tuần qua [gảy dờo dwàwn gwa]
since I got here kể từ khi tôi đến đây [gảy dờo ki doy dáyn day-i]
sing hát [hád]
(traditional songs) ca [ga]
singer ca sĩ [ga sĩ]
single: a single to ... một vé một chiều đi ... [mạwd véh mạwd ji-àyoo di]
I'm single tôi còn độc thân [doy gòn dạwg tuhn]
single bed giường một người [yoo-ùrng mạwd ngoo-ùh-i]
single room phòng một người [fòng mạwd ngoo-ùh-i]
sink (in kitchen) bồn rửa chén bát [bàwn rỏo-a jén bád]
sister (older) chị [jị]
(younger) em (gái) [em (gái)]
sister-in-law (older) chị dâu [jị yoh]
(younger) em vợ [em vụr]
sit: can I sit here? tôi ngồi đây được không? [doy ngòy day-i dọo-ụrg kawng]
is anyone sitting here? có ai ngồi đây chưa? [gó ai ngòy day-i joo-a]
sit down ngồi xuống [ngòy swáwng]
size cỡ [gũr]
skin da [ya]
skin-diving môn lặn trần [mawn lụn jùhn]
skinny gầy nhom [gày-i n-yom]
skirt váy [váy]
sky trời [jùh-i]
sleep (verb) ngủ [ngỏỏ]
did you sleep well? ông/bà có ngủ ngon không? [awng/bà gó ngỏỏ ngon kawng]
sleeper (on train) giường ngủ [yoo-ùrng ngỏỏ]
sleeping bag túi ngủ [dóó-i ngỏỏ]
sleeping car toa ngủ [dwa ngỏỏ]
sleeping pill thuốc ngủ [twáwg ngỏỏ]
sleepy: I'm feeling sleepy tôi thấy buồn ngủ [doy táy-i bwàwn ngỏỏ]
sleeve tay áo [day áo]
slide (photographic) phim đèn chiếu [fim dèn ji-áyoo]
slip (garment) áo lót [áo lód]
slippery trơn [jurn]
slow chậm [jụhm]
slow down! chậm lại! [jụhm lại]
slowly chầm chậm [jùhm jụhm]
very slowly rất chậm [rúhd jụhm]
small nhỏ [n-yỏ]
smell: it smells (smells bad) hôi

thối [hoy tóy]
smile (verb) cười (mỉm) [goo-ùh-i (mỉm)]
smoke (noun) khói [kóy]
do you mind if I smoke? tôi hút thuốc có làm phiền ông/bà không? [doy hóód twáwg gó làm fi-àyn awng/bà kawng]
I don't smoke tôi không hút thuốc [doy kawng hóód twáwg]
do you smoke? ông/bà có hút thuốc không? [awng/bà gó hóód twáwg kawng]
snack: just a snack chỉ ăn qua loa thôi [jỉ un gwa lwa toy]
sneeze (noun) hắt hơi [húd huh-i]
snorkel ống thở [áwng tủr]
so: it's so good tốt quá [dáwd gwá]
it's so expensive đắt quá [dúd gwá]
not so much không nhiều lắm [kawng n-yàyoo lúm]
not so bad không tệ lắm [kawng dạy lúm]
so am I, so do I tôi cũng vậy [doy gõõng vạy-i]
so-so cũng vậy thôi [gõõng vạy-i toy]
soaking solution (for contact lenses) thuốc ngâm [twáwg nguhm]
soap xà phòng [sà fòng], xà bông (S) [sà bawng]
soap powder bột giặt [bạwd yụd]
sober còn tỉnh táo [gòn dỉng dáo]
sock vớ [vúr]
socket (electrical) ổ cắm [ảw gúm]
soda (water) sô đa [saw da]
sofa ghế xô-pha [gáy saw-fa]
soft mềm [màym]
(material) mượt [mœ-ụrd]
soft-boiled egg trứng luộc lòng đào [jœ́ng lwạwg lòng dào]
soft drink nước ngọt [nœ-úrg ngọd]
soft lenses thấu kính mềm [tóh gíng màym]
sole (of shoe) đế [dáy]
(of foot) lòng bàn chân [lòng bàn juhn]
could you put new soles on these? ông/bà có thể lắp đế mới vào những cái này không? [awng/bà gó tảy lúp dáy múh-i vào n-yœ̃ng gái này kawng]
some: can I have some water? xin ông/bà cho tí nước [sin awng/bà jo dí nœ-úrg]
can I have some? cho tôi một tí được không? [jo doy mạwd dí dœ-ụrg kawng]
somebody, someone người nào đó [ngoo-ùh-i nào dó]
something cái gì đó [gái yì dó]
something to eat cái gì để ăn [gái yì dảy un]
sometimes thỉnh thoảng [tỉng twảng]
somewhere nơi nào đó [nuh-i nào dó]
son con (trai) [gon (jai)]
song bài hát [bài hád]
son-in-law con rể [gon rảy]

soon chẳng bao lâu [jủng bao luh-o], sớm [súhm]
I'll be back soon chẳng bao lâu tôi sẽ trở lại [jủhng bao luh-o doy sẽh jủr lại]
as soon as ngay khi [ngay ki]
as soon as possible càng sớm càng tốt [gàng súrm gàng dáwd]
sore: it's sore đau quá [da-oo gwá]
sore throat đau cổ họng [da-oo gảw họng]
sorry: (I'm) sorry xin lỗi [sin lõy]
sorry? (didn't understand) ông/bà nói sao? [awng/bà nóy sao]
sort: what sort of ... ? loại gì ... ? [lwại yì]
soup xúp [sóóp], canh [gang]
sour (taste) chua [jwaw]
south phía nam [fía nam]
in the south ở phía nam [ủr fía nam]
the South (South Vietnam) Miền Nam [mi-àyn nam]
South Africa nước Nam Phi [nơơ-úrg nam fi]
South African (adj) người Nam Phi [ngoo-ùh-i nam fi]
I'm South African tôi là người Nam Phi [doy là ngoo-ùh-i nam fi]
southeast đông nam [dawng nam]
southern thuộc phía nam [twạwg fía nam]
South Vietnam Miền Nam Việt nam [mi-àyn nam vi-ạyd nam]
southwest tây nam [day-i nam]
souvenir vật kỷ niệm [vụhd gỉ n-yạym]
soya bean drink sữa đậu nành [sỡơ-a dụh-oo nàng]
Spain Nước Tây Ban Nha [nơơ-úrg day-i ban n-ya]
spanner cờ-lê [gùr-lay]
spare part đồ phụ tùng [dàw fọọ dòòng]
spare tyre bánh xơ-cua [báng sur gwa]
spark plug bu-gi [boo-yi]
speak: do you speak English? ông/bà biết nói tiếng Anh không? [awng/bà bi-áyd nóy di-áyng ang kawng]
I don't speak ... tôi không biết nói ... [doy kawng bi-áyd nóy]

dialogue

can I speak to Phuc? tôi nói chuyện với ông Phúc được không? [doy nóy jwee-ạyn vúh-i awng fóóg dơơ-ựrg kawng]
who's calling? ai gọi đó? [ai gọy dó]
it's John tôi là John [doy là]
I'm sorry, he's not in, can I take a message? xin lỗi, ông ấy đi vắng, có gì nhắn lại không? [sin lõy awng áy-i di vúng gó yì n-yún lại kawng]
no thanks, I'll call back later không cám ơn, lát

Sp

nữa tôi sẽ gọi lại [kawng gám urn lád nờ-a doy sẽh gọy lại]
please tell him I called làm ơn nói lại là tôi có gọi [làm urn nóy lại là doy gó gọy]

spectacles mắt kính [múd gíng]
speed (noun) tốc độ [dáwg dạw]
speed limit giới hạn tốc độ [yúh-i hạn dáwg dạw]
speedometer đồng hồ tốc độ [dàwng hàw dáwg dạw]
spell: how do you spell it? ông/bà đánh vần thế nào? [awng/bà dáng vùhn táy nào]
see **alphabet**
spend xài [sài]
spider con nhện [gon n-yạyn]
spin-dryer máy quay khô [máy gway kaw]
splinter dằm [yùm]
spoke (in wheel) nan hoa [nan hwa]
spoon muỗng (S) [mwãwng], thìa (N) [tìa]
sport thể thao [tảy tao]
sprain: I've sprained my ... ... tôi bị bong gân [doy bị bong guhn]
spring (season) mùa xuân [mòò-a swawn]
(of car, seat) lò xo [lò so]
in the spring vào mùa xuân [vào mòò-a swawn]
square (in town) quảng trường [gwảng jơơ-ùrng]
(for traffic) ngã tư [ngã dơơ]
stairs bậc thang [bụhg tang]
stale thiu [tew]
stall: the engine keeps stalling máy cứ chết hoài [máy gớơ jáyd hwài]
stamp (noun) tem [dem]

dialogue

a stamp for England, please xin cho một cái tem gửi đi Anh Quốc [sin jo mạwd gái dem gởơ-i di ang gwáwg]
what are you sending? ông/bà gửi gì đó? [awng/bà gởơ-i yì dó]
this postcard bưu thiếp này [ber-oo ti-áyp này]

standby ở tư thế sẵn sàng [ủr dơơ táy sũn sàng]
star ngôi sao [ngoy sao]
start (noun) sự bắt đầu [sợơ búd dòh]
(journey) sự khởi hành [sợơ kủh-i hàng]
(verb) bắt đầu [búd dòh]
(journey) khởi hành [kủh-i hàng]
when does it start? khi nào bắt đầu? [ki nào búd dòh]
the car won't start xe không chịu nổ máy [seh kawng jẹw nảw máy]
starter (of car) bộ khởi động [bạw kủh-i dạwng]
(food) món khai vị [món kai vị]
starving: I'm starving tôi đói lắm rồi [doy dóy lúm ròy]
state (in country) nhà nước [n-yà nơơ-úrg]

Sp

the States (USA) nước Mỹ [nOO-úrg mĩ]
station trạm [jạm]
statue tượng [dOO-ụrng]
stay: where are you staying? ông/bà ở lại đâu? [awng/bà ủr lại doh]
I'm staying at ... tôi đang ở tại ... [doy dang ủr dại]
I'd like to stay another two nights tôi muốn ở lại thêm hai đêm nữa [doy mwáwn ủr lại taym hai daym nŨ-a]
steak (fillet) thịt thăn [tịd tun]
(rump) thịt mông [tịd mawng]
steal trộm [jạwm]
my bag has been stolen túi tôi đã bị mất trộm [dóó-i doy dã bị múhd jạwm]
steep (hill) dốc [yáwg]
steering lái
step: on the steps trên bậc thang [jayn bụhg tang]
stereo 'stereo'
sterling tiền bảng [di-àyn bảng], tiền pao [di-àyn pao]
steward (on plane) nam chiêu đãi viên [nam ji-ayoo dãi vi-ayn]
stewardess nữ chiêu đãi viên [nŨ ji-ayoo dãi vi-ayn]
sticking plaster băng dính [bung yíng]
still: I'm still here tôi còn ở đây [doy gòn ủr day-i]
is he still there? ông ấy còn ở đó không? [awng áy-i gòn ủr dó kawng]
keep still! giữ yên nào! [yŨ yayn nào]
sting: I've been stung tôi bị chích [doy bị jíj]
stockings bít tất [bíd dúhd]
stomach bụng [bọọng]
stomach ache đau bụng [da-oo bọọng]
stone (rock) đá
stop (verb) ngừng [ngờng]
(halt) dừng [yờng]
please, stop here (to taxi-driver etc) xin dừng lại đây [sin yờng lại day-i]
do you stop near ... ? ông/bà có dừng lại gần ... không? [awng/bà gó yờng lại gùhn ... kawng]
stop it! đừng làm thế! [dờng làm táy]
stopover dừng lại [yờng lại]
storm bão
straight (whisky etc) không pha [kawng fa]
it's straight ahead đi thẳng tới [di tủng dúh-i]
straightaway ngay
strange (odd) kỳ lạ [gì lạ]
stranger người lạ mặt [ngoo-ùh-i lạ mụd]
I'm a stranger here tôi là một người xa lạ nơi đây [doy là mạwd ngoo-ùh-i sa lạ nuh-i day-i]
strap (on watch) dây [yay-i]
(on dress) dải [yải]
(on suitcase) quai [gwai]
strawberry dâu tây [yoh day-i]
stream suối [swóy]
street phố [fáw]
on the street ở trên đường phố [ủr jayn dOO-ùrng fáw]

streetmap bản đồ đường phố [bản dàw dœ-ừng fáw]
string sợi dây [sụh-i yay-i]
strong (person) khỏe [kwẻh]
(taste) nặng [nụng]
(drink) mạnh [mạng]
stuck mắc kẹt [múg gẹd]
it's stuck bị kẹt rồi [bị gẹd rày]
student học sinh [họg sing]
stupid ngu [ngoo]
suburb ngoại ô [ngwại aw]
suddenly đột nhiên [dạwd n-yayn]
suede da lộn [ya lạwn]
sugar đường [dœ-ừng]
suit (noun) bộ com-lê [bạw gom-lay]
it doesn't suit me (jacket etc) không vừa tôi [kawng vœ̀-a doy]
it suits you vừa ông đấy [vœ̀-a awng dáy-i]
suitcase va-li
summer mùa hạ [mòò-a hạ]
in the summer vào mùa hạ [vào mòò-a hạ]
sun mặt trời [mụd jùh-i]
in the sun dưới nắng mặt trời [yoo-úh-i núng mụd jùh-i]
out of the sun tránh nắng [jáng núng]
sunbathe tắm nắng [dúm núng]
sunblock (cream) kem chắn nắng [gem jún núng]
sunburn cháy nắng [jáy núng]
sunburnt bị cháy nắng [bị jáy núng]
Sunday chủ Nhật [jỏỏ n-yụhd]
sunglasses kính râm [gíng ruhm]
sun lounger ghế nằm tắm nắng [gáy nùm dúm núng]
sunny: it's sunny trời nắng [jùh-i núng]
sunroof (in car) cửa mái [gœ̉-a mái]
sunset mặt trời lặn [mụd jùh-i lụn]
sunshade dù che nắng [yòò jeh núng]
sunshine nắng chiếu [núng ji-áyoo]
sunstroke say nắng [say núng]
suntan sự rám nắng [sœ̣ rám núng]
suntanned rám nắng [rám núng]
suntan oil dầu xoa cho chống rám nắng [yòh swa jo jóng rám núng]
super tuyệt vời [dwee-ạyd vùh-i]
supermarket siêu thị [si-yoh tị]
supper bữa ăn tối [bœ̃-a un dóy]
supplement (extra charge) trả thêm [jả taym]
sure: are you sure? ông/bà có chắc không? [awng/bà gó júg kawng]
sure! chắc! [júg]
surname họ
swearword từ chửi thề [dœ̀ jœ̉-i tày]
sweater áo ấm [áo úhm]
sweatshirt áo vệ sinh [áo vạy sing]
Sweden nước Thụy Điển [nœ-úrg tọọ-i di-ảyn]
Swedish (adj) Thụy Điển [tọọ-i di-ảyn]

(language) tiếng Thụy Điển [di-áyng tọo-i di-ảyn]
sweet (taste) ngọt [ngọd]
(noun: dessert) đồ tráng miệng ngọt [dàw jáng mi-ạyng ngọd]
sweets kẹo [gẹh-ao]
swelling sưng lên [sœng layn]
swim (verb) bơi [buh-i], lội (S) [lọy]
I'm going for a swim tôi đi bơi [doy di buh-i]
let's go for a swim chúng ta hãy đi bơi đi [jóóng da hãy di buh-i di]
swimming costume quần áo bơi [gwùhn áo buh-i]
swimming pool bể bơi [bảy buh-i]
swimming trunks quần tắm [gwùhn dúm]
switch (noun) công tắc [gawng dúg]
switch off tắt [dúd]
switch on bật lên [bụhd layn]
swollen sưng [sœng]

T

table cái bàn [gái bàn]
a table for two một bàn hai người [mạwd bàn hai ngoo-ùh-i]
tablecloth khăn bàn [kun bàn]
table tennis bóng bàn [bóng bàn]
table wine rượu vang [rœ-ụroo vang]
tailback (of traffic) tắt nghẽn nối đuôi nhau [dúd ngẽn nóy dwoy nya-oo]
tailor thợ may [tụr may]
take (verb: lead) đưa đi [doo-a di]
(accept) lấy [láy-i]
can you take me to the ... ? ông/bà có thể đưa tôi đi ... không? [awng/bà gó tảy doo-a doy di ... kawng]
do you take credit cards? ông/bà có lấy thẻ tín dụng không? [awng/bà gó láy-i tẻh dín yọọng kawng]
fine, I'll take it được, tôi sẽ lấy [dœ-ụrg doy sẽh láy-i]
can I take this? (leaflet etc) tôi lấy cái này được không? [doy láy-i gái này dœ-ụrg kawng]
how long does it take? phải mất bao lâu? [fải múhd bao loh]
it takes three hours mất ba tiếng [múhd ba di-áyng]
is this seat taken? ghế này có ai ngồi chưa? [gáy này gó ai ngòy joo-a]
hamburger to take away bánh hamburger mang đi [báng hamboorger mang di]
can you take a little off here? (to hairdresser) ông/bà cắt thêm tí chỗ này được không? [awng/bà gúd taym dí jãw này dœ-ụrg kawng]
talcum powder bột tan [bạwd dan]
talk (verb) nói (chuyện) [nóy (jwee-ạyn)]
tall cao [gao]
tampons băng vệ sinh 'tampons' [bung vạy sing]

tan (noun) rám nắng [rám núng]
to get a tan phơi cho rám nắng [fuh-i jo rám núng]
tank (of car) thùng [tòong]
tap vòi (nước) [vòy nœ-úrg]
tape (for cassette) băng [bung]
tape measure thước đo [tœ-úrg do]
tape recorder máy cát sét [máy gád séd]
taste (noun) mùi vị [mòò-i vị]
can I taste it? tôi ăn thử được không? [doy un tờ dœ-ụrg kawng]
taxi tắc xi [dúg si]
will you get me a taxi? ông/bà gọi giùm tôi chiếc tắc-xi được không? [awng/bà gọy yòòm doy ji-áyg dúg-si dœ-ụrg kawng]
where can I find a taxi? gọi tắc-xi ở đâu? [gọy dúg-si ủr doh]

dialogue

to the airport/to the Da Lat Hotel, please đi sân bay/khách sạn Đa Lạt [di suhn bay/káj sạn da lạd]
how much will it be? bao nhiêu tiền? [bao ni-yoh di-àyn]
fifty thousand năm chục ngàn [num jọọg ngàn]
that's fine right here, thanks được rồi ngay chỗ này, cám ơn [dœ-ụrg ròy ngay jãw này gám urn]

taxi-driver lái tắc-xi [lái dúg-si]
taxi rank bến xe tắc-xi [báyn seh dúg-si]
tea (drink) trà [jà]
a pot of tea, please xin cho một ấm trà [sin jo mạwd úhm jà]
teabags trà gói [jà góy]
teach: could you teach me? ông/bà có thể dạy tôi không? [awng/bà gó tảy yạy doy kawng]
teacher giáo viên [yáo vi-ayn]
team đội [dọy]
teaspoon thìa cà phê (N) [tìa gà fay], muỗng cà phê (S) [mwãwng gà fay]
tea towel khăn lau chén [kun la-oo jén]
teenager thiếu niên [ti-áyoo ni-ayn]
telephone điện thoại [di-ạyn twại]
see **phone**
television ti-vi [di-vi]
tell: could you tell him ...? ông/bà có thể nói cho ông ấy biết ... ? [awng/bà gó tảy nóy jo awng áy-i bi-áyd]
temperature (weather) nhiệt độ [n-yạyd dạw]
(fever) lên cơn sốt [layn gurn sáwd]
tennis quần vợt [gwùhn vựrd], ten-nít [den-níd]
tennis ball banh quần vợt [bang gwùhn vựrd]
tennis court sân quần vợt [suhn gwùhn vựrd]
tennis racket cái vợt [gái vựrd]
tent lều [làyoo]

term (at university, school) học kỳ [họg gì]
terminus (rail) ga cuối cùng [ga gwóy gòong]
(bus) trạm cuối cùng [jạm gwóy gòong]
terrible (weather) xấu quá [sóh gwá]
(food) tệ quá [dạy gwá]
(teacher) rất dở [rúhd yủr]
terrific (weather, food) tuyệt vời [dwee-ạyd vùh-i]
(teacher) tuyệt hay [dwee-ạyd hay]
text (message) văn bản [vun bản]
than: smaller than nhỏ hơn [n-yỏ hurn]
thank you cám ơn ông/bà [gám urn awng/bà]
thanks cám ơn [gám urn]
thank you very much cám ơn nhiều [gám urn n-yàyoo]
thanks for the lift cám ơn ông/bà đã cho quá giang [gám urn awng/bà dã jo gwá yang]
no thanks không cám ơn [kawng gám urn]

dialogue

thanks cám ơn [gám urn]
that's OK, don't mention it không có chi [kawng gó ji]

that: that boy thằng nhỏ đó [tùng n-yỏ dó]
that girl con bé kia [gon béh gia]
that one cái đó [gái dó], cái kia [gái gia]
I hope that ... tôi mong rằng ... [doy mong rùng]
is that ... ? đó có phải ... ? [dó gó fải]
is that yours? đó có phải của ông/bà không? [dó gó fải gỏỏ-a awng/bà kawng]
is that the Thong Nhat train? đó có phải là tàu Thống Nhất không? [dó gó fải là dà-oo táwng n-yúhd kawng]
that's it (that's right) đúng rồi [dóóng ròy]
the*
theatre nhà hát [n-yà hád]
their/theirs* của họ [gỏỏ-a họ]
them* họ
then (at that time) lúc đó [lóóg dó]
(after that) sau đó [sa-oo dó]
there đó [dó]
over there ở chỗ đó [ủr jãw dó]
up there trên đó [jayn dó]
is there ...?/are there ...? có ... không? [gó ... kawng]
there is .../there are ... có ... [gó]
there you are (giving something) đây ông/bà [day-i awng/bà]
thermometer nhiệt kế [n-yạyd gáy]
Thermos flask® cái phích [gái fíj]
these*: these men các ông này [gág awng này]
these women các bà này [gág bà này]
I'd like these tôi thích mấy

cái này [doy tíj máy-i gái này]
they* họ [họ]
thick dày [yày]
(liquid) đặc [dụg]
(stupid) đần [dùhn]
thief trộm cắp [jạwm gúp]
thigh đùi [dòò-i]
thin mỏng [mỏng]
(liquid) loãng [lwãng]
(person) gầy [gày-i]
thing đồ [dàw]
my things đồ của tôi [dàw gỏỏ-a doy]
think nghĩ [ngĩ]
I think so tôi nghĩ vậy [doy ngĩ vạy-i]
I don't think so tôi không nghĩ vậy [doy kawng ngĩ vạy-i]
I'll think about it tôi sẽ nghĩ lại [doy sẽh ngĩ lại]
third party insurance bảo hiểm một chiều [bảo hi-ảym mạwd ji-àyoo]
thirsty: I'm thirsty tôi thấy khát [doy táy-i kád]
this: this boy thằng nhỏ này [tùng n-yỏ này]
this girl cô bé này [gaw béh này]
this one cái này [gái này]
this is my wife đây là vợ tôi [day-i là vụr doy]
is this ... ? đây có phải ... không? [day-i gó fải ... kawng]
those: those men mấy ông kia [máy-i awng gia]
those women mấy bà đó [máy-i bà dó]
which ones? – those những cái nào? – những cái kia/đó [n-yõõng gái nào – n-yõõng gái gia/dó]
thread (noun) sợi chỉ [sụh-i jỉ]
throat cổ họng [gảw họng]
throat pastilles kẹo ho [gẹh-ao ho]
through qua [gwa]
does it go through ... ? (train, bus) có đi qua ... không? [gó di gwa ... kawng]
throw (verb) ném
throw away (verb) vứt đi [vóód di]
thumb ngón tay cái [ngón day gái]
thunderstorm sấm sét mưa bão [súhm séd moo-a bão]
Thursday thứ Năm [tóó num]
ticket vé [véh]

dialogue

a return to Ho Chi Minh City một vé khứ hồi đi Thành Phố Hồ Chí Minh [mạwd véh kóó hòy di tàng fáw hàw jí ming]
coming back when? khi nào về? [ki nào vày], chừng nào về? (S) [jòòng nào vày]
today/next Tuesday bữa nay/thứ Ba tuần tới [bõõ-a nay/tóó ba dwàwn dúh-i]
that will be one hundred thousand dong một trăm ngàn đồng [mạwd jum ngàn dòng]

Th

ticket office (bus, rail) phòng bán vé [fòng bán véh]
tide thủy triều [tỏỏ-i ji-àyoo]
tie (necktie) cà vạt [gà vạd]
tight (clothes) chật [jụhd]
it's too tight chật quá [jụhd gwá]
it's a bit tight (time) thì giờ hơi eo hẹp [tì yùr huh-i eh-ao hẹp]
hold tight! nắm chặt lại! [núm jụd lại]
tights quần nịt [gwùhn nịd]
till (cash desk) máy thu tiền [máy too di-àyn]
time* lần [lùhn]
what's the time? mấy giờ rồi? [máy-i yùr ròy]
this time lần này [lùhn này]
last time lần trước [lùhn jꝏ-úrg]
next time lần sau [lùhn sa-oo]
three times ba lần [ba lùhn]
timetable thời gian biểu [tùh-i yan bi-ảyoo]
tin (can) cái lon [gái lon]
tinfoil giấy thiếc [yáy-i ti-áyg]
tinned food đồ hộp [dàw hạwp]
tin-opener cái mở đồ hộp [gái mủr dàw hạwp]
tiny (size) bé tí [béh dí]
(quantity) tí xíu [dí séw]
tip (to waiter etc) tiền thưởng [di-àyn tꝏ-ủrng]
tired mệt [mạyd]
I'm tired tôi mệt rồi [doy mạyd ròy]
tissues khăn giấy [kun yáy-i]
to: to Ben Thanh Market đến chợ Bến Thành [dáyn jụr báyn tàng]
to Vietnam/England đến Việt Nam/Anh Quốc [dáyn vi-ạyd nam/ang gwáwg]
to the post office đến bưu điện [dáyn bꝏ-oo di-ạyn]
send it to me gửi cho tôi [gꝏ-i jo doy]
toast (bread) bánh mì nướng [báng mì nꝏ-úrng]
today hôm nay [hawm nay], bữa nay (S) [bꝏ-a nay]
toe ngón chân [ngón juhn]
together cùng nhau [gòong nya-oo]
we're together (in shop etc) chúng tôi đi chung [jóong doy di joong]
toilet nhà vệ sinh [n-yà vạy sing], cầu tiêu [gòh di-yoh]
where is the toilet? nhà vệ sinh ở đâu? [n-yà vạy sing ủr doh]
I have to go to the toilet tôi phải đi giải [doy fải di yải]
toilet paper giấy vệ sinh [yáy-i vạy sing]
tomato cà chua [gà jwaw]
tomato juice nước cốt cà chua [nꝏ-úrg gáwd gà jwaw]
tomato ketchup 'tomato ketchup'
tomorrow mai
tomorrow morning sáng mai [sáng mai]
the day after tomorrow mốt [máwd]
toner (cosmetic) thuốc căng da [twáwg gung ya]

tongue lưỡi [loo-ũh-i]
tonic (water) nước khoáng quinin [nOO-úrg kwáng gwinin]
tonight đêm nay [daym nay]
tonsillitis sưng amidan [sOOng ami-dan]
too (excessively) quá [gwá]
(also) cũng [gõõng]
too hot quá nóng [gwá nóng]
too much quá nhiều [gwá n-yàyoo]
me too tôi cũng vậy [doy gõõng vạy-i]
tooth răng [rung]
toothache đau răng [da-oo rung]
toothbrush bàn chải răng [bàn jải rung]
toothpaste kem đánh răng [gem dáng rung]
top: on top of ... ở trên đỉnh ... [ủr jayn dỉng]
at the top ở trên cao [ủr jayn gao]
top floor lầu cao nhất [lòh gao n-yúhd]
torch đèn pin [dèn pin]
total (noun) tổng cộng [dảwng gạwng]
tour (noun) chuyến du lịch [jwee-áyn yoo lịj]
is there a tour of ... ? có chuyến du lịch nào đi ... không? [gó jwee-áyn yoo lịj nào di ... kawng]
tour guide người hướng dẫn [ngoo-úh-i hOO-úrng yũhn]
tourist khách du lịch [káj yoo lịj]
tourist agency hãng du lịch [hãng yoo lịj]
tourist information office phòng thông tin du lịch [fòng tawng din yoo lịj]
tour operator hãng tổ chức du lịch [hãng dảw jOOg yoo lịj]
towel khăn bông [kun bawng]
hand towel khăn lau tay [kun la-oo day]
paper towel khăn giấy [kun yáy-i]
town thị trấn [tị júhn]
in town trong thành thị [jong tàng tị]
just out of town chỉ vừa ra khỏi thành thị [jỉ vOO-a ra kỏy tàng tị]
town centre trung tâm thị trấn [joong duhm tị júhn]
town hall tòa thị chính [dwà tị jíng]
toy đồ chơi [dàw juh-i]
track (US) thềm (ga) [tàym (ga)]
traditional truyền thống [jwee-àyn táwng]
traffic xe cộ [seh gạw]
traffic jam kẹt xe [gẹd seh]
traffic lights đèn xanh đèn đỏ [dèn sang dèn dỏ]
train xe lửa [seh lOO-a], tàu (lửa) [dà-oo (lOO-a)]
by train bằng xe lửa [bùng seh lOO-a]

dialogue

is this the train for Dien Bien Phu? đây có phải là xe đi Điện Biên Phủ

không? [day-i gó fải là seh di di-ạyn bi-ayn fỏở kawng]
sure phải [fải]
no, you want that platform there không phải, ông/bà đợi ở thềm bên kia [kawng fải awng/bà dụh-i ủr tàym bayn gia]

trainers (shoes) giày thể thao [yày tảy tao]
train station bến xe lửa [báyn seh lờ-a]
tram xe điện [seh di-ạyn]
translate dịch [yịj]
could you translate that? ông/bà có thể dịch cái đó không? [awng/bà gó tảy yịj gái dó kawng]
translation sự phiên dịch [sợọ fi-ayn yịj]
translator thông dịch [tawng yịj]
trashcan thùng rác [tòòng rág]
travel (verb) đi [di]
we're travelling around chúng tôi đi vòng vòng [jóóng doy di vòng vòng]
travel agent's hãng du lịch [hãng yoo lịj]
traveller's cheque séc du lịch [ség yoo lịj]
tray khay [kay]
tree cây [gay-i]
trendy hợp thời trang [hựrp tùh-i jang]
trim: just a trim, please (to hairdresser) chỉ tỉa thôi [jỉ dỉa toy]
trip (excursion) chuyến du hành [jwee-áyn yoo hàng]
I'd like to go on a trip to ... tôi muốn đi du hành ở ... [doy mwáwn di yoo hàng ủr]
trolley xe đẩy [seh dảy-i]
trolleybus ô tô điện [aw daw di-ạyn]
trouble (noun) điều rắc rối [di-àyoo rúg róy]
I'm having trouble with ... tôi có điều rắc rối với ... [doy gó di-àyoo rúg róy vúh-i]
trousers quần [gwùhn]
true thật [tụhd], thực (S) [tọọg]
that's not true cái đó không đúng với sự thật [gái dó kawng dóóng vúh-i sọọ tụhd]
trunks (swimming) quần tắm [gwùhn dúm]
try (verb) thử [tờ]
can I try it? tôi thử được không? [doy tờ dọọ-ụrg kawng]
try on mặc thử [mụg tờ]
can I try it on? tôi mặc thử được không? [doy mụg tờ dọọ-ụrg kawng]
T-shirt áo thun [áo toon]
Tuesday thứ Ba [tớ ba]
tuna cá ngừ [gá ngờ]
tunnel đường hầm [dọọ-ừrng hùhm]
turn: turn left rẽ (N)/quẹo (S) trái [rẽ/gwẹh-ao jái]; **turn right** rẽ (N)/quẹo (S) phải [fải]
turn off: where do I turn off? rẽ ở đâu? [rẽh ủr doh]
can you turn the light off? ông/bà tắt đèn đi được không? [awng/bà dúd dèn di dọọ-

ụrg kawng]
turn on: can you turn the light on? ông/bà bật đèn lên được không? [awng/bà bụhd dèn layn dŏŏ-ụrg kawng]
turning (in road) chỗ rẽ [jãw rẽh]
TV ti-vi [di-vi]
tweezers cái nhíp [gái níp]
twice hai lần [hai lùhn]
twice as much gấp hai [gúhp hai]
twin beds hai giường [hai yŏŏ-ùrng]
twin room phòng hai giường [fòng hai yŏŏ-ùrng]
twist: I've twisted my ankle cổ chân tôi bị trẹo [gảw juhn doy bị jẹh-ao]
type (noun) loại [lwại]
another type of ... một loại khác [mạwd lwại kág]
tyre lốp (xe) [láwp (seh)]

U

ugly xấu xí [sóh sí]
UK Vương Quốc Anh [vŏŏ-urng gwáwg ang]
ulcer loét [lwéd]
umbrella cái ô (N) [gái aw], cái dù (S) [gái yòò]
uncle (father's older brother) bác [bág]
(father's younger brother) chú [jóó]
(mother's brother) cậu [gọh]
unconscious bất tỉnh [búhd dỉng]
under dưới [yoo-úh-i]
underdone (meat) chưa chín [joo-a jín]
underpants quần lót [gwùhn lód]
understand: I understand tôi hiểu [doy hi-ảyoo]
I don't understand tôi không hiểu [doy kawng hi-ảyoo]
do you understand? ông/bà hiểu không? [awng/bà hi-ảyoo kawng]
unemployed thất nghiệp [túhd ngi-ạyp]
unicorn dance múa lân [móó-a luhn]
United States nước Mỹ [nŏŏ-úrg mĩ], Hoa Kỳ [hwa gì]
university trường đại học [jŏŏ-ùrng dại họg]
unlimited mileage không giới hạn số dặm [kawng yúh-i hạn sáw yụm]
unlock mở khóa [mủr kwá]
unpack (suitcase) lấy đồ ra [láy-i dàw ra]
until cho đến [jo dáyn]
unusual khác thường [kág tŏŏ-ùrng]
up trên [jayn]
up there trên kia [jayn gia]
he's not up yet (not out of bed) ông ấy còn chưa dậy [awng áy-i gòn joo-a yạy-i]
what's up? có việc gì vậy? [gó vi-ạyg yì vạy-i]
upmarket sang trọng [sang jọng]
upset stomach bụng dạ khó chịu [bọong yạ kó jẹw]

upside down đảo ngược lại [dảo ngơ-ụrg lại]
upstairs trên lầu [jayn lòh]
urgent khẩn cấp [kủhn gúhp]
urgently gấp [gúhp]
us* chúng tôi [jóóng doy]
(including listeners) chúng ta [jóóng da]
let's go for a walk chúng ta hãy đi dạo đi [jóóng da hãy di yạo di]
USA 'USA'
use (verb) dùng [yòòng]
may I use ... ? tôi có thể dùng ... không? [doy gó tảy yòòng ... kawng]
useful hữu ích [hỡ-oo íj]
usual (thông) thường [(tawng) tờ-ừrng]
the usual (drink etc) như thường lệ [n-yơ tờ-ừrng lạy]
usually (thường) thường [(tơ-ừrng) tờ-ừrng]

vacancy: do you have any vacancies? (hotel) ông/bà có phòng trống không? [awng/bà gó fòng jáwng kawng]
vacation (from university) kỳ nghỉ [gì ngỉ]
vaccination chủng ngừa [jỏỏng ngờ-a]
vacuum cleaner máy hút bụi [máy hóód bọọ-i]
valid (ticket etc) có giá trị [gó yá jị]
how long is it valid for? có giá trị bao lâu? [gó yá jị bao loh]
valley thung lũng [toong lõõng]
valuable (adj) quý [gwí]
value (noun) giá trị [yá jị]
van xe tải [seh dải]
vanilla vani
a vanilla ice cream kem vani [gem vani]
vary: it varies thay đổi [tay dỏy]
vase cái bình [gái bìng]
veal thịt bê [tịd bay]
vegetables rau cỏ [ra-oo gỏ]
vegetarian (noun) người ăn chay [ngoo-ùh-i un jay]
vending machine máy bán tự động [máy bán dợ dạwng]
very rất [rúhd]
very much rất [rád]
very little for me cho tôi (rất) ít thôi [jo doy (rúhd) íd toy]
I like it very much tôi rất thích [doy rúhd tíj]
vest (under shirt) áo lót [áo lód]
via qua [gwa]
video (noun) băng vi-đê-ô [bung vi-day-aw]
video recorder máy vi-đê-ô [máy vi-day-aw]
Vietnam Việt Nam [vi-ạyd]
Vietnamese (adj) Việt Nam [vi-ạyd], Việt
(person) người Việt [ngoo-ùh-i]
(language) tiếng Việt [di-áyng]
view cảnh [gảng]
villa vi-la
village làng
vinegar dấm [yúhm]
visa thị thực [tị tọg]

entry/exit visa thị thực nhập cảnh/xuất cảnh [tị tưọg n-yạyp gảng/swáyt gảng]
visa extension gia hạn thị thực [ya hạn tị tưọg]
visit (verb: people) thăm [tum] (museum etc) tham quan [tam gwan]
I'd like to visit ... tôi muốn đi thăm ... [doy mwáwn di tum]
vital: it's vital that ... điều cần thiết là ... [di-àyoo gùhn ti-áyd là]
vodka rượu vốt-ca [rœ-ựroo váwd-ga]
voice giọng nói [yọng nóy]
voltage điện áp [di-ạyn áp]
vomit mửa (S) [mœ̉-a], nôn (N) [nawn]

W

waist eo [eh-ao]
waistcoat áo gi-lê [áo yi lay]
wait đợi [dụh-i]
wait for me đợi tôi với [dụh-i doy vúh-i]
don't wait for me đừng đợi tôi [dœ̀ng dụh-i doy]
can I wait until my wife gets here? tôi đợi ở đây cho đến vợ tôi đến được không? [doy dụh-i ủr day-i jo dáyn vụr doy dáyn dœ-ựrg kawng]
can you do it while I wait? ông/bà có thể làm xong trong khi tôi đợi không? [awng/bà gó tảy làm song jong ki doy dụh-i kawng]
could you wait here for me? ông/bà đợi tôi ở đây được không? [awng/bà dụh-i doy ủr day-i dœ-ựrg kawng]
waiter/waitress hầu bàn [hòh bàn]
waiter!/waitress! hầu bàn! [hòh bàn]
wake: can you wake me up at 5.30? ông/bà đánh thức tôi lúc năm giờ rưỡi được không? [awng/bà dáng tœ́g doy lóóg num yùr roo-ũh-i dœ-ựrg kawng]
wake-up call đánh thức bằng điện thoại [dáng tœ́g bùng di-ạyn twại]
Wales xứ 'Wales' [sœ́]
walk: is it a long walk? đi bộ có xa không? [di bạw gó sa kawng]
it's only a short walk đi bộ gần thôi [di bạw gùhn toy]
I'll walk tôi sẽ đi bộ [doy sẽh di bạw]
I'm going for a walk tôi đi thả bộ [doy di tả bạw]
Walkman® máy cát sét cá nhân [máy gád séd gá n-yuhn]
wall tường [dœ-ùrng]
wallet cái ví [gái ví]
wander: I like just wandering around tôi thích đi vòng vòng thôi [doy tij jỉ di vòng vòng toy]
want: I want a ... tôi muốn một ... [doy mwáwn mạwd]
I don't want any ... tôi không muốn ... gì cả [doy kawng

mwáwn ... yì gả]
I want to go home tôi muốn về nhà [doy mwáwn vày n-yà]
I don't want to tôi không muốn [doy kawng mwáwn]
he wants to ... ông ấy muốn ... [awng áy-i mwáwn]
what do you want to eat/drink? ông/bà muốn ăn/uống gì? [awng/bà mwáwn un/wáwng yì]
ward (in hospital) trại bệnh [jại bạyng]
warm ấm [úhm]
I'm so warm tôi thấy rất ấm [doy táy-i rúhd úhm]
was*
wash (verb) rửa [rœ̉-a]
(washing) giặt [yụd]
(hair) gội [gọy]
to have a wash tắm rửa [dúm rœ̉-a]
can you wash these? ông/bà có thể giặt những cái này không? [awng/bà gó tảy yụd n-yœ̃ng gái này kawng]
where can I wash my hands? ở đâu rửa tay? [ủr doh rœ̉-a day]
washer (for bolt etc) vòng đệm [vòng dạym]
washhand basin bồn rửa tay [bàwn rœ̉-a day]
washing (clothes) quần áo cần giặt [gwùhn áo gàn yụd]
washing machine máy giặt [máy yụd]
washing powder bột giặt [bạwd yụd]
washing-up: to do the washing-up rửa chén bát [rœ̉-a jén bád]
washing-up liquid dầu rửa chén bát [yòh rœ̉-a jén bád]
wasp ong (bắp cày) [ong (búp gày)]
watch (wristwatch) đồng hồ đeo tay [dàwng hàw deh-ao day]
will you watch my things for me? ông/bà trông chừng những thứ này giùm tôi được không? [awng/bà jawng jœ̀ng n-yœ̃ng tœ́ này yòom doy dœ-ụrg kawng]
watch out! coi chừng! [goi jœ̀ng]
watch strap dây đồng hồ đeo tay [yay-i dàwng hàw deh-ao day]
water nước [nœ-úrg]
may I have some water? ông/bà làm ơn cho tí nước [awng/bà làm urn jo dí nœ-úrg]
waterproof (adj) không thấm nước [kawng túhm nœ-úrg]
waterskiing trượt nước [jœ-ụrd nœ-úrg]
wave (in sea) sóng
way: it's this way đường này [dœ-ùrng này]
it's that way đường kia [dœ-ùrng gia]
is it a long way to ... ? đi ... có xa lắm không? [di ... gó sa lúm kawng]
no way! không được! [kawng dœ-ụrg]

dialogue

could you tell me the way to ... ? ông/bà có thể chỉ đường cho tôi đi ... không? [awng/bà gó tảy jỉ dœ-ùrng jo doy di ... kawng]
go straight on until you reach the traffic lights đi thẳng tới cho đến khi gặp đèn xanh đèn đỏ [di tủng dúh-i jo dáyn ki gụp dèn sang dèn dỏ]
turn left quẹo trái (S) [gwẹh-ao jái], rẽ trái (N) [rẽh jái]
take the first on the right rẽ vào đường trước nhất ở bên tay phải [rẽh vào dœ-ùrng jœ-úrg n-yúhd ủr bayn day fải]
see **where**

we* chúng tôi [jóóng doy]
(including listeners) chúng ta [jóóng da]
weak (person, alcoholic drink) yếu [yáy-oo]
(soft drink, coffee etc) nhạt [n-yạd]
weather thời tiết [tùh-i di-áyd]

dialogue

what's the weather forecast? dự báo thời tiết thế nào? [yọo báo tùh-i di-áyd táy nào]
it's going to be fine trời sẽ tốt [jùh-i sẽh dáwd]
it's going to rain trời sẽ mưa [jùh-i sẽh moo-a]
it'll brighten up later sau đó trời sẽ trở nên sáng sủa [sa-oo dó jùh-i sẽh jủr nayn sáng sỏỏ-a]

wedding đám cưới [dám goo-úh-i]
wedding ring nhẫn cưới [n-yũhn goo-úh-i]
Wednesday thứ Tư [tœ dœ]
week tuần [dwàwn]
a week (from) today hôm nay tuần sau [hawm nay dwàwn sa-oo]
a week (from) tomorrow ngày mai tuần sau [ngày mai dwàwn sa-oo]
weekend cuối tuần [gwóy dwàwn]
at the weekend vào cuối tuần [vào gwóy dwàwn]
weight cân nặng [guhn nụng]
weird kỳ quái [gì gwái]
weirdo người lập dị [ngoo-ùh-i lụhp yị]
welcome: welcome to ... xin kính chào quí vị ... [sin gíng jào gwí vị]
you're welcome (don't mention it) không dám [kawng yám]
well: I don't feel well tôi thấy không được khỏe [doy táy-i kawng dœ-ụrg kwẻh]
she's not well bà ấy không được khỏe [bà áy-i kawng dœ-ụrg kwẻh]
you speak English very well ông/bà nói tiếng Anh rất hay [awng/bà nóy di-áyng ang rúhd hay]

well done! khá lắm! [ká lúm]
this one as well cái này nữa [gái này nœ-a]
well well! (surprise) thế cơ à! [táy gur à]

dialogue

how are you? ông/bà khỏe chứ? [awng/bà kwẻh jœ]
very well, thanks, and you? rất khỏe, cám ơn, còn ông/bà? [rúhd kwẻh gám urn gòn awng/bà]

well-done (meat) thật chín [tụhd jín]
Welsh Ga-lờ [Ga-lùr]
I'm Welsh tôi là người Ga-lờ [doy là ngoo-ùh-i Ga-lùr]
were*
west phía tây [fía day-i]
(western part of a country) miền tây [mi-àyn day-i]
in the west ở phía tây [ủr fía day-i]
the West các nước Tây Phương [gág nœ-úrg day-i fœ-urng]
Westerner người Tây Phương [ngoo-ùh-i day-i fœ-urng]
westernize Tây hóa [day-i hwá]
West Indian (adj) 'Jamaica' [Jamaiga]
wet ướt [œ-úrd]
what? cái gì? [gái yì]
what's that? đó là gì? [dó là yì]
what should I do? tôi nên/phải làm gì? [doy nayn/fải làm yì]
what a view! cảnh đẹp quá chừng! [gảng dẹp gwá jœ̀ng]
what bus do I take? tôi đi xe (buýt) nào? [doy di seh (bweéd) nào]
wheel bánh xe [báng seh]
wheelchair xe lăn [seh lun]
when? khi nào [ki nào], chừng nào (S) [jœ̀ng nào]
when we get back khi nào chúng tôi về lại [ki nào jóóng doy vày lại]
when's the train/ferry? khi nào có xe lửa/phà? [ki nào gó seh lœ̉-a/fà]
where? ở đâu? [ủr doh]
I don't know where it is tôi không biết nó ở đâu [doy kawng bi-áyd nó ủr doh]

dialogue

where is the cathedral? nhà thờ lớn ở đâu? [n-yà tùr lúrn ủr doh]
it's over there ở đằng kia [ủr dùng gia]
could you show me where it is on the map? ông/bà có thể chỉ tôi xem trên bản đồ không? [awng/bà gó tảy jỉ doy sem jayn bản dàw kawng]
it's just here ngay đây này [ngay day-i này]
see **way**

which: which bus? xe (buýt) nào? [seh (bweéd) nào]

dialogue

which one? cái nào? [gái nào]
that one cái kia [gái gia]
this one? cái này hả? [gái này hả]
no, that one không phải, cái kia [kawng fải gái gia]

while: while I'm here đang lúc tôi có mặt ở đây [dang lóóg doy gó mụd ủr day-i]
whisky rượu uýt-ki [rœ-ụroo wíd-gi]
white trắng [júng]
white wine rượu (vang) trắng [rœ-ụroo (vang) júng]
who? ai?
who is it? ai đó? [ai dó]
the man who ... cái ông mà ... [gái awng mà]
whole: the whole week cả tuần [gả dwàwn]
the whole lot toàn bộ [dwàn bạw]
whose: whose is this? cái này của ai vậy? [gái này gỏở-a ai vạy-i]
why? tại sao? [dại sao]
why not? sao không? [sao kawng]
wide rộng [rạwng]
wife: my wife vợ tôi [vụr doy]
will*: will you do it for me? ông/bà làm hộ tôi được không [awng/bà làm hạw doy dœ-ụrg kawng]
wind (noun) gió [yó]
window (of house, car) cửa sổ [gœ-a sảw]
(of shop) ô kính [aw gíng]
near the window gần cửa sổ [gùhn gœ-a sảw]
in the window (of shop) ở ô kính [ủr aw gíng]
window seat chỗ ngồi gần cửa sổ [jãw ngòy gùhn gœ-a sảw]
windscreen kính chắn gió [gíng jún yó]
windscreen wiper cần gạt nước [gùhn gạd nœ-úrg]
windsurfing môn lướt thuyền gió [mawn lœ-úrd twee-àyn yó]
windy: it's so windy gió quá [yó gwá]
wine rượu vang [rœ-ụroo vang]
can we have some more wine? làm ơn cho thêm tí rượu vang [làm urn jo taym dí rœ-ụroo vang]
wine list bảng rượu [bảng rœ-ụroo]
winter mùa đông [mòò-a dawng]
in the winter vào mùa đông [vào mòò-a yawng]
wire dây (kim loại) [yay-i (gim lwại)]
(electric) dây điện [yay-i di-ạyn]
wish: best wishes những lời chúc tốt lành nhất [n-yœ̃ng lùh-i jóóg dáwd làng n-yúhd]
with với [vúh-i]
I'm staying with ... tôi đang ở với ... [doy dang ủr vúh-i]
without không có [kawng gó]

witness nhân chứng [n-yuhn jœng]
will you be a witness for me? ông/bà làm nhân chứng cho tôi được không? [awng/bà làm n-yuhn jœng jo doy dœ-ựrg kawng]
woman đàn bà [dàn bà]
(more formal) phụ nữ [fọọ nœ̃]
wonderful tuyệt vời [dwee-ạyd vùh-i]
won't*: it won't start máy không chịu nổ [máy kawng jẹw nảw]
wood (material) gỗ [gãw]
woods (forest) rừng cây [rœ̀ng gay-i]
wool len
word chữ [jœ̃]
work (noun) việc [vi-ạyg], công chuyện (S) [gawng jwee-ạyn]
it's not working hỏng rồi [hỏng ròy]
I work in ... tôi làm ở ... [doy làm ủr]
world thế giới [táy yúh-i]
worry: I'm worried tôi lo [doy lo]
worse: it's worse tệ hơn nữa [dạy hurn nœ̃-a]
worst tệ nhất [dạy n-yúhd]
worth: is it worth a visit? có đáng xem không? [gó dáng sem kawng]
would: would you give this to ... ? ông/bà đưa giùm cái này cho ... được không? [awng/bà doo-a yòòm gái này jo ... dœ-ựrg kawng]
wrap: could you wrap it up? ông/bà có thể gói nó lại không? [awng/bà gó tảy góy nó lại kawng]
wrapping paper giấy gói [yáy-i góy]
wrist cổ tay [gảw day]
write viết [vi-áyd]
could you write it down? ông/bà có thể viết ra không? [awng/bà gó tảy vi-áyd ra kawng]
how do you write it? ông/bà viết như thế nào? [awng/bà vi-áyd n-yœ táy nào]
writing paper giấy để viết [yáy-i dảy vi-áyd]
wrong: it's the wrong key lầm chìa khóa [lùhm jìa kwá]
this is the wrong train không phải xe lửa này [kawng fải seh lœ̉-a này]
the bill's wrong hóa đơn này sai rồi [hwá durn này sai ròy]
sorry, wrong number xin lỗi, sai số [sin lõy sai sáw]
sorry, wrong room xin lỗi, lầm phòng [sin lõy lùhm fòng]
there's something wrong with ... có gì không ổn ... [gó yì kawng ảwn]
(machine) trục trặc ... [jọọg jụg]
what's wrong? có việc/chuyện gì? [gó vi-ạyg/jwee-ạyn yì]

X

X-ray tia X [dia íj sì]

Y

yacht du thuyền [yoo twee-àyn]
yard*
year năm [num]
yellow màu vàng [mà-oo vàng]
yes vâng (N) [vuhng], dạ (S) [yạ]
yesterday hôm qua [hawm gwa]
yesterday morning sáng hôm qua [sáng hawm gwa]
the day before yesterday hôm kia [hawm gia]
yet chưa [joo-a]

dialogue

is it here yet? đã đến chưa? [dã dáyn joo-a]
no, not yet chưa, chưa đến [joo-a joo-a dáyn]
you'll have to wait a little longer yet ông/bà sẽ còn phải đợi thêm tí nữa [awng/bà sẽh gòn fải dụh-i taym dí nõõ-a]

yoghurt da-ua [ya-waw], sữa chua [sõõ-a jwaw]
you* (formal: to older or more senior man/woman) ông/bà [awng/bà]
(less formal: to youngish man) anh [ang]
(less formal: to youngish woman) chị [jị]
(formal: usually said by man to young woman) cô [gaw]
(informal: to much younger person or child) em
this is for you (formal: to older man/woman) đây là cho ông/bà [day-i là jo awng/bà]
young trẻ [jẻh]
your/yours* (formal: to older or more senior man/woman) của ông/của bà [gỏỏ-a awng/gỏỏ-a bà]
(less formal: to youngish man) của anh [gỏỏ-a ang]
(less formal: to youngish woman) của chị [gỏỏ-a jị]
(informal: to young woman) của cô [gỏỏ-a gaw]
(informal: to much younger person or child) của em [gỏỏ-a em]
your camera (formal: to older man/woman) máy ảnh của ông/bà [máy ảng gỏỏ-a awng/bà]

Z

zero số không [sáw kawng], 'zero'
zip phẹc mơ-tuya [fẹg mur-dwee-a]
could you put a new zip on? ông/bà có thể cho vào một cái phẹc mới không? [awng/bà gó tảy jo vào mạwd gái fẹg múh-i kawng]
zipcode mã thư tín [mã too dín]
zoo sở thú [sủr tóó]

Vietnamese

→

English

Colloquialisms

You might well hear the following expressions but you shouldn't be tempted to use any of the stronger ones – local people will not be amused or impressed by your efforts.

anh chàng [ang jàng] bloke
câm họng! [guhm họng] shut up! (very offensive)
câm mồm! [guhm màwm] shut up!
cút đi! [góód di] get out of here!; piss off!
chúa ơi! [jóó-a uh-i] oh God!
đi đi! [di di] go away!
địt mẹ (N) [dịd mẹh] shit; bastard; fuck
đồ chết tiệt [dàw jáyd di-ạyd] damn you!
đồ chó đẻ! [dàw jó dẻh] son of a bitch!
đồ khốn! [dàw káwn] damn you!
đồ ngu! [dàw ngoo] stupid idiot!
đồ qủi tha ma bắt! [dàw gwỉ ta ma búd] to hell with you!
đụ má (S) [dọọ má] shit; bastard; fuck
hay thật! [hay tụht] brilliant!, great!
im đi! [im di] shut up!
im mồm! [im màwm] shut up!
im nào! [im nào] shut up!
mẹ kiếp! [mẹh gi-áyp] bloody hell!
ngu [ngoo] stupid, thick
ngu như chó [ngoo n-yœ jó] as thick as two short planks
tuyệt! [too-yạyt] great!
thằng khốn! [tùng káwn] you damned bastard!
trời đất! [jùh-i dúhd] good heavens!
trời ơi! [jùh-i uh-i] oh my God!

In this dictionary we have generally ordered words according to English alphabetical order so as to make reference more user-friendly, whereas in other Vietnamese dictionaries you will find vowels ordered by tone mark and accent. However, we follow Vietnamese practice in grouping the following letters separately: ch (after c); đ (after d); gi (after g); kh (after k); ng (after n); nh (after ng); ph (after p); th (after t); tr (after t).

A

à cushion word, put at the end of a sentence to ask a friendly question or to clarify, or put at the beginning of a sentence to show surprise
à quên! [à gwayn] ah, I forgot!
Á Châu [á joh] Asia; Asian (adj)
ai? who?; anybody;
ai đó? [ai dó] who is it?
ai nữa? [ai nõõ-a] anyone else?; who else?
ấm [úhm] warm
ẩm [ủhm] damp
âm nhạc [uhm n-yạg] music
ăn [un] eat
ăn mặc [un mụg] dress
ăn mặc lôi thôi [un mụg loy toy] slovenly dressed
ấn phẩm [úhn fủhm] printed matter
an toàn [an dwàn] safe (adj)
ăn trộm [un jạwm] burgle
ăn trưa [un joo-a] lunch
ăn uống [un wáwng] eat and drink
ăn uống gì chưa? [un wáwng yì joo-a] have you eaten?
Anh [ang] English (adj)
anh [ang] you; brother (older); cousin (older)
ảnh [ảng] photo; he (S)
anh ấy [ang áy-i] he; him
anh cả [ang gả] eldest brother
anh chàng [ang jàng] bloke
anh chú bác [ang jóó bág] cousin (paternal: older male)
anh họ [ang họ] cousin (maternal: older male)
Anh kim [ang gim] pound sterling
anh ngốc [ang ngáwg] idiot
Anh Quốc [ang gwáwg] England
anh rể [ang rảy] brother-in-law (older)
áo ấm [áo úhm] sweater, jumper; warm clothes
áo bà ba woman's traditional collarless shirt, normally black or white
áo choàng [áo jwàng] coat
áo dài [áo yài] woman's traditional long dress worn over trousers
áo gi-lê [áo yi-lay] waistcoat
áo khoác [áo kwág] coat, overcoat
áo khoác ngoài [áo kwág ngwài] dressing gown
áo lạnh [áo lạng] jumper
áo len cổ chui [áo len gảw jwee] pullover
áo lót [áo lód] vest; slip (garment)
áo mưa [áo moo-a] raincoat; cagoule
áo ngoài [áo ngwài] jacket
áo ngủ đàn bà [áo ngỏỏ dàn bà] nightdress
áo phao [áo fao] life jacket
áo phao cấp cứu dưới ghế ngồi life jacket is under the seat

áo săng-đay [áo sung-day] jersey
áo sơ mi [áo sur mi] shirt
áo sơ-mi đàn bà [áo sur-mi dàn bà] blouse
áo thun [áo toon] T-shirt
áo vệ sinh [áo vạy sing] sweatshirt
Âu hóa [oh hwá] westernize
ấy [áy-i] that; those

B

ba [ba] dad, father
Bà Mrs
bà [bà] you; lady
bả (S) her; she
bà ... được không? [bà ... dɯ-ụrg kawng] can you ...? (request)
bà có thể ...? [bà gó tảy] could you ...?
bà ấy [bà áy-i] she; her
bà có thích ... không? [bà gó tíj ... kawng] do you like ...?
bà con [bà gon] relative (noun)
bà già [bà yà] mother (informal); grandmother
bà giám đốc [bà yám dáwg] manageress
bà không nên ... [bà kawng nayn] you shouldn't
bà nên ... [bà nayn] you should
ba lô [ba law] rucksack
bà nội [bà nọy] grandmother (paternal)
bà ngoại [bà ngwại] grandmother (maternal)
ba vợ [ba vụr] father-in-law
bạc [bạg] silver (noun)
bác [bág] uncle (father's older brother)
Bắc Ái Nhĩ Lan [búg ái n-yĩ lan] Northern Ireland
bác sĩ [bág sĩ] doctor
bác sĩ trực [bág sĩ jɯg] doctor on duty
bậc thang [bụhg tang] stairs
bãi biển [bãi bi-ảyn] beach
Bãi biển Non Nước [bãi bi-ảyn non nɯ-úrg] China Beach (in Danang)
bài hát [bài hád] song
bài học [bài họg] lesson
bạn friend
bán [bán] sell; sale
bận [bụhn] busy; engaged, (US) occupied
bản âm [bản uhm] negative (film)
ban công [ban gawng] balcony (in theatre)
bàn chải răng [bàn jải rung] toothbrush
bàn chải tóc [bàn jải dóg] hairbrush
bàn chân [bàn juhn] foot
ban đêm [ban daym] night
bản đồ [bản dàw] map (city plan)
bạn gái [bạn gái] girlfriend
bản thân anh [bản tuhn ang] yourself
bản thân anh ấy [bản tuhn ang áy-i] himself
bản thân cô ấy [bản tuhn gaw áy-i] herself
bản thân chúng ta [bản tuhn jóong da] ourselves

bản thân họ [bản tuhn họ] themselves
bản thân nó [bản tuhn nó] itself
bản thân tôi [bản tuhn doy] myself
bạn thư từ [bạn too dờ] penfriend
bạn trai [bạn jai] boyfriend
bàn ủi [bàn ỏỏ-i] iron (for ironing)
bán vé [bán véh] tickets
băng [bung] ice; tape (for cassette)
bằng [bùng] by; in
bằng máy bay [bùng máy bay] by air, by plane
bằng tiếng Việt [bùng di-áyng vi-ạyd] in Vietnamese
băng cát-sét [bung gád-séd] cassette
băng dính [bung yíng] Elastoplast®, Bandaid®
bằng đường hàng không [bùng doo-ùrng hàng kawng] by airmail
bằng đường sắt [bùng doo-ùrng súd] by rail
băng keo [bung geh-ao] Sellotape®, Scotch tape®
bằng không [bùng kawng] otherwise
bằng lái xe [bùng lái seh] driver's licence
bằng phẳng [bùng fủng] flat (adj)
bảng rượu [bảng roo-ụroo] wine list
bằng tay [bùng day] hand-made
băng vệ sinh [bung vạy sing] sanitary towels/napkins
banh [bang] ball
bánh kem quế [báng gem gwáy] ice-cream cone
bánh xe [báng seh] wheel
bao include; packet
báo newspaper, paper
bảo tell
bão storm
bao cao su [bao gao soo] condom
báo động [báo dạwng] alarm
bao giờ [bao yùr] ever
bao hết ăn và ở [bao háyd un và ủr] full board
bao lâu? [bao loh] how long?
bao lơn [bao lurn] balcony
bao nhiêu? [bao nyi-yoh] how many?; how much?
bảo quản lạnh keep refrigerated
bảo quản nơi thoáng mát keep in cool place
bảo tàng quân đội [bảo dàng gwuhn dọy] military museum
bảo tàng viện [bảo dàng vi-ạyn] museum
báo thức [báo toog] alarm
bar trong khách sạn [bar jong káj sạn] hotel bar
bắt [búd] catch (verb)
bật [bụhd] switch on
bất cứ ai [búhd goo ai] anyone
bất cứ cái gì [búhd goo gái yì] anything
bất cứ lúc nào [búhd goo lóóg nào] any time
bất cứ nơi nào [búhd goo nuh-i nào] anywhere

bắt chéo [búd jéh-ao] cross
bất đắc dĩ [búhd dúg yĩ] reluctant
bắt đầu [búd dòh] start, begin
bất lịch sự [búhd lịj sợ] rude
bát phố [bád fáw] go for a walk/ride (usually in the evening)
bất tiện [búhd di-ạyn] inconvenient
bất thình lình [búhd tìng lìng] suddenly
bay fly (verb)
bây giờ [bay-i yùr] now
bé [béh] small
bể bơi [bảy buh-i] swimming pool
bể rồi [bảy ròy] broken, in pieces
bé tí [béh dí] tiny
bên [bayn] by; beside; side
bến cảng [báyn gảng] harbour; port
bên cạnh [bayn gạng] beside, next to
bến cuối [báyn gwóy] terminus
bên dưới [bayn yoo-úh-i] below
bên kia [bayn gia] over there
bên này [bayn này] over here
bên ngoài [bayn ngwài] outside
bên phải [bayn fải] right
bên trái [bayn jái] left
bên trong [bayn jong] inside
bến xe [báyn seh] bus/coach station
bến xe buýt [báyn seh bwééd] bus station
bến xe ca (N) [báyn seh ga] coach station
bến xe đò (S) [báyn seh dò] coach station
bến xe lửa [báyn seh lởỏ-a] train station
bến xe tắc-xi [báyn seh dúg-si] taxi rank
bệnh [bạyng] ill, (US) sick
bệnh hoạn [bạyng hwạn] illness
bệnh tật [bạyng dụhd] disease
bệnh viện [bạyng vi-ạyn] hospital
bị expresses passive voice (pejorative)
bị cấm [bị gúhm] forbidden
bị hỏng [bị hỏng] damaged
bị hư [bị hơ] damaged
bị hủy [bị hởỏ-i] cancelled
bị phạt [bị fạd] fine (punishment)
bị sâu bọ cắn [bị soh bọ gún] insect bite
bị thương [bị tơ-urng] hurt; injured
bị thuyết phục [bị twee-áyd fọọg] convinced, persuaded
bị trễ [bị jãy] delayed
bia ôm [bia awm] hostess bar
bìa thư [bìa tơ] envelope
bìa thư hàng không [bìa tơ hàng kawng] airmail envelope
biển [bi-ảyn] sea
Biển Đông [bi-ảyn dawng] South China Sea
biên giới [bi-ayn yúh-i] border (of country)
biên lai [bi-ayn lai] receipt
biến mất [bi-áyn múhd] disappear
biết [bi-áyd] know
tôi không biết nói [doy kawng

bi-áyd nóy] I don't speak
tôi không biết [doy kawng bi-áyd] I don't know
biểu diễn võ thuật [bi-ảyoo yi-ãyn võ twạwd] martial arts demonstration
bình chữa cháy [bìng jõ͡o-a jáy] fire extinguisher
bình minh [bìng ming] dawn
bình thường [bìng to͡o-ùrng] normal; ordinary
bố [báw] dad, father
bồ [bàw] girlfriend; boyfriend
bộ [bạw] set (of tools etc); suit; department
bờ biển [bùr bi-ảyn] shore, coast
bộ com-lê [bạw gom-lay] suit
bộ đội [bạw dọy] soldier
bờ hồ [bùr hàw] shore (of lake)
bộ phim [bạw fim] film, movie
bố vợ [báw vụr] father-in-law (wife's father)
bơi [buh-i] swim (verb)
bởi [bủh-i] as, since; by
bởi lý do [bủh-i lí yo] because of
bội thực [bọy tọ͡og] indigestion
bởi vì [bủh-i vì] because
bồn rửa chén bát [bàwn rỏ͡o-a jén bád] sink
bồn rửa tay [bàwn rỏ͡o-a day] washhand basin
bông [bawng] cotton
bóng bàn table tennis
bóng đá [bóng dá] football
bóng đèn [bóng dèn] light bulb
bông gòn [bawng gòn] cotton wool, absorbent cotton
bỗng nhiên [bãwng ni-ayn] suddenly
boong deck
bọt cạo [bọd gạo] shaving foam
bột giặt [bạwd yụd] soap powder
Bs. Dr
bữa [bõ͡o-a] meal (N); day (S)
bữa ăn [bõ͡o-a un] meal
bữa cơm [bõ͡o-a gurm] meal
bữa kia [bõ͡o-a kia] the other day
bữa nay [bõ͡o-a nay] today
bữa qua [bõ͡o-a gwa] yesterday
bữa tiệc [bõ͡o-a di-ạyg] party; reception
bữa tối [bõ͡o-a dóy] supper
bữa trước [bõ͡o-a jo͡o-úrg] the other day
bức [bó͡og] piece
bức ảnh [bó͡og ảng] photo
bức điện [bó͡og di-ạyn] message
bức họa [bó͡og họa] picture, painting
bực mình [bọ͡og mìng] annoying
bụng [bọong] stomach
buổi [bwỏy] period; time
buổi biểu diễn [bwỏy bi-ảyoo yi-ãyn] concert; performance
buổi chiều [bwỏy ji-àyoo] afternoon
buổi hòa nhạc [bwỏy hwà n-yạg] concert
buổi sáng [bwỏy sáng] morning
buổi tối [bwỏy dóy] evening
buổi trình diễn [bwỏy jìng yi-ãyn] show (in theatre)

buổi trưa [bwỏy joo-a] noon, midday
buồm [bwàwm] sail (noun)
buồn [bwàwn] sad; boring; feel like, feel inclined to
buồn cười [bwàwn goo-ùh-i] funny
buồn nôn [bwàwn nawn] feel sick
buồn ngủ [bwàwn ngỏỏ] sleepy
buồn qúa [bwàwn gwá] bored; feel bored
buồng [bwàwng] room; chamber
buồng ngăn [bwàwng ngun] compartment (on train)
búp-bê [bóóp-bay] doll
bút [bóód] pen
bút bi [bóód bi] ballpoint pen
bút chì [bóód jì] pencil
bút nguyên tử [bóód ngwee-ayn dờ] ballpoint pen
bưu điện [ber-oo di-ạyn] post office
bưu điện chính [ber-oo di-ạyn jíng] main post office
bưu điện trung tâm [ber-oo di-ạyn joong duhm] main post office
bưu kiện [ber-oo gi-ạyn] parcel
bưu phí [ber-oo fí] postage
bưu phí giá cước quốc tế [bꝏ-oo fí yìa gꝏ-úrg gwáwg dáy] international postage rates
bưu phí nội địa [bꝏ-oo fí nọy dịa] national postage rates
bưu thiếp [ber-oo ti-áyp] postcard

C

C.A. police
ca [ga] sing (traditional songs)
cá [gá] fish
cả [gả] all; all together; everyone; eldest; principal
cả hai [gả hai] both; both of them
cả ngày [gả ngày] all day
cà phê ôm [gà fay awm] hostess coffee bar
cá sấu [gá sóh] crocodile
ca sĩ [ga sĩ] singer
cả thảy [gả tảy] altogether
cà vạt [gà vạd] tie, necktie
các [gág] indicates plural
các anh [gág ang] you (plural)
các bà [gág bà] you (plural)
các cậu [gág gọh] you (plural)
các chị or cô [gág jị or gaw] you (plural)
các chuyến tàu vào ngày thường/ngày nghỉ trains on weekdays/holidays
các em [gág em] you (plural)
các nước Tây Phương [gág nꝏ-úrg day-i fꝏ-urng] the West
các ngày làm việc trong tuần working days
các ông [gág awng] you (to older men)
các số cần biết [gág sáw gùhn bi-áyd] useful numbers
cách [gàj] method; system; means, way; divide; separate; move away; apart; distance

cách dùng và liều lượng use and dosage
cách đây [gáj day-i] ago, before; denotes past tense
cách ngừa thai [gáj ngừ-a tai] contraceptive
cách xa [gáj sa] far away
cái [gái] one; ones; classifier referring to inanimate objects
cái bàn [gái bàn] table
cái bình [gái bìng] jug; vase
cái cầu [gái gùh-oo] bridge (over river)
cái chiêng [gái ji-ayng] gong
cái chổi [gái jỏy] brush (for cleaning)
cái dù (S) [gái yòò] umbrella; beach umbrella
cái đầu [gái dòh] head
cái đó [gái dó] that; that one
cái ghế [gái gáy] chair
cái gì? [gái yì] what?
cái gì đó [gái yì dó] something
cái gì nữa [gái yì nữ-a] something else
cái giỏ [gái yỏ] basket
cái giường [gái yừ-ùrng] bed
cái hẹn [gái hẹn] appointment
cái kia [gái gia] that; that one
cái khác [gái kág] the other one; another
cái lọ [gái lọ] jar
cái lỗ [gái lãw] hole
cái lon [gái lon] can, tin
cải lương (S) [gải lừ-urng] operetta
cái màn [gái màn] mosquito repellent
cái mở đồ hộp [gái mửr dàw hạwp] tin-opener
cái nào? [gái nào] which?; which one?
cái nào cũng được [gái nào gõõng dừ-ựrg] either of them
cái nắp [gái núp] lid
cái này [gái này] this; this one
cái nĩa [gái nĩa] fork
cái ô (N) [gái aw] umbrella
cái phao [gái fao] lifebelt
cái phích [gái fíj] Thermos® flask
cái túi [gái dóó-i] bag
cải thiện [gải ti-ạyn] improve
cái thúng [gái tóóng] basket
cái thùng [gái tòòng] bucket
cái ví [gái ví] wallet; purse
cái xắc tay [gái súg day] handbag
cái xoong [gái soong] saucepan
câm [guhm] dumb, mute
cấm [gúhm] forbid, prohibit
cầm [gùhm] take; carry; hold saucepan
cảm cúm [gảm góóm] flu
cấm dừng no stopping
cấm đỗ no parking
câm họng! [guhm họng] shut up! (very offensive)
cấm hút thuốc no smoking
cấm khạc nhổ no spitting
câm mồm! [guhm màwm] shut up!
cám ơn [gám urn] grateful; thanks, thank you
cám ơn nhiều [gám urn n-yàyoo] thank you very much

Ca

cám ơn ông/bà [gám urn awng/bà] thanks, thank you
cảm ơn [gảm urn] thank; thank you
cấm qua lại [gúhm gwa lại] no trespassing
cấm sờ [gúhm sùr] do not touch
cấm tắm [gúhm dúm] no bathing
cảm thấy [gảm táy-i] feel
cấm vào [gúhm vào] no entry
cam-pu-chia [gam-poo-jia] Cambodian (adj)
cạn [gạn] shallow
căn [gun] classifier for room, house, apartment
cắn [gún] bite
cần [gùhn] need
anh cần gì? [ang gùhn yì] what would you like?
căn buồng [gun bwàwng] room
cạn chén! (N) [gạn jén] cheers!
cân hành lý [guhn hàng lí] check in
cạn ly! (S) [gạn li] cheers!
cân nặng [guhn nụng] weight
cẩn thận! [gủhn tụhn] be careful!; caution!, look out!
cần thiết [gùhn ti-áyd] necessary
cảng [gảng] port
càng ... càng [gàng ... gàng] the more ... the more
càng ... càng tốt [gàng ... gàng dáwd] as ... as possible
cánh [gáng] wing
cảnh [gảng] view
cạnh [gạng] side
cánh đồng [gáng dàwng] field
cánh rừng [gáng rừng] forest
cảnh sát [gảng sád] policeman; police
Cảnh sát giao thông [gảng sád yao tawng] traffic police
cánh tay [gáng day] arm
cảnh vật [gảng vụhd] scenery
cao [gao] tall; high
Cao nguyên Miền Trung [gao ngwee-ayn mi-àyn joong] Central Highlands
Cao nguyên Trung Bộ [gao ngwee-ayn joong Bạw] Central Highlands
cao nhất [gao n-yúhd] highest
cao su [gao soo] rubber
cặp [gụp] couple
cấp cứu [gúhp gér-oo] first aid
ca-pô [ga-paw] bonnet (of car), (US) hood
cắt [gúd] cut (verb)
cắt điện [gúd di-ạyn] power cut
cất giữ nơi khô ráo keep in a dry place
cắt tóc [gúd dóg] haircut
cầu [gòh] bridge; pier; quay
cậu [gọh] you; uncle (mother's brother)
cậu ấy [gọh áy-i] he
câu cá [goh gá] fish (with rod)
cầu cảng [gòh gảng] quay
cầu chì [gòh jì] fuse (noun)
câu hỏi [goh hỏi] question
cầu tàu [gòh dà-oo] jetty, landing stage
cầu tiêu [gòh di-yoh] toilet, lavatory
cay [gay] hot, spicy
cây [gay-i] classifier for trees

cây cầu [gay-i gòh] bridge
cây cối [gay-i góy] plant
cây số [gay-i sáw] kilometre
có [gó] there is; there are; have
có ... không? [gó ... kawng] are there ... ?, is there ...?
tôi không có (tí gì) [doy kawng gó (dí yì)] I don't have any
tôi không có [doy kawng gó] I don't have any
cỏ [gỏ] grass
Cô [gaw] Ms; Miss
cô [gaw] you (to younger woman); Miss; lady; aunt (paternal)
cổ [gảw] she (S); neck
cờ [gùr] chess; flag
cỡ [gũr] size
cổ áo [gảw áo] collar
cô ấy [gaw áy-i] she; her
cờ bac [gùr bag] gambling
có chứa ... contains ...
co dãn [go yãn] elastic
có điều hòa (không khí) [gó di-àyoo hwà (kawng kí)] air-conditioning
có độc [gó dạwg] poisonous
cố gắng [gáw gúng] try
có giá trị [gó yá jị] valid (ticket etc)
cổ họng [gảw họng] throat
có lẽ [gó lẽh] perhaps; probably
có mang [gó mang] pregnant
có nghĩa là [gó ngĩa là] mean (verb)
cô phục vụ phòng [gaw fọọg vọọ fòng] maid (in hotel)
cơ quan [gur gwan] office
cờ tướng [gùr dœ-úrng] Chinese chess
có thai [gó tai] pregnant
có thể [gó tảy] probably; perhaps; possible
cơ thể [gur tảy] body
có vòi tắm [gó vòy túm] with shower
cỡ vừa [gũr vœ̀-a] medium-sized
còi báo lửa [gòi báo lœ̉-a] fire alarm
coi chừng! [goi jœ̀ng] look out!
coi chừng có chó beware of the dog
coi lại [goi lại] check
cơm [gurm] meal; food; cooked rice
cơm tối [gurm dóy] evening meal, dinner
con [gon] son; daughter; classifier referring to names of animals or to people pejoratively or to long objects
còn [gòn] yet; still; remaining
còn ... hơn thế nữa [gòn ... hurn táy nœ̃-a] even more ... than
còn gì nữa? [gòn yì nœ̃-a] what else?
cơn bão [gurn bão] storm
con bò [gon bò] cow
con cá [gon gá] fish
con cua [gon gwaw] crab
con chim [gon jim] bird
con chó [gon jó] dog
con chuột [gon jwạwd] rat
con dán [gon yán] cockroach

con dao [gon yao] knife
con dâu [gon yoh] daughter-in-law
con dê [gon yay] goat
con đường [gon dœ-ừng] road
con gái [gon gái] daughter
cơn ho [gurn ho] cough (noun)
con lợn [gon lựn] pig
con mèo [gon mèh-ao] cat
cơn mưa [gurn moo-a] rainfall
con nít (S) [gon níd] child
con ngựa [gon ngœ̣-a] horse
con người [gon ngoo-ừh-i] human being
con rể [gon rảy] son-in-law
con rồng [gon ràwng] dragon
con sông [gon sawng] river
con tàu [gon dà-oo] ship
còn thứ khác nữa [gòn tœ́ kág nœ̃-a] something else
con trai [gon jai] son; boy
công [gawng] public; work
cồng [gàwng] bronze gong
cổng [gảwng] gate
cộng [gạwng] add
công an [gawng an] police
công chúng [gawng jóóng] the public
công chuyện [gawng jwee-ạyn] work (S); business
công dân [gawng yuhn] national
cộng hòa xã hội chủ nghĩa socialist republic
công tắc [gawng dúg] switch; on/off switch
công ty [gawng di] company
công viên [gawng vi-ayn] park (noun)
C.S.G.T. traffic police
cũ [gõõ] second-hand; old-fashioned; old
cứ [gœ́] persist in
cứ bình tĩnh! [gœ́ bìng dĩn-y] take it easy!, keep cool!
cú gọi điện thoại [góó gọy di-ạyn twại] phone call
cú sốc [góó sáwg] shock
cứ tự nhiên! [gœ́ dœ̣ ni-ayn] please do!, please go ahead!
của [gỏ̀-a] of; belonging to
cửa [gỏ̀-a] door; gate (at airport)
cửa an toàn [gỏ̀-a an dwàn] emergency exit
của anh [gỏ̀-a ang] your; yours
của anh ấy [gỏ̀-a ang áy-i] his
của bà (S) [gỏ̀-a bà] your; yours
cuả bà ấy [gwảw bà áy-i] hers
của bản thân [gỏ̀-a bản tuhn] own
của cải thất lạc [gỏ̀-a gải túhd lạg] lost property
của cô ấy [gỏ̀-a gaw áy-i] hers
cửa cuốn [gỏ̀-a gwáwn] shutter (on window)
của chị [gỏ̀-a jị] your; yours
của chính [gỏ̀-a jíng] own
của chúng ta [gỏ̀-a jóóng da] ours; our
của chúng tôi [gỏ̀-a jóóng doy] ours; our
cửa hàng [gỏ̀-a hàng] shop; department
cửa hàng ăn hải sản [gỏ̀-a hàng un hải sản] seafood restaurant

cửa hàng bách hóa [gởở-a hàng báj hwá] department store
cửa hàng cà phê [gởở-a hàng gà fay] coffee shop
cửa hảng công nghiệp [gởở-a hảng gawng ngi-ạyp] state-run shop
cửa hàng du lịch [gởở-a hàng yoo lịj] travel agency
cửa hàng đồ cổ [gởở-a hàng dàw gẩw] antique shop
cửa hàng kim khí [gởở-a hàng gim kí] hardware store
cửa hàng miễn thuế [gởở-a hàng mi-ãyn twáy] duty-free shop
cửa hàng nước hoa [gởở-a hàng nœ-úrg hwa] perfume shop
cửa hàng rượu [gởở-a hàng rœ-ụroo] liquor store, shop selling wines and spirits
cửa hàng thủ công nghệ [gởở-a hàng tởở gawng ngạy] craft shop
của họ [gởở-a họ] their; theirs
của ông [gởở-a awng] your; yours (male)
của ổng (S) [gởở-a ẩwng] his
của ông ấy [gởở-a awng áy-i] his
của riêng tôi [gởở-a ri-ayng doy] my own
cửa sổ [gởở-a sẩw] window
của tôi [gởở-a doy] my; mine
cực kỳ [gœ̣g gì] extremely
cục tẩy [gọọg dẩy-i] rubber (eraser)
cũng [gõõng] also, too
cứng [gœ́ng] hard
cùng cực [gòòng gœ̣g] extremely
cung điện [goong di-ạyn] palace
cùng nhau [gòòng nya-oo] together
tôi cũng vậy [doy gõõng vạy-i] me too; so am I; so do I
tôi cũng không [doy gõõng kawng] nor do I
cũng vậy [gõõng vạy-i] the same; also
cũng vậy thôi [gõõng vạy-i toy] so-so
cùng với [gòòng vúh-i] with
cuộc [gwạwg] organized event
cuộc biểu diễn pháo hoa [gwạwg bi-ảyoo yi-ãyn fáo hwa] firework display
cuộc du hành không qua đêm [gwạwg yoo hàng kawng gwa daym] day trip
cuộc du ngoạn ngắm cảnh [gwạwg yoo ngwạn ngùm gảng] sightseeing tour
cuộc đấu [gwạwg dóh] fight
cuộc đấu bóng đá [gwạwg dóh bóng dá] football match
cuộc đối thoại [gwạwg dóy twại] conversation
cuộc đua [gwạwg dwaw] race; competition
cuộc giải phẫu [gwạwg yải fõh] surgery
cuộc hành trình [gwạwg hàng jìng] journey
cuộc hẹn [gwạwg hẹn] appointment
cuộc họp [gwạwg họp] meeting
cuộc mít-tinh [gwạwg míd-ding] meeting

cuộc mổ xẻ [gwạwg mảw sẻh] operation (medical)
cước phí trong nước national postage rates
cuộc phỏng vấn [gwạwg fỏng vúhn] interview
cuộc thi [gwạwg ti] contest; examination
cuộc triển lãm [gwạwg ji-ảyn lãm] exhibition, display
cuối [gwóy] last; end
cười [gœ-ùh-i] laugh; smile (verb)
cuối cùng [gwóy gòong] last; at last; in the end
cuối tuần [gwóy dwàwn] weekend
cuốn [gwáwn] roll up; classifier for books and films
cuốn sách [gwáwn sáj] book
cút đi! [góód di] get out of here!, piss off!
cứu tôi với! [gér-oo doy vúh-i] help!

CH

cha [ja] father, dad
chả [jả] not; do not; dish of meat or prawns pounded with spices
cha mẹ [ja mẹh] parents
cha mẹ chồng [ja mẹh jàwng] in-laws (husband's parents)
cha mẹ vợ [ja mẹh vụr] in-laws (wife's parents)
cha vợ [ja vụr] father-in-law (wife's father)
chắc [júg] definitely, certainly; must be; sure; probably
chắc chắn [júg jún] definitely; certainly
chắc hẳn [júg hủn] must
chai [jai] bottle
chậm [jụhm] slow
chậm lại! [jụhm lại] slow down!
châm cứu [juhm ger-óó] acupuncture
chầm chậm [jùhm jụhm] slowly
chấm dứt [júhm yœd] end (verb)
chậm trễ [jụhm jãy] delay
chăn (N) [jun] blanket
chân [juhn] leg
chăn bông (N) [jun bawng] duvet
chấn động đầu [júhn dạwng dòh] concussion
chẳng [jủng] not; do not
chẳng bao lâu [jủng bao luh-o] not long, soon
chẳng hạn [jụng hạn] for instance
chẳng những [jủng n-yœng] not only
chào! [jào] hi!; cheerio!, see you!
chào hỏi [jào hỏy] greetings
chất dẻo [júhd yẻh-ao] plastic
chất lượng [júhd lœ-ụrng] quality
chất lượng tốt [júhd lœ-ụrng dáwd] high quality
cháu [já-oo] grandchildren; friendly term used to

address small children and by children referring to themselves to show respect
Châu Âu [joh oh] Europe; European (adj)
cháu gái [já-oo gái] niece; granddaughter
cháu trai [já-oo jai] nephew; grandson
cháy [jáy] burn (of fire)
chạy [jạy] run (verb)
chạy bằng buồm [jạy bùng bwàwm] sailing; sail (verb)
chạy bằng điện [jạy bùng di-ạyn] electric
cháy nắng [jáy núng] sunburn
chạy suốt [jạy swáwd] express; direct
chạy thẳng [jạy tủng] express
chén (N) [jén] cup
chén đĩa bằng sứ [jén dĩa bùng sứ] china
chén đũa [jén dõõ-a] crockery; bowl and chopsticks
chèo ca-nô [jèh-ao ga-naw] canoeing
chết [jáyd] die; dead
chỉ [jỉ] just, only; cotton, thread; point at
chị [jị] sister; you (to youngish woman); cousin (older female)
chị ấy [jị áy-i] she
chị dâu [jị yoh] sister-in-law (older)
chỉ dùng ngoài da for external use only
chỉ giặt khô dry-clean only
chị họ [jị họ] cousin (older female)
chỉ một [jỉ mạwd] only one
chị ngốc [jị ngáwg] idiot
chi nhánh [ji n-yáng] branch
chi phí [ji fí] cost; expense
chi phiếu [ji fi-áyoo] cheque
chỉ ra [jỉ ra] point out
chi tiêu [ji di-yoh] spend
chìa khóa [jìa kwá] key
chiếc [ji-áyg] one; ones; classifier referring to inanimate objects
chiếc bàn [ji-áyg bàn] table
chiếc ghế [ji-áyg gáy] chair
chiếc ô tô [ji-áyg aw daw] car
chiếc tàu [ji-áyg dà-oo] ship; train
chiếc (xe) ô tô [ji-áyg (se) aw daw] car
chiên (S) [ji-ayn] fried; fry
chiến tranh [ji-áyn jang] war
chiêng [ji-ayng] bronze gong
chiếu [ji-áyoo] beach mat
chiều [ji-àyoo] p.m.; afternoon
chiếu bóng [ji-áyoo bóng] film
chiều cao [ji-àyoo gao] height
chiêu đãi viên nam [ji-yoh dãi vi-ayn nam] steward
chiêu đãi viên nữ [ji-yoh dãi vi-ayn nữ] stewardess
chín [jín] ripe (fruit)
chính [jíng] main, principal; exactly; is also an emphatic pronoun
chính anh [jíng ang] you, yourself
chính anh ấy [jíng ang áy-i] he, himself
chính các anh [jíng gág ang] you, yourselves

Vietnamese → English

Ch

chính cô ấy [jíng gaw áy-i] she, herself
chính chúng ta [jíng jóóng da] we, ourselves
chính họ [jíng họ] they, themselves
chính nó [jíng nó] it, itself
chính phủ [jíng fỏỏ] government
chính tôi [jíng doy] I, myself
chính thế! [jíng táy] exactly!
chính xác [jíng ság] accurate; exactly
cho [jo] give; for; to
chỗ [jãw] place (noun)
chở [jủr] bring
chợ [jụr] market
chỗ ăn nghỉ [jãw un ngĩ] accommodation
cho đến [jo dáyn] until
cho đến khi [jo dáyn ki] until
chỗ đổi tiền [jãw dỏy di-àyn] bureau de change
chỗ đứng [jãw dơơng] standing room
chỗ gặp mặt [jãw gụp mụd] meeting place
chỗ họp [jãw họp] meeting place
chỗ khác [jãw kág] somewhere else
chỗ lấy hành lý [jãw láy-i hàng lí] baggage claim
cho mượn [jo mơơ-ụrn] lend
chỗ nào đó [jãw nào dó] somewhere
cho nên [jo nayn] that is why
chỗ ngồi [jãw ngòy] seat
chỗ ở [jãw ủr] accommodation; residence
cho phép [jo fép] let, allow
cho thuê [jo tweh] for hire, to rent
cho thuê xe đạp [jo tweh seh dạp] cycle hire
chỗ thuê xe hơi [jãw tweh seh huh-i] car hire
cho ví dụ [jo ví yọọ] for example
chốc nữa [jáwg nõõ-a] in a minute
chơi [juh-i] play (verb)
chọn [jọn] choose
chóng [jóng] soon
chồng [jàwng] husband
chồng chưa cưới [jàwng joo-a goo-úh-i] fiancé
chống lại [jáwng lại] against
chú [jóó] uncle (father's younger brother)
chữ [jõõ] word
chữ ký [jõõ gí] signature
chủ nghĩa cộng sản [jỏỏ ngĩa gạwng sản] communism
chủ nhân [jỏỏ n-yuhn] owner
chủ nhật [jỏỏ n-yụhd] Sunday
chủ nhật và ngày lễ Sundays and public holidays
chú ý! [jóó í] attention!
chủ yếu [jỏỏ yáyoo] essential
Chúa [jóó-a] God (Christian)
chưa [joo-a] yet; not yet
chứa [jóó-a] contain
chưa bao giờ [joo-a bao yùr] never; not as yet
chưa chắc [joo-a jág] not sure yet; perhaps
chưa được [joo-a dơợ-urg] not

ready yet
chưa hề [joo-a hày] never
chữa lốp [jữ-a láwp] tyre repairs
chúa ơi! [jóó-a uh-i] oh God!
chưa từng [joo-a dừng] never
chùa tháp [jòò-a táp] pagoda
chưa xong [joo-a song] unfinished, incomplete
chuẩn bị [jwỉwn bị] be ready
chuẩn bị xuống xe get ready to alight
chúc [jóóg] wish
chúc Giáng Sinh vui vẻ! [jóóg yáng sing vwee vẻh] merry Christmas!
chúc may mắn! [jóóg may mún] good luck!
chúc mừng năm mới! [jóóg mừng num múh-i] happy New Year!
chúc ngủ ngon [jóóg ngỏỏ ngon] good night
chúc sinh nhật vui vẻ! [jóóg sing n-yụhd vwee vẻh] happy birthday!
chúc vui vẻ! [jóóg vwee vẻh] enjoy yourself!
chung chung [joong joong] generally
chúng mình [jóóng mìng] us; we; let's (including listeners)
chúng ta lên đường! [jóóng da layn dừ-ừrng] let's go!
chừng nào? (S) [jừng nào] when?
chủng ngừa [jỏỏng ngừ-a] vaccination
chúng ta [jóóng da] us; we; let's (including listeners)
chúng ta hãy [jóóng da hãy] let's
chúng tôi [jóóng doy] we; us (not including listeners)
chương trình [jừ-urng jìng] programme
chút [jóód] little
chút xíu (S) [jóód séw] a little bit
chút ít [jóód íd] tiny bit
chuyến [jwee-áyn] journey, trip; voyage
chuyển [jwee-ảyn] transfer; convey; forward
chuyện: có chuyện gì thế? [gó jwee-ạyn yì táy] what's happening?
chuyến bay [jwee-áyn bay] flight
chuyến bay nội địa [jwee-áyn bay nọy dịa] domestic flights
chuyến bay quốc tế [jwee-áyn bay gwáwg dáy] international flights
chuyến bay thẳng [jwee-áyn bay tủng] direct flight
chuyến bay theo kế hoạch [jwee-áyn bay teh-ao gáy hwạj] scheduled flight
chuyến bay trong nước [jwee-áyn bay jong nừ-úrg] domestic flight
chuyên chở [jwee-ayn jủr] carriage
chuyến du hành [jwee-áyn yoo hàng] trip (excursion)
chuyến du lịch [jwee-áyn yoo lịj] tour (noun)

Ch

chuyến đến [jwee-áyn dáyn] arrivals
chuyến đi [jwee-áyn di] departures
chuyến đi trên biển [jwee-áyn di jayn bi-ảyn] voyage
chuyện gì thế? [jwee-ạyn yì táy] what's up?
chuyến nối tiếp [jwee-áyn nóy di-áyp] connection (travel)
chuyến ra [jwee-áyn ra] departures
chuyến vào [jwee-áyn vào] arrivals
chuyên viên nhãn khoa [jwee-ayn vi-ayn n-yãn kwa] optician
chuyến vô [jwee-áyn vaw] arrivals

D

da [ya] leather; skin
dạ (S) yes
da lộn [ya lạwn] suede
da thật [ya tụhd] real leather
dài [yài] long
dại [yại] stupid
dặm [yụm] mile
dân ca [yuhn ga] folk music
dân chúng [yuhn jóóng] the people
dần dần [yùhn yùhn] slowly, gradually; eventually
dẫn đi [yũhn di] take
dàn nhạc [yàn n-yạg] orchestra
dàn nhạc giao hưởng [yàn n-yạg yao hʊʊ-ủrng] orchestra
dân số [yuhn sáw] population
dán tem [yán dem] stamp; frank
dân tộc [yuhn dạwg] national
dân tộc miền núi [yuhn dạwg mi-àyn nóó-i] hilltribe
dân tộc miền ngược [yuhn dạwg mi-àyn ngʊʊ-ụrg] hilltribe
dành [yàng] book
danh bạ điện thoại [yang bạ di-ạyn twại] phone book
dành cho [yàng jo] for; reserved for
dành trước [yàng jʊʊ-úrg] reserve
dao cạo [yao gạo] razor
dạo phố [yạo fáw] go for a walk/ride (usually in the evening)
dầu [yòh] oil
dầu nhớt [yòh n-yúrd] diesel
dầu rửa chén bát [yòh rỏỏ-a jén bád] washing-up liquid
dầu tắm [yòh dúm] shower gel
dầu thơm [yòh turm] perfume
dầu xoa cho chóng rám nắng [yòh swa jo jóng rám núng] suntan oil
dầu xức sau khi cạo râu [yùh-oo sʊ̃ʊg sa-oo ki gạo roh] aftershave
dày [yày] thick
dây [yay-i] string; wire
dậy [yạy-i] get up, stand up
dây an toàn [yay-i an dwàn] seat belt
dây chuyền đeo cổ [yay-i jwee-àyn deh-ao gảw] necklace
dây điện [yay-i di-ạyn] lead; wire (electrical)
dây giày [yay-i yày] shoelaces

dây kim loại [yay-i gim lwại] wire
dây nịt [yay-i nịd] belt
dây thừng [yay-i từng] rope
dễ [yãy] easy
dễ cháy inflammable
dễ chịu [yãy jị-oo] pleasant, nice (person)
dễ dàng [yãy yàng] easy
dễ lây [yãy lay-i] infectious
dễ sợ [yãy sụr] awful, dreadful (noise)
dễ thương [yãy tư-urng] lovely (children)
dì [yì] aunt (maternal)
dĩ nhiên [yĩ ni-ayn] of course
dĩ nhiên là không [yĩ ni-ayn là kawng] of course not
di tích [yi díj] (historical) monument
di tích lịch sử đã đổ nát [yi díj lịj sử dã dảw nád] ruins
dĩa hát [yĩa hád] record (music)
dịch [yịj] translate
dịch vụ khẩn cấp [yịj vọọ kủhn gúhp] emergency service
diêm (N) [yi-aym] matches
dịu [yẹw] soft (colour); mild (taste)
do [yo] by
do ... viết [yo ... vi-áyd] written by ...
do đó [yo dó] because of that, therefore
dơ [yur] dirty
dở [yủr] bad (film, hotel)
do ... phân phối distributed by ...
do thợ thủ công làm made by craftsmen
dốc [yáwg] steep (hill)
dọc theo [yọg teh-ao] along; alongside
dòng [yòng] current
dù che nắng [yòò jeh núng] sunshade
du lịch [yoo lịj] tourism
du ngoạn có hướng dẫn [yoo ngwạn gó hư-úrng yũhn] guided tour
dù sao đi nữa [yòò sao di nữ-a] anyway
dù sao thì [yòò sao tì] anyway
du thuyền [yoo twee-àyn] yacht
dùng [yòòng] use (verb)
dừng [yừng] stop, halt
dụng cụ [yọọng gọọ] equipment
dụng cụ gia đình [yọọng gọọ ya dìng] household goods
dụng cụ nhà bếp [yọọng gọọ n-yà báyp] kitchenware
dụng cụ thể thao [yọọng gọọ tảy tao] sports gear
dụng cụ văn phòng [yọọng gọọ vun fòng] office supplies
dùng lạnh serve chilled
dùng trước ngày ... best before ...
dừng xe để lấy khách [yừng seh dảy láy-i káj] stopping to collect passengers
dược thảo [yư-ụrg tảo] herbs (medicinal)
dưới [yoo-úh-i] down; under; below
dưới đây [yoo-úh-i day-i] down here
dưới lầu [yoo-úh-i lòh] downstairs

DU

Đ

Đ dong (Vietnamese currency)
đá [dá] ice; stone (rock)
đã [dã] already; denotes past tense
đã ... rồi [dã ... ròy] already
đã đặt trước [dã dụd jơơ-úrg] reserved
đã hủy [dã hwẻẻ] cancelled
đã từng [dã dừng] ever; indicates perfect tense
đặc biệt [dụg bi-ạyd] especially
đai an toàn [dai an dwàn] seat belt
đại ca kịch [dại ga gịj] traditional Vietnamese-style opera
đài kỷ niệm [dài gỉ ni-ạym] (war) monument
đại khái [dại kái] general; generally; fairly; roughly
đại lộ [dại lạw] boulevard
đám [dám] crowd; group
đậm [dụhm] dark (adj: colour)
đám cưới [dám goo-úh-i] wedding
đám cháy [dám jáy] fire
đám đông [dám dawng] crowd
đám tang [dám dang] funeral
đàn bà [dàn bà] woman; women
đàn ông [dàn awng] man; men
đang [dang] denotes present continuous tense
đắng [dúng] bitter
đang bận [dang bụhn] engaged, (US) occupied
đảng cộng sản [dảng gạwng sản] Communist Party
đàng hoàng [dàng hwàng] proper
đăng ký [dung gí] check in (at hotel); properly
đang lúc [dang lóóg] while
đang nghỉ lễ [dang ngỉ lãy] on holiday
đàng sau (S) [dàng sa-oo] behind
đằng sau [dùng sa-oo] at the back
đằng trước [dùng jơơ-úrg] front
đảng viên [dảng vien] Communist Party member
đánh [dáng] hit
đánh bể [dáng bảy] break
đánh cá [dáng gá] fishing (with net)
đánh đổ [dáng dảw] knock over
đánh lộn [dáng lạwn] fight (noun)
đánh thức bằng điện thoại [dáng tớg bùng di-ạyn twại] wake-up call
đảo [dảo] island
đạo Ấn [ộ [dạo ún dạw] Hindu
đạo Cao [ài [dạo gao dài] Christian sect
đạo Hòa Hảo [dạo hwà hảo] Buddhist sect
đạo Khổng [dạo kảwng] Confucianism
đạo Lão Taoism
đảo ngược lại [dảo ngơơ-ựrg lại] upside down

đạo Phật [daọ fụhd] Buddhism
đảo san hô [dảo san haw] coral island
đáp lại [dáp lại] reply (verb)
đạp xe đạp [dạp seh dạp] cycling
đắt [dúd] dear, expensive
đặt [dụd] put; book, reserve
đặt cọc [dụd gọg] deposit
đặt chỗ [dụd jãw] reservation, booking (room)
đặt món [dụd món] order food
đặt phòng [dụd fòng] reservation, booking (room)
đặt trước [dụd jꝏ-úrg] reserve (verb)
đau [da-oo] pain; painful; ache, hurt
đau lưng [da-oo lꝏng] backache
đầu tiên [dòh di-ayn] first
đậu xe [dọh seh] park
đây [day-i] here; over here
đây ông/bà [day-i awng/bà] here you are (giving something)
đầy [dày-i] full
đẩy [dảy-i] push
đầy đủ [dày-i dỏỏ] fully
đậy kỹ sau khi dùng close tightly after use
đây là [day-i là] here is; here are
để [dảy] let; put; in order to, in order that
để bán [dảy bán] for sale; sale
để lại [dảy lại] leave (leave behind)
để làm gì? [dảy làm yì] what for?; what's it for?
để xuống [dảy swáwng] put down
đệm [dạym] cushion; mattress
đem đến [dem dáyn] bring
đêm Giáng Sinh [daym yáng sing] Christmas Eve
đêm giao thừa [daym yao tòò-a] New Year's Eve
đêm nay [daym nay] tonight
đen [den] dark (hair)
đèn [dèn] light; lamp
đến [dáyn] arrive; come; arrival; to
đền [dàyn] temple
đèn hiệu giao thông traffic lights
đèn lồng [dèn làwng] lantern
đến nơi [dáyn nuh-i] arrival; arrive
đẹp [dẹp] beautiful; lovely; nice
đi [di] go; travel; indicates imperative
đi bách bộ [di báj bạw] go for a walk
đi bằng thuyền [di bùng twee-àyn] go by boat
đi bộ [di bạw] walk; on foot
đi chợ [di jụr] go shopping; shopping
đi chỗ khác! [di jãw kág] go away!
đi chơi [di juh-i] go out
đi dạo [di yạo] go for a walk
đi du lịch [di yoo lịj] go on holiday (involves travelling)
đi đi! [di di] go away!
đi khỏi [di kỏi] leave, go away
đi lẹ lên! (S) [di lẹh layn] hurry up!

đi lên [di layn] go up (the stairs etc)
đi mua sắm [di mwaw súm] go shopping
đi nhanh lên! (N) [di n-yang layn] hurry up!
đi qua [di gwa] go through; cross
đi qua biển [di gwa bi-ảyn] crossing
đi ra phố [di ra fáw] go out
đi thả bộ [di tả bạw] go for a walk
đi theo tôi [di teh-ao doy] follow me
đi vắng [di vúng] go away
đi vào [di vào] come in; go in, enter
đi về [di vày] go home
đi xuống [di swáwng] go down (the stairs etc)
đĩa [dĩa] dish, bowl; plate; disk, diskette
địa chỉ [dịa jĩ] address
địa chỉ chuyển thư [dịa jĩ jwee-ảyn tco] forwarding address
địa phương [dịa fco-urng] local
điếc [di-áyg] deaf
điểm cắm điện [di-ảym gúm di-ạyn] power point
điểm tâm [di-ảym duhm] breakfast
điên [di-ayn] mad, crazy
điền [di-àyn] fill in
điện [di-ayn] electricity
điện áp [di-ạyn áp] voltage
điện thoại [di-ạyn twại] phone (noun)
điện thoại công cộng [di-ạyn twại gawng gạwng] public telephone
điện thoại gọi xa [di-ạyn twại gọi sa] long-distance call
điền vào [di-àyn vào] fill in
điền vào chỗ trống fill in the blanks
điều này [di-àyoo này] this; these
đính hôn [díng hawn] engaged (to be married)
Đỉnh Phan-Si-Păng [dỉng fan-si-pung] Phan Si Pan peak
đinh vít [ding víd] screw (noun)
địt mẹ (N) [dịd mẹh] shit; bastard
đó [dó] there; that; those
đó có phải ... ? [dó gó fải] is that ... ?
đó là ... [dó là] that's ...
đó là gì? [dó là yì] what's that?
đồ [dàw] thing
đỗ [dãw] stop (verb)
độ [dạw] degree Celsius; angle
đồ ăn [dàw un] food
độ bách phân [dạw báj fuhn] centigrade
đồ cổ [dàw gảw] antique
đồ cũ [dàw gõõ] second-hand
đồ chết tiệt [dàw jáyd di-ạyd] damn you!
đồ chó đẻ! [dàw jó dẻh] son of a bitch!
đồ chơi [dàw juh-i] toy
đồ da [dàw ya] leather goods
đồ đạc bàn ghế [dàw dạg bàn gáy] furniture
đổ đầy [dảw dày-i] fill up

đồ điện [dàw di-ạyn] electrical appliances
đồ gốm [dàw gáwm] pottery
đồ giả [dàw yả] imitation; fake
đồ khô [dàw kaw] groceries
đồ khốn! [dàw káwn] damn you!
đồ khui hộp [dàw kwee hạwp] can-opener
đồ mở chai [dàw mửr jai] bottle-opener
đồ nữ trang [dàw nỡo jang] jewellery
đồ ngu! [dàw ngoo] stupid idiot!
đồ qủi tha ma bắt! [dàw gwỉ ta ma búd] to hell with you!
đồ sứ [dàw sóo] chinaware
đồ tặng phẩm [dàw dụng fủhm] gifts
đồ thật [dàw tụhd] genuine (antique etc)
đồ trang điểm [dàw jang di-ảym] make-up
đồ vặn nút chai [dàw vụn nóód jai] corkscrew
đỗ xe [dãw seh] park (verb)
đoàn [dwàn] team; party
đọc [dọg] read
đói [dóy] hungry
đồi [dòy] hill
đổi [dỏy] change (verb: money)
đội [dọy] party; team
đợi [dụh-i] wait
đói bụng [dóy bọọng] hungry
đội cứu hỏa [dọy gér-oo hwả] fire brigade
đội cứu lửa [dọy gér-oo lỏỏ-a] fire brigade

đổi chác [dỏy jág] exchange
đổi hướng [dỏy hoo-úrng] diversion (detour)
đôi khi [doy ki] sometimes
đợi tí [dụh-i dí] just a second!
đổi tiền [dỏy di-àyn] change (verb: money)
đối với [dóy vúh-i] for; to
đón [dón] wait for; receive
đơn [durn] form (document)
đồn cảnh sát [dàwn gảng sád] police station
đồn cảnh sát quân sự military police station
đồn công an [dàwn gawng an] police station
đơn tính tiền [durn díng di-àyn] bill
đơn thuốc [durn twáwg] prescription (for medicine)
đơn vị [durn vị] unit
Đồng [dàwng] dong (Vietnamese currency)
đồng [dàwng] copper
đông bắc [dawng búg] northeast
đồng bảng Anh [dàwng bảng ang] pound sterling
Đồng bằng sông Cửu Long [dàwng bùng sawng Gér-oo Long] Mekong Delta
động cơ [dạwng gur] engine
đóng cửa [dóng gỏỏ-a] closed; close (verb)
đóng cửa rồi [dóng gỏỏ-a ròy] closed, shut
đóng cửa từ ... đến closed from ... to ...
đóng cửa vào các ngày ...

closed on ...
đóng dấu [dóng yóh] seal (verb)
đóng dấu tem [dóng yóh dem] stamp; frank
đồng đỏ [dàwng dỏ] bronze
đơn giản [durn yản] simple (easy)
đóng gói [dóng gói] packaging
đồng hồ [dàwng hàw] clock
đồng hồ báo thức [dàwng hàw báo tứrg] alarm clock
đồng hồ đeo tay [dàwng hàw deh-ao day] wristwatch
đóng lại [dóng lại] shut (verb)
đông nam [dawng nam] southeast
đông người [dawng ngoo-ùh-i] crowded
đồng pao [dàwng pao] pound (money)
đồng ruộng [dàwng rwạwng] field
đồng tiền [dàwng di-àyn] coin
đồng thau [dàwng ta-oo] brass
đồng Việt nam [dàwng vi-ạyd nam] Vietnamese dong (currency)
đông y [dawng i] oriental medicine
đồng ý [dàwng í] agree; OK
Tôi đồng ý [doy dàwng í] I agree
đốt [dáwd] burn (verb: set fire to)
đột ngột [dạwd ngạwd] suddenly
đột nhiên [dạwd n-yayn] suddenly
Đ.S.V.N. Vietnamese Rail
đủ [dỏỏ] enough
đụ má (S) [dọọ má] shit; bastard
đu mẹ (S) [doo mẹh] shit; bastard
đủ rồi [dỏỏ ròy] that's enough
đua [dwaw] race (for runners, cars)
đùa [dòò-a] joke
đũa [dõõ-a] chopsticks
đưa [doo-a] deliver; take; delivery (of mail)
đưa đến [doo-a dáyn] bring
đưa đi [doo-a di] take (verb: lead)
đúng [dóóng] yes; agree; right, correct; really
đụng [dọọng] hit (of car)
đựng [dợng] contain
đừng! [dờng] don't!
đừng bận tâm [dờng bụhn duhm] never mind
đứng dậy [dớng yạy-i] get up, stand up
đúng là [dóóng là] truly
đúng mốt [dóóng máwd] fashionable
đúng quá! [dóóng gwá] exactly!
đúng rồi [dóóng ròy] that's right
đụng xe [dọọng seh] crash (noun)
đuốc [dwáwg] torch
được [dơơ-ựrg] all right; expresses passive voice
được rồi! [dơơ-ựrg ròy] right!; that's all
được thôi! [dơơ-ựrg toy] it's OK!
đủợc thưởng [dơơ-ựrg tờ-urng] rewarded
đường [dơơ-ừrng] road; route; sugar

đường kia [dꝏ-ừrng gia] that way
đường này [dꝏ-ừrng này] this way
đường cái [dꝏ-ừrng gái] main road
đường dây [dꝏ-ừrng yay-i] (phone) line
đường hầm [dꝏ-ừrng hừhm] tunnel
đường mòn [dꝏ-ừrng mòn] path
Đường mòn Hồ Chí Minh [dꝏ-ừrng mòn hàw jí ming] Ho Chi Minh Trail
đương nhiên [dꝏ-urng ni-ayn] naturally
đường phố [dꝏ-ừrng fáw] street
đường sắt [dꝏ-ừrng súd] railway
Đường sắt Việt Nam Vietnamese Rail
đút lót [dóód lód] bribe

E

em you (to much younger person or child); cousin
em bé [em béh] baby
em chú bác [em jóó bág] cousin (younger male/female)
em gái [em gái] sister (younger)
em họ cousin (younger male/female)
em trai [em jai] brother (younger)
em vợ [em vụr] sister-in-law (younger)
eo [eh-ao] waist

G

ga gas
gã he (pejorative)
ga cuối cùng [ga gwóy gòong] terminus (rail)
ga hàng không [ga hàng kawng] air terminal
ga xe lửa [ga seh lỏỏ-a] railway station
gác máy replace the receiver
gái girl
gan liver
gần [gùhn] near, close; by (near)
gần đây [gùhn day-i] recently
gần như [gùhn n-yꝏ] nearly
gạo rice (polished)
gặp [gụp] meet
gấp [gúhp] urgently
gấp đôi [gúhp doy] double
gấp hai [gúhp hai] twice as much
gặp trở ngại [gụp jủr ngại] delayed; obstructed by
ga-ra garage
gạt tàn thuốc [gạd dàn twáwg] ashtray
gầy [gày-i] thin (person)
gầy nhom [gày-i n-yom] skinny
GĐ Managing Director
ghê [gay] disgusting; awful
ghế [gáy] seat; chair
ghe buồm [geh bwàwm] junk (boat)
ghê gớm [gay gúrm] horrible
ghế ngồi [gáy ngòy] seats
ghê quá [gay gwá] awful

ghế vải [gáy vải] deckchair
ghế xô-pha [gáy saw-fa] sofa
ghét [géd] hate (verb)
gõ [gõ] knock (verb)
gỗ [gãw] wood (material)
gói [góy] pack; parcel
gọi [gọy] call (verb)
gối [góy] pillow
gội [gọy] wash (hair)
gởi [gủh-i] send; post
gọi điện [gọy di-ạyn] phone
gọi điện thoại [gọi di-ạyn twại] phone call; call
gói đồ [góy dàw] package (eg at post office)
gọi lại [gọy lại] ring back
gọi món [gọy món] order
gọi nội địa [gọy nọy dịa] national call
gọi trực tiếp [gọy jợog di-áyp] direct dialling
gót [gód] heel
gửi [gởo-i] post (verb)
gửi bảo đảm [gởoi bảo dảm] by registered mail
gửi hành lý [gởo-i hàng lí] left luggage (office)
gửi thư [gởo-i tơo] mail (verb)
gửi trả lại [gởo-i jả lại] send back, return

Gi

gì [yì] what; whatever, whatsoever; anything
gì nữa? [yì nỡo-a] anything else?; what else?
giá [yá] cost; price
già [yà] old (person)
gia đình [ya dìng] family
gia hạn thị thực [ya hạn tị tợog] visa extension
giá một cân [yá mạwd guhn] price per kilogram
giá một kí [yá mạwd gí] price per kilogram
Gia Nã [**ại** [ya nã dại] Canada
giả sử [yả sởo] assuming
giá tiền [yá di-àyn] cost (verb)
giá trị [yá jị] valuable; value
giá vé [yá véh] fare, ticket price
giá vé người nước ngoài ticket price for foreigners
giải lao [yải lao] interval; break
giải phẫu [yải fũh-oo] operation
giải trí [yải jí] entertainment; recreation
giảm [yảm] reduce
Giám đốc [yám dáwg] Managing Director
giám đốc [yám dáwg] manager
giảm giá [yảm yá] reduction; discount
giảm tốc độ reduce speed, slow down
giận [yụhn] angry
gian hàng [yan hàng] department (in a large shop)
Giáng Sinh [yáng sing] Christmas
giao [yao] deliver
giao dịch [yao yịj] socialize
giao thông [yao tawng] transport
giáo viên [yáo vi-ayn] teacher
giặt [yụd] wash (clothes)

giặt bằng máy machine wash
giặt bằng tay wash by hand
giặt riêng wash separately
giàu [yà-oo] rich (person)
giày [yày] shoe
giây [yay-i] second (of time)
giấy [yáy-i] paper
giấy để viết [yáy-i dảy vi-áyd] writing paper
giấy mời [yáy-i mùh-i] invitation
giày ống [yày áwng] boot
giấy phép [yáy-i fép] permit, licence (noun)
giấy tờ [yáy-i dùr] document
giày thể thao [yày tảy tao] trainers
giấy vệ sinh [yáy-i vạy sing] toilet paper
giấy viết [yáy-i vi-áyd] writing paper
giấy viết thư [yáy-i vi-áyd too] writing paper
giầy xăng-đan [yày-i sung-dan] sandals
giết [yáyd] kill
gió [yó] wind (noun)
giờ [yùr] time; o'clock; hour
giờ bay [yùr bay] flight time
giờ địa phương [yùr dịa foo-urng] local time
giờ đóng cửa ... closes at ...
giờ hành chính [yi-ùr hàng jíng] office hours
giờ khám bệnh [yùr kám bạyng] surgery hours
giờ làm việc [yùr làm vi-ạyg] opening hours
giờ mở cửa [yùr mủr gỏỏ-a] opening times
giới tính sex (male/female)
giới thiệu [yúh-i ti-ạyoo] introduce
giống [yáwng] similar
giọng nói [yọng nóy] voice
giữ [yõõ] keep; catch
giữa [yõõ-a] between
giữa ngày [yõõ-a ngày] midday
giường [yoo-ùrng] bed
giường đi-văng [yoo-ùrng di-vung] couch (sofa)
giường đôi [yoo-ùrng doy] double bed
giường đơn [yoo-ùrng durn] single bed
giường một người [yoo-ùrng mạwd ngoo-ùh-i] single bed
giường ngủ [yoo-ùrng ngỏỏ] couchette, sleeper; berth, bunk
giúp [yóóp] help (verb)
giúp đỡ [yóóp dũr] help

hạ giá [hạ yá] discount; reduced price
hạ xuống [hạ swáwng] go down; lower
hai ... a couple of ...
hai giường [hai yoo-ùrng] twin beds
hài kịch [hài gịj] comedy
hai lần [hai lùhn] twice
hải quan [hải gwan] Customs
hai tuần [hai dwàwn] fortnight
hãm hiếp rape (noun)

hầm ủ bia [hùhm ỏỏ bia] beer cellar
hắn [hún] he (friendly)
hân hạnh gặp ông/bà [huhn hạng gụp awng/bà] how do you do?
hang cave
hạng class
hãng company, business; agency
hạng bình dân [hạng bìng yuhn] economy class
hãng du lịch [hãng yoo lịj] travel agent; travel agency
hạng hai [hạng hai] second class
hãng hàng không [hãng hàng kawng] airline
Hàng Không Dân Dụng Vietnam Civil Airlines
hàng miễn thuế [hàng mi-ãyn twéh] duty-free goods
hàng ngày [hàng ngày] every day, daily
hạng nhất [hạng n-yúhd] first class
hạng nhì [hạng n-yì] second class (travel)
hàng rào [hàng rào] fence (noun)
hạng sang first class (travel etc)
hãng tổ chức du lịch [hãng dảw jóóg yoo lịj] tour operator
hàng thịt [hàng tịd] butcher's
hàng thủ công [hàng tỏỏ gawng] crafts
hạng thường [hạng tóó-ùrng] economy class
hành khách [hàng káj] passenger
hành khách phải có vé trước khi lên tàu passengers must be in possession of a ticket before boarding
hành lang [hàng lang] corridor
hành lý [hàng lí] luggage, baggage
hành lý bỏ quên [hàng lí bỏ gwayn] lost luggage
hành lý quá cước [hàng lí gwá góó-úrg] excess baggage
hành lý xách tay [hàng lí sáj day] hand luggage/baggage
hảo hạng excellent
hấp dẫn [húhp yũhn] exciting; attractive
hát [hád] sing
hát hò [hád hò] folk singing with chorus
háu ăn [há-oo un] greedy
hầu bàn [hòh bàn] waiter; waitress
hầu hết [hòh háyd] mostly
hầu như [hòh n-yóó] almost, nearly
hầu như không [hòh n-yóó kawng] hardly
hầu như không bao giờ [hòh n-yóó kawng bao yùr] hardly ever
hay or; good
hay giúp đỡ [hay yóóp dũr] helpful (person)
hay quá [hay gwá] incredible, amazing
hay tuyệt [hay dwee-ạyd] incredible, amazing
hay thật! [hay tụht] brilliant!, great!
HĐND People's Council

hẻm (S) lane; alley
hẹn appointment
hẹp narrow
hết [háyd] finish
hết phòng [háyd fòng] no vacancies
hết sức [háyd sœg] extremely
hiếm [hi-áym] hardly, scarcely
hiện đại [hi-ạyn dại] modern
hiện nay [hi-ạyn nay] now
hiện tại [hi-ạyn dại] now
hiếp dâm [hi-áyp yuhm] rape
hiểu [hi-ảyoo] understand
hiệu [hi-ạyoo] shop; signal
hiệu bách hóa [hi-ạyoo báj hóa] department store
hiệu bán đồ khô [hi-ạyoo bán dàw kaw] greengrocer's
hiệu bánh [hi-ạyoo báng] baker's, bakery
hiệu bánh kẹo [hi-ạyoo báng gẹh-ao] confectioner's, sweet shop
hiệu cắt tóc nam (N) [hi-ạyoo gúd dóg nam] barber's, men's hairdresser's
hiệu giặt khô [hi-ạyoo yụd kaw] dry-cleaner's
hiệu sách [hi-ạyoo sáj] bookshop
hiệu thuốc [hi-ạyoo twáwg] pharmacy, chemist's
hiệu thuốc tây y [hi-ạyoo twáwg day-i i] drugstore
hình (S) [hìng] photo
HKDD Vietnam Civil Airlines
họ [họ] they; them; surname
hồ [hàw] lake; glue (for paper)
hổ [hảw] tiger
hồ bơi trong nhà [hàw buh-i jong n-yà] indoor pool
hộ chiếu [hạw ji-áyoo] passport
họ và tên [họ và dayn] surname and first name, full name
hoa [hwa] flower
hoa cúc [hwa góóg] chrysanthemum
hóa đơn [hwá durn] receipt
Hoa Kỳ [hwa kì] the United States, the States
hoa lan [hwa lan] orchids
hoa mai [hwa mai] Vietnamese New Year blossom
họa sĩ [hwạ sĩ] artist
hoặc [hwụg] or
  hoặc ... hay ... [hwụg ... hay] either ... or ...
  hoặc .... hoặc [hwụg ... hwụg] either ... or ...
hoàn cảnh [hwàn gảng] circumstances; condition
hoàn lại tiền [hwàn lại di-àyn] refund
hoàn toàn [hwàn dwàn] completely, absolutely
hoàn toàn đúng như vậy [hwàn dwàn dóóng n-yœ vạy-i] exactly
hoàn toàn không [hwàn dwàn kawng] not in the least
hoàng cung [hwàng goong] royal palace
hoạt bát [hwạd bád] lively (person)
học [họg] learn
học kỳ [họg gì] term (at university, school)
học sinh [họg sing] student

học trò [họg jò] student
hỏi [hỏy] ask
hơi [huh-i] a little, a bit; rather
hội chợ [họy jụr] fair
Hội Đồng Nhân Dân [họy dàwng n-yuhn yuhn] People's Council
Hồi giáo [hòy yáo] Muslim (adj)
hội hè [họy hèh] festival
hôi thúi [hoy tóó-i] bad smell (meat, fruit)
hôm nay [hawm nay] today
hôm qua [hawm gwa] yesterday
hôm sau [hawm sa-oo] the day after
hòm thư [hòm tꝏ] P.O. Box
hôm trước [hawm jꝏ-úrg] the day before
hôn [hawn] kiss (verb)
hơn [hurn] beyond; more than
hơn nữa [hurn nꝏ̃-a] furthermore; in addition to
honda ôm [honya awm] travel on the back of a motorbike as a paying passenger
hỏng out of order; faulty; break down
hỏng hóc [hỏng hóg] breakdown
hộp [hạwp] box; can, tin
hộp cấp cứu [hạwp gúhp gér-oo] first-aid kit
hộp đêm [hạwp daym] nightclub
HQ Customs
hư [hꝏ] faulty (equipment)
hư rồi [hꝏ ròy] broken, not working
hướng [hꝏ-úrng] direction
hướng bắc [hꝏ-úrng búg] northern; north; to the north
hướng dẫn [hꝏ-úrng yũhn] guide
hướng dẫn du lịch tourist information
hướng dẫn sử dụng instructions for use
hướng dẫn viên [hꝏ-úrng yũhn vi-ayn] guide
hướng nam [hꝏ-úrng nam] south
hút thuốc [hóód twáwg] smoke
hủy [hỏỏ-i] cancel
hủy bỏ [hỏỏ-i bỏ] cancel; destroy
hy vọng [hi vọng] hope

I

im đi! [im di] shut up!
im mồm! [im màwm] shut up!
im nào! [im nào] shut up!
ít [íd] short; few; little
ít đi [íd di] less
ít hơn [íd hurn] less than
ít khi [íd ki] hardly, seldom
ít nhất [íd n-yúhd] least; at least

K

kẻ cắp [gẻh gúp] thief
kế tiếp [gáy di-áyp] next
kẻ trộm [gẻh jạwm] thief
kem [gem] cream
kém [gém] poor (quality)
kem cây [gem gay-i] lollipop

kem chắn nắng [gem jún núng] sunblock (cream)
kem đá [gem dá] ice lolly
kem đánh giày [gem dáng yày] shoe polish
kem đánh răng [gem dáng rung] toothpaste
kém hơn [gém hurn] less
kem nền [gem nàyn] foundation cream
kem que [gem gweh] lollipop
kem tẩy [gem dẩy-i] cleansing lotion
kem thoa [gem twa] cream; cleansing lotion
kênh [gayng] canal
keo [geh-ao] glue (noun)
kéo [géh-ao] pull; scissors
kẹo [gẹh-ao] sweets, candies
kẹo cao su [gẹh-ao gao soo] chewing gum
kê-ốt [gay-áwd] kiosk
kết thúc [gáyd tóóg] close; end, finish
kết thúc rồi [gáyd tóóg ròy] it's over
kêu [gayoo] ask; order (S)
kí [gí] kilo
kia [gia] that; those; there, over there
kịch [gịj] drama
kích thước [gíj tco-úrg] size
kiểm tra hải quan Customs control
kiểm tra hành lý [gi-ảym ja hàng lí] baggage control
kiểm tra hộ chiếu [gi-ảym ja hạw ji-áyoo] passport control
kiểu [gi-ảyoo] fashion
kim loại [gim lwại] metal
kính [gíng] glass
kính lồng [gíng làwng] contact lenses
kính mát [gíng mád] sunglasses
kính râm [gíng ruhm] sunglasses
Ks. engineer
KT (signed) for and on behalf of
ký [gí] sign (verb)
kỳ cục [gì gọọg] funny (strange)
kỳ lạ [gì lạ] strange (odd)
kỳ nghỉ [gì ngỉ] vacation (from university)
kỳ quặc [gì gwụg] odd, peculiar (taste, custom)
ký tên sign your name, your signature
Ký thay (signed) for and on behalf of

KH

khá [ká] quite (fairly)
khá hơn [ká hurn] better
khá nhất [ká n-yúhd] best
khá nhiều [ká n-yàyoo] quite a lot
khác [kág] another; other; difference; different; something else
khác thường [kág tco-ùrng] unusual
khách [káj] guest
khách du lịch [káj yoo lịj] tourist
khách sạn [káj sạn] hotel
khách sạn 2/3-sao [káj sạn hai-

/ba-sao] 2/3-star hotel

khách sạn có hồ bơi [káj sạn gó hàw buh-i] hotel with swimming pool

khăn [kun] towel; kerchief; turban

khăn ăn [kun un] napkin, serviette

khăn bông [kun bawng] towel

khẩn cấp [kủhn gúhp] emergency; urgent

khăn chùi miệng [kun jòò-i mi-ạyng] serviette

khán giả [kán yả] audience

khăn giấy [kun yáy-i] tissue; paper towel

khăn lau tay [kun la-oo day] hand towel

khăn mu-xoa [kun moo-swa] handkerchief

khăn quàng [kun gwàng] scarf (for neck, head)

khăn tắm [kun dúm] bath towel

khăn tay [kun day] handkerchief

khay [kay] tray

khi [ki] when

khi đó [ki dó] then (at that time)

khi nào? [ki nào] when?

khiếp quá! [ki-áyp gwá] it's horrible!

khiêu vũ [ki-yoh võõ] dance

khó [kó] difficulty; hard, difficult

khô [kaw] dry (adj)

khờ [kùr] silly (person)

khóa [kwá] lock; course

khóa dạy ngôn ngữ [kwá yạy ngawn ngữ] language course

khoa ngoại trú [kwa ngwại jóó] out-patients' department

khoái nhất [kwái n-yúhd] favourite

khoang [kwang] box

khoảng [kwảng] around, about

khoảng cách [kwảng gáj] distance

khỏe [kwẻh] strong (person)

khỏe mạnh [kwẻh mạng] healthy (person)

khói [kóy] smoke (noun)

khởi hành [kủh-i hàng] depart; start (journey)

không [kawng] no; not

không ... và cũng không ... [kawng ... và gõõng kawng] neither ... nor ...

không ... mà cũng không [kawng ... mà gõõng kawn] neither ... nor ...

không ai [kawng ai] no-one, nobody

không ai cả [kawng ai gả] nobody

không bao giờ [kawng bao yùr] never

không biết [kawng bi-áyd] don't know

không, cám ơn [kawng gám urn] no thanks

không có [kawng gó] none; without; there is no

không có chi! [kawng gó ji] never mind!; don't mention it!

không có chỗ nào [kawng gó jãw nào] nowhere

không có gì [kawng gó yì]

nothing; not at all
không còn [kawng gòn] no longer
không còn chỗ trống no vacancies
không còn gì nữa [kawng gòn yì nỡ-a] nothing else
không chút nào [kawng jóód nào] not any
không dám [kawng yám] you're welcome (don't mention it)
không được! [kawng dơơ-ựrg] no way!; it's no good
không gì cả [kawng yì gả] not anything; nothing
Khổng giáo [kẩwng yáo] Confucianism
không giới hạn số dặm unlimited mileage
không hề chi [kawng hày ji] never mind
không hề gì! [kawng hày yì] never mind!; don't mention it!
không khí [kawng kí] air
không một ai [kawng mạwd ai] not anybody; no-one
không nhiều [kawng n-yàyoo] not much; not many
không nhiều lắm [kawng n-yàyoo lúm] not so much, not very much, not a lot
không ở đâu cả [kawng ủr doh gả] nowhere
không pha [kawng fa] straight (whisky etc)
không sao [kawng sao] not at all; it doesn't matter
không việc gì [kawng vi-ạyg yì] it doesn't matter
không, xin cám ơn [kawng sin gám urn] no thank you
khu [koo] district; region
khứ hồi [kớơ hòy] return (ticket)
khu vực [koo vợọg] area

L

lá leaf
lá thư [lá tơơ] letter
lạc [lạg] lose; lost
lắc kỹ trước khi dùng shake well before use
lắc lư [lúg lơơ] rock
lại [lại] back; again
lại cái [lại gái] gay; bisexual
lại đực [lại dợọg] lesbian; bisexual
lãi suất [lãi swáwd] interest rate
lái tắc-xi [lái dúg-si] taxi-driver
lái xe [lái seh] drive; driver
lái xe tắc-xi [lái seh dúg si] taxi-driver
làm do; make
lắm [lúm] a lot, very much
làm bằng tay [làm bùng day] hand-made
làm gẫy [làm gãy-i] break (verb)
làm hỏng [làm hỏng] damage
làm hư (S) [làm hơơ] damage
làm khó chịu [làm kó jị-oo] annoying
làm ơn [làm urn] please
làm sao [làm sao] how
làm thế nào [làm táy nào] how
làm thiệt hại (N) [làm ti-ạyd hại] damage (verb)

làm thủ tục [làm tỏỏ dọọg] check-in
làm vỡ [làm vũr] break (verb)
lần [lùhn] time, occasion
lần này [lùhn này] this time
lần nữa [lùhn nõõ-a] again
lẫn nhau [lũhn nya-oo] each other; one another
lần sau [lùhn sa-oo] next time
lần trước [lùhn jœ-úrg] last time
làng [làng] village
lăng tẩm vua chúa [lung dủhm vwaw jóó-a] Imperial Tombs
lạnh [lạng] cold (adj)
lành mạnh [làng mạng] healthy (food)
lãnh sự quán [lãng sọọ gwán] consulate
lập lại [lụhp lại] repeat
lập tức [lụhp dóóg] straightaway, at once, immediately
lát nữa [lád nõõ-a] later, later on; in a minute
lát nữa sẽ gặp lại [lád nõõ-a sẽh gụp lại] see you later
lâu [loh] long
lầu cao nhất [lòh gao n-yúhd] top floor
lầu dưới [lòh yoo-úh-i] ground floor, (US) first floor
lâu lắm [loh lúm] a long time
lầu một [lòh mạwd] first floor, (US) second floor
lấy [láy-i] take; get; collect
lạy chúa! [lạy jóó-a] thank God!; my God!
lấy ra [láy-i ra] unpack (take out)
lấy vé tại đây collect your ticket here
lẹ [lẹh] quick, fast
lẹ lên! (S) [lẹh layn] hurry up!
lễ [lãy] festival
lễ gia tiên [lãy ya di-ayn] ancestor worship
Lễ Phật đản [lãy fụhd dản] Buddha's birthday celebration
lệ phí ngân hàng [lạy fí nguhn hàng] commission
lễ Phục Sinh [lãy fọọg sing] Easter
lễ tân [lãy duhn] reception
len wool
lên [layn] up; go up; get on
lên bờ [layn bùr] disembark
lên cầu thang [layn gòh tang] go up steps
lên lầu [layn lòh] go upstairs
lên máy bay [layn máy bay] boarding
lên tàu [layn dòh] board (verb)
lên xe [layn seh] get on (to train etc)
leo [leh-ao] climbing
lịch chạy tàu [lij jạy dà-oo] railway timetable
lịch sự [lij sọọ] polite; posh (people)
liên hệ [li-ayn hạy] contact (verb)
liên hoan [li-ayn hwan] party
linh mục [ling mọọg] priest
lít [lid] litre
lo [lo] worried
lò [lò] oven
lò bếp [lò báyp] cooker
lò nướng bánh [lò nœ-úrng báng] baker's, bakery

loại [lwại] type (noun)
loại gì ... ? [lwại yì] what type of ... ?
loãng [lwãng] thin (liquid)
lối [lóy] route
lội (S) [lọy] swim
lời mời [lùh-i mùh-i] invitation (verbal)
lời nhắn [lùh-i n-yún] message
lối ra [lóy ra] exit, way out
lôi thôi [loy toy] difficult, troublesome
lối vào [lóy vào] entrance
lớn [lúrn] large, big
lông [lawng] hair (on body)
lốp xe [láwp seh] tyre
lúa [lóó-a] rice (in its natural state)
lụa [lọọ-a] silk
lửa [lỏỏ-a] fire
lúc đầu [lóóg dùh-oo] at the beginning
lúc đó [lóóg dó] then (at that time)
lúc nào [lóóg nào] when
lùn [lòòn] short (person)
lưng [lꝏng] back (of body)
lược [lꝏ-ụrg] comb (noun)
lười [lꝏ-ùh-i] lazy
lưỡi dao cạo [lꝏ-ũh-i yao gạo] razor blades
luôn luôn [lwawn lwawn] always
lụt [lọọd] flood
ly (S) [li] cup
ly cà phê [li gà fay] cup of coffee
ly dị [li yị] divorced
lý do thăm viếng purpose of visit
ly đựng rượu [li dọng rꝏ-ụroo] glass (wine glass)

M

má mum; cheek (of face)
mà but; in order to, so as to; for emphasis (not translated)
mã bưu điện [mã ber-oo di-ạyn] postcode, zipcode
mã số [mã sáw] dialling code, area code
mã thư tín [mã tꝏ dín] postcode, zipcode
mã vùng [mã vòòng] dialling code, area code
mắc [múg] expensive
mặc cả [mụg gả] bargain
mặc dầu [mụg yòh] although; in spite of
mặc dù [mụg yòò] despite; although
mặc quần áo [mụg gwùhn áo] get dressed
mặc thử [mụg tꝏ̉] try on
mai tomorrow
mai sau [mai sa-oo] future
mâm [muhm] tray
màn cửa [màn gỏỏ-a] curtains
mang carry; bring
mạng lưới [mạng loo-úh-i] network
mạng lưới đường sắt [mạng loo-úh-i dꝏ-ùrng súd] railway network
mảnh [mảng] piece
mập [mụhp] fat (person)
mát [mád] cool
mắt [múd] eye

mất [múhd] lose; missing
mặt [mụd] face
mắt cá chân [múd gá juhn] ankle
mất của cải [múhd gỏỏ-a gải] lost property (office)
mạt chược [mạd jọọ-urg] mahjong
mất dạy [múhd yạy] rude
mặt đất [mụd dúhd] ground
mắt kính [múd gíng] spectacles, eyeglasses
ma-túy [ma-dóó-i] drugs (narcotics)
mất trật tự [múhd jụhd dọọ] out of order; unruly
mặt trời [mụd jùh-i] sun
mặt trước [mụd jọọ-úrg] front (part)
mau [ma-oo] quick
máu [má-oo] blood
màu [mà-oo] colour
màu cam [mà-oo gam] orange (colour)
màu đen [mà-oo den] black
màu đỏ [mà-oo dỏ] red
màu hồng [mà-oo hàwng] pink
màu kem [mà-oo gem] cream (colour)
màu nâu [mà-oo noh] brown
màu nâu nhạt [mà-oo noh n-yạd] beige
màu tím [mà-oo dím] purple
màu vàng [mà-oo vàng] yellow
màu xám [mà-oo sám] grey
màu xanh [mà-oo sang] blue
màu xanh biển [mà-oo sang bi-ảyn] navy blue
màu xanh lá cây [mà-oo sang lá gay-i] green
may fortunately; sew
máy you (to close friends or younger people); machine; engine
mây [may-i] cloud; rattan
mấy [máy-i] how many?
máy ảnh [máy ảng] camera
máy bay plane, airplane
máy bay trực thăng [máy bay jọọg tung] helicopter
máy cạo râu [máy gạo roh] shaver
máy cát-sét [máy gád-séd] cassette recorder; tape recorder
máy cát-sét cá nhân [máy gád-séd gá n-yuhn] Walkman®
máy điện toán [máy di-ạyn dwán] computer
máy điện thoại [máy di-ạyn twại] telephone
máy điện thoại dùng thẻ cardphone
máy giặt [máy yụd] washing machine
mấy giờ rồi? [máy-i yùr ròy] what's the time?
máy hút bụi [máy hóód bọọ-i] vacuum cleaner
máy lạnh [máy lạng] air-conditioner
may mắn [may mún] fortunately
máy móc [máy móg] machinery; engine (car)
máy nhánh [máy n-yáng] extension (telephone)
máy phóng thanh [máy fóng

tang] loudspeakers; amplifier
máy quay phim [máy gway fim] camcorder
máy ra-đi-ô [máy ra-di-aw] radio
máy sấy tóc [máy sáy-i dóg] hairdryer
máy stereo cá nhân [máy sdereh-ao gá n-yuhn] personal stereo
máy tính [máy díng] calculator; computer
máy thu tiền [máy too di-àyn] till (cash desk)
máy thu thanh [máy too tang] radio
máy truyền hình [máy jwee-àyn hìng] television
máy vi tính [máy vi díng] personal computer
máy vi-đê-ô [máy vi-day-aw] video (recorder)
mẫu [mõh] form
mẫu đơn [mõh durn] application form
mẹ [mẹh] mother
mẹ kiếp! [mẹh gi-áyp] bloody hell!
mềm [màym] soft
mền (S) [màyn] blanket
mền bông (S) [màyn bawng] duvet
mét [méd] metre
mệt [mạyd] tired
mía [mía] sugar cane
miền [mi-àyn] region
Miền Bắc [mi-àyn Búg] the North
Miền Nam [mi-àyn nam] the South
miễn phí [mi-ãyn fí] free (no charge)
miền quê [mi-àyn gway] countryside
miền tây [mi-àyn day-i] west
miễn thuế [mi-ãyn twáy] duty-free
miễn vào no entry, no admittance
miếng [mi-áyng] piece
miệng [mi-ạyng] mouth
miếu [mi-áyoo] temple
mình [mìng] I; me; let's; oneself
mở [mủr] open (adj/verb)
mở cửa [mủr gỏ̒-a] open (of shop)
mọi [mọy] every
môi [moy] lips
mỗi [mõy] each; every; per
mời [mùh-i] invite; please; new; offer
mới đầu [múh-i dòh] at first
mỗi đêm [mõy daym] per night
mọi địa điểm khác all other destinations
mọi nơi [mọy nuh-i] everywhere
mọi ngày [mọy ngày] every day
mọi người [mọy ngoo-ùh-i] everyone
mọi thứ [mọy tœ́] everything
môn hội họa [mawn họy hwạ] art
môn lặn trần [mawn lụn jùhn] skin-diving
môn lướt thuyền gió [mawn lœ-

úrd twee-àyn yó] windsurfing
môn lướt thuyền [mawn lꝏ-úrd twee-àyn] sailboarding
món quà [món gwà] gift, present
môn thể thao [mawn tảy tao] sport
môn vật [mawn vụhd] wrestling
mong [mong] hope
mốt [máwd] fashion; the day after tomorrow
một [mạwd] one; a, an; some
một cái khác [mạwd gái kág] another one
một chiều [mạd ji-àyoo] single (ticket); one way (street)
một chút [mạwd jóód] a little, a bit
một đôi [mạwd doy] a pair
một gói [mạwd góy] a pack (food)
một ít [mạwd íd] some (uncountable); a little
một khi [mạwd ki] once
một lần [mạwd lùhn] once (one time)
một lần nữa [mạwd lùhn nꝏ̃-a] once again, once more
một miếng lớn [mạwd mi-áyng lúrn] a big bit
một miếng nhỏ [mạwd mi-áyng n-yỏ] a little bit
một mình [mạwd mìng] alone, by oneself
một người [mạwd ngoo-ùh-i] single (room)
một tí [mạwd dí] some; a little bit
một vài [mạwd vài] several; a few; some
mù [mòò] blind
mụ ấy [mọọ áy-i] she (pejorative)
mũ két [mõõ géd] cap (hat)
mụ ta [mọọ da] she (pejorative)
mua [mwaw] buy
múa [móó-a] dance (traditional)
mưa [moo-a] rain (noun)
múa dân tộc [móó-a yuhn dạwg] folk dancing
mùa đông [mòò-a dawng] winter
mùa gặt [mòò-a gụd] rice harvest
mùa hạ [mòò-a hạ] summer
mùa hè [mòò-a hèh] summer holiday
mua lại [mwaw lại] second-hand
múa lân [mwá luhn] unicorn dance
mùa mưa [mòò-a moo-a] rainy season
múa rối nước [móó-a róy nꝏ-úrg] water puppet show
múa rồng [móó-a ràwng] dragon dance
mua sắm [mwaw súm] shopping
mùa thu [mòò-a too] autumn
mua trước [mwaw jꝏ-úrg] book (ticket etc)
mùa xuân [mòò-a swawn] spring (season)
mục đích [mọọg díj] purpose
mũi [mõõ-i] nose
mũi ghim [mõõ-i gim] pin (noun)
mũi kim [mõõ-i gim] needle
mùi vị [mòò-i vị] taste, flavour

(noun)
mừng [mừng] glad
muỗi [mwõy] mosquito
muốn [mwáwn] want; wish
ông/bà muốn gì? [awng/bà mwáwn yì] what do you want?
tôi muốn ... [doy mwáwn] I would like to ...
muộn [mwạwn] late
mượn [mừ-ựrn] borrow
mướn (S) [mừ-úrn] rent, hire
muỗng (S) [mwãwng] spoon
muỗng cà phê (S) [mwãwng gà fay] teaspoon
mượt [mừ-ựrd] soft (material)
Mỹ [mĩ] USA; American (adj)
mỹ phẩm [mĩ fủhm] cosmetics

N

nam male
năm [num] year
nắm [núm] hold; catch
nam chiêu đãi viên [nam ji-ayoo dãi vi-ayn] steward (on plane)
nam hay nữ sex
năm mới [num múh-i] New Year
nằm xuống [nùm swáwng] lie down
nặng [nụng] heavy; strong
nâng [nuhng] raise
nâng lên [nuhng layn] lift (verb)
nào which
nào, ông bạn! [nào, awng bạn] come on, mate!
nắp chai [núp jai] cap (of bottle)
nấu [nóh] cook (verb)
này this; these
ném [ném] throw (verb)
nệm [nạym] cushion; mattress
ném đi [ném di] throw away (verb)
nến [náyn] candle
nếu [náyoo] if
nếu không [náyoo kawng] otherwise
nếu như [náyoo n-yừ] if
nịt thun [nịd toon] elastic (noun)
nịt vú [nịd vóó] bra
nó it; he; she
nói [nóy] talk; say; speak; tell
ông/bà nói gì? [awng/bà nóy yì] sorry?
tôi nói không được ... [doy nóy kawng dừ-ựrg] I don't speak ...
anh nói gì vậy? [ang nói yì vạy-i] what did you say?
nối [nóy] connection
nơi ăn chỗ nghỉ [nuh-i un jãw ngỉ] accommodation
nói bậy! [nóy bạy-i] rubbish!
nói chuyện [nóy jwee-ạyn] talk
nói đến [nói dáyn] mention
nơi đến [nuh-i dáyn] arrival; destination
nội địa [nọy dịa] domestic
nói đùa [nóy dòò-a] joke
nơi giải đáp thông tin [nuh-i yải dáp tawng din] information desk
nơi khác [nuh-i kág] elsewhere
nói lại [nóy lại] repeat
nơi nào đó [nuh-i nào dó] somewhere
nói nhảm! [nóy n-yảm] rubbish!
nơi nhận hành lý [nuh-i n-yụhn

hàng lí] baggage claim
nơi sinh place of birth
nổi tiếng [nỏy di-áyng] famous
nơi thu đổi tiền [nuh-i too dỏy di-àyn] bureau de change
nón hat
nón lá conical hat
nón sắt [nón súd] helmet (for motorcycle)
nóng hot; quick-tempered
nông dân [nawng yuhn] peasant
nóng nực [nóng nꝏ̣g] humid
nữ [nꝏ̃] female
nữ cảnh sát [nꝏ̃ gảng sád] policewoman
nữ công an [nꝏ̃ gawng an] policewoman
nữ chiêu đãi viên [nꝏ̃ ji-ayoo dãi vi-ayn] stewardess
nụ hôn [nọọ hawn] kiss (noun)
nửa [nꝏ̉-a] half
nữa [nꝏ̃-a] again; more; any more; else; one more, another
nửa đêm [nꝏ̉-a daym] midnight
nửa giá[nꝏ̉-a yá] half price
nửa giá vé [nꝏ̉-a yá véh] half fare
nửa giờ [nꝏ̉-a yùr] half an hour
nửa tá [nꝏ̉-a dá] half dozen
nửa tiếng [nꝏ̉-a di-áyng] half an hour
núi [nóó-i] mountain
nước [nꝏ-úrg] water; country (nation)
nước Ái Nhĩ Lan [nꝏ-úrg ái n-yĩ lan] Ireland
nước Ấn [ộ [nꝏ-úrg úhn dạw] India
nước Anh [nꝏ-úrg ang] England
nước Bỉ [nꝏ-úrg bỉ] Belgium
nước Bru-nê [nꝏ-úrg broo-nay] Brunei
nước Cam-pu-chia [nꝏ-úrg gam-poo-jia] Cambodia
nước Đan Mạch [nꝏ-úrg dan mạj] Denmark
nước [ức [nꝏ-úrg dúg] Germany
nước hoa [nꝏ-úrg hwa] perfume
nước Hòa Lan [nꝏ-úrg hwà lan] Netherlands
nước kem thoa [nꝏ-úrg gem twa] lotion (for skin)
nước Lào [nꝏ-úrg lào] Laos
nước Miến [iện [nꝏ-úrg mi-áyn di-ạyn] Burma
nước Mỹ [nꝏ-úrg mĩ] the United States, the States
nước Na uy [nꝏ-úrg na wee] Norway
nước Nam Phi [nꝏ-úrg nam fi] South Africa
nước ngoài [nꝏ-úrg ngwài] foreign; abroad; overseas
nước Nhật [nꝏ-úrg n-yụhd] Japan
nước Pháp [nꝏ-úrg fáp] France
nước Tân Tây Lan [nꝏ-úrg duhn day-i lan] New Zealand
nước Tàu [nꝏ-úrg dà-oo] China
nước Tây Ban Nha [nꝏ-úrg day-i ban n-ya] Spain
nước Tô Cách Lan [nꝏ-úrg daw

gáj lan] Scotland
nước thơm dịu [nœ-úrg turm yị-oo] eau de toilette
nước Thụy Điển [nœ-úrg tọọ-i di-ảyn] Sweden
nước Úc [nœ-úrg úg] Australia
nước uống [nœ-úrg wáwng] drinking water
nước uống được [nœ-úrg wáwng dœ-ụrg] drinking water
nước Ý [nœ-úrg í] Italy
nút [nóód] button
nút chai [nóód jai] cork

NG

Ngã ba Sông Hồng [ngã ba sawng hàwng] Red River Gorge
ngã tư [ngã dœ] square; junction, crossroads (for traffic)
ngắm cảnh [ngúm gảng] sightseeing
ngăn [ngun] compartment; box
ngắn [ngún] short (journey)
ngăn cấm hút thuốc [ngun gúhm hóód twáwg] nonsmoking compartment
ngăn đựng tiền [ngun dœng di-àyn] till
ngân hàng [nguhn hàng] bank
ngăn kéo [ngun géh-ao] drawer
ngành [ngàng] department (in university)
ngay straightaway, at once, immediately; soon; even
ngày day
ngay bây giờ [ngay bay-i yùr] right now
ngay cả [ngay gả] even
ngay chỗ này [ngay jãw này] just here
ngay đây [ngay day-i] just here
ngày hết hạn expiry date
ngày hội [ngày họy] carnival
ngày làm việc [ngày làm vi-ạyg] working day
ngay lập tức [ngay lụhp dœg] immediately
ngày lễ public holidays
ngày mai [ngày mai] tomorrow
ngày nghỉ closing day
ngày nghỉ lễ public holidays
ngày nghỉ lễ công cộng [ngày ngỉ lãy gawng gạwng] public holiday
ngay như ... [ngay n-yœ] even if ...
ngày sinh [ngày sing] date of birth
ngày thường [ngày tœ-ùrng] weekdays
nghe [ngeh] listen; hear
nghèo [ngèh-ao] poor (not rich)
nghỉ [ngỉ] closed
nghĩ [ngĩ] think
tôi nghĩ vậy [doy ngĩ vạy-i] I think so
nghỉ giải lao [ngỉ yải lao] interval; rest
nghỉ hè [ngỉ hèh] school holiday
nghỉ lễ closed for holidays
nghỉ mệt [ngỉ mạyd] have a rest
nghỉ xả hơi [ngỉ sả huh-i]

Vietnamese → English

interval (at theatre)
nghĩa địa [ngĩa dịa] cemetery
nghĩa trang [ngĩa jang] cemetery
nghiêm nghị [ngi-aym ngị] serious (person)
nghiêm trọng [ngi-aym jọng] serious, grave
ngõ (N) [ngõ] alley
ngoài [ngwài] in addition to; beyond; outside
ngoại ô [ngwại aw] suburb
ngoại quốc [ngwại gwáwg] foreign
ngoài ra [ngwài ra] apart from, besides; in addition to
ngoai tệ [ngwai dạy] foreign currency
ngoài trời [ngwài jùh-i] outdoors
ngoại trừ [ngwại jǜ] except
ngồi xuống [ngòy swáwng] sit down
ngon [ngon] nice, lovely
ngọn đồi [ngọn dòy] hill
ngôn ngữ [ngawn ngǖ] language
ngón tay [ngón day] finger
ngu [ngoo] stupid, thick
ngủ [ngỏỏ] sleep (verb)
ngu như chó [ngoo n-yoo jó] as thick as two short planks
ngừa thai [ngǜ-a tai] contraception
ngực [ngṳg] chest
ngừng [ngǜng] stop
người [ngoo-ùh-i] people; person
người Anh [ngoo-ùh-i ang] English; British
người bán thuốc lá [ngoo-ùh-i bán twáwg lá] cigarette vendor
người đi xe đạp [ngoo-ùh-i di seh dạp] cyclist
người gác cửa [ngoo-ùh-i gág gỏỏ-a] doorman
người gác dan [ngoo-ùh-i gág yan] caretaker
người gác đêm [ngoo-ùh-i gág daym] night porter
người già [ngoo-ùh-i yà] senior citizen
người gửi [ngoo-ùh-i gỏỏ-i] sender
người hướng dẫn [ngoo-ùh-i hoo-úrng yũhn] tour guide
người khuân vác [ngoo-ùh-i kwawn vág] porter
người lạ mặt [ngoo-ùh-i lạ mụd] stranger
người lái xe điện [ngoo-ùh-i lái seh di-ạyn] tram-driver
người lớn [ngoo-ùh-i lúrn] adult
người nào đó [ngoo-ùh-i nào dó] somebody
người nước ngoài [ngoo-ùh-i noo-úrg ngwài] foreigner
người ngoại quốc [ngoo-ùh-i ngwại gwáwg] foreigner
người nhận [ngoo-ùh-i n-yụhn] addressee
người Tây Phương [ngoo-ùh-i day-i foo-urng] Westerner
người tình [ngoo-ùh-i dìng] lover
người về hưu [ngoo-ùh-i vày her-oo] pensioner
người yêu [ngoo-ùh-i yayoo]

Ng

boyfriend; girlfriend
nguy hiểm [ngwee hi-ảym] danger; dangerous
nguy hiểm - không thò qua cửa sổ it is dangerous to lean out of the window

NH

nhà [n-yà] house; home; building
nhà ăn (N) [n-yà un] restaurant
nhà băng [n-yà bung] bank (money)
nhà bếp [n-yà báyp] kitchen
nhà công cộng [n-yà gawng gạwng] public building
nhà để xe [n-yà dảy seh] garage
nhà hàng [n-yà hàng] restaurant
nhà hát [n-yà hád] theatre
nhà khách [n-yà káj] guesthouse
nhà khối [n-yà kóy] apartment block
nhà lầu [n-yà lòh] flat, apartment
nhà nấu cơm trọ [n-yà núh-oo gurm jọ] boarding house
nhà nước [n-yà nơo-úrg] state (in country)
nha sĩ [n-ya sĩ] dentist
nhà tù [n-yà dòò] prison
nhà thờ [n-yà tùr] church
nhà thờ lớn [n-yà tùr lúrn] cathedral
nhà thuốc [n-yà twáwg] pharmacy, chemist's
nhà thương [n-yà tơo-urng] hospital
nhà trường [n-yà jơo-ùrng] school
nhà vệ sinh [n-yà vạy sing] toilet, rest room
nhà vệ sinh công cộng [n-yà vạy sing gawng gawng] public toilets, rest rooms
nhà vệ sinh nam [n-yà vạy sing nam] gents' toilets, men's room
nhà vệ sinh nữ [n-yà vạy sing nỡo] ladies' toilet, ladies' room
nhạc [n-yạg] music
nhắc [n-yúg] mention (verb)
nhạc kịch [n-yạg gịj] opera
nhạc kịch trường [n-yạg gịj jơo-ùrng] opera house
nhắc lại [n-yúg lại] repeat
nhạc sĩ [n-yạg sĩ] musician
nhạc sống [n-yạg sáwng] live music
nhẫn [n-yũhn] ring (on finger)
nhận [n-yụhn] accept; receive
nhân chứng [n-yuhn jớng] witness
nhãn hiệu [n-yãn hi-ạyoo] make, brand name; label
nhận ra [n-yụhn ra] recognize
nhân viên lễ tân [n-yuhn vi-ayn lãy duhn] receptionist
nhân viên phục vụ bàn [n-yuhn vi-ayn fọọg vọọ bàn] waiter; waitress
nhân viên tiếp tân [n-yuhn vi-ayn di-áyp duhn] receptionist

nhân viên tổng đài [n-yuhn vi-ayn dảwng dài] operator
nhanh [n-yang] soon; quick, fast
nhanh chóng [n-yang jóng] quickly
nhanh lên! (N) [n-yang layn] hurry up!
nhất [n-yúhd] most; first
nhau [n-ya-oo] each other, one another
nhảy [n-yảy] jump; dance
nhảy đầm [n-yảy dùhm] disco
nhỉ [n-yỉ] isn't it?; aren't you?; don't you?
nhiệt [nyi-ạyd] heat
nhiệt độ [nyi-ạyd dạw] temperature (weather)
nhiệt đới [nyi-ạyd dúh-i] tropical
nhiệt kế [nyi-ạyd gáy] thermometer
nhiều [n-yàyoo] much, plenty of, a lot, lots; many; more
nhiều bụi [n-yàyoo bọo-i] dusty
nhiều hơn thế nữa [n-yàyoo hurn táy nữ-a] more than that
nhiều mây [n-yàyoo may-i] cloudy
nhiều nhất [n-yàyoo n-yúhd] the most
nhiều nhất là [n-yàyoo n-yúhd là] at the most; maximum
nhiều quá [n-yàyoo gwá] so much; so many
nhìn [n-yìn] look at
nhìn này! [n-yìn này] look!
nhỏ [n-yỏ] small
nhớ [n-yúr] remember
nhớ ơn [n-yúr urn] grateful
nhóm [n-yóm] group; party
như [n-yoo] like; such as; as
như thế nào [n-yoo táy nào] how
như thế này [n-yoo táy này] like this
nhức đầu [n-yóog dòh] headache
nhưng [n-yoong] but
những [n-yõõng] some; plural marker
những cái đó [n-yõõng gái dó] those
những cái này [n-yõõng gái này] these
những điều đó [n-yõõng di-àyoo dó] those
những trang vàng [n-yõõng jang vàng] yellow pages

O

ở [ủr] live, stay; at; in; on; to
ở nhà [ủr n-yà] at home
ổ cắm [ảw gúm] socket (electrical)
ở chỗ đó [ủr jãw dó] over there
ở đâu? [ủr doh] where?
ở dâu đó [ủr yoh dó] somewhere
ở đâu vậy? [ủr doh vạy-i] where is it?
ở đây [ủr day-i] here
ở đó [ủr dó] there
ở gần [ủr gùhn] nearby
ô kính [aw gíng] window (of shop)
ổ khóa [ảw kwá] lock (noun)
ô nhiễm [aw n-yãym] polluted

ô tô điện [aw daw di-ạyn] trolleybus
ở trên cao [ủr jayn gao] at the top
ở trên đỉnh của ... [ủr jayn dĩng gwả] on top of ...
ở trong [ủr jong] in; inside
ở trước mặt [ủr jꝏ-úrg mụd] in front
ơi: ông/bà ơi [awng/bà uh-i] excuse me
ôm [awm] carry (in one's arms)
ốm [áwm] illness; ill
ôn hòa [awn hwà] mild (weather)
Ông [äng] Mr
ổng (S) [ảwng] he
ông ... được không? [awng ... dꝏ-ụrg kawng] can you ...? (request)
ông ấy [awng áy-i] he
ông có thể ...? [awng gó tảy] could you ...?
ông có thích ... không? [awng gó tíj ... kawng] do you like ...?
ống điếu [áwng di-áyoo] pipe (for smoking)
ông già [awng yà] dad; old man
ông già vợ [awng yà vụr] father-in-law (informal)
ống kính [áwng gíng] lens (of camera)
ông không nên ... [bà kawng nayn] you shouldn't
ông nên ... [awng nayn] you should
ông nội [awng nọy] grandfather (paternal)
ống nghe [áwng ngeh] receiver
ông ngoại [awng ngwại] grandfather (maternal)
ô-tô khách (N) [aw-daw káj] coach, bus

P

pin battery (for radio)

PH

phà [fà] ferry
phà chở khách [fà jủr káj] passenger ferry
phà chở xe [fà jủr seh] car ferry
pha len wool mixture
phải [fải] must; that's right
phải chăng [fải jung] reasonable, fair
phải không [fải kawng] isn't it?; aren't you?; don't you? etc
phải thế không? [fải táy kawng] is it?; do they? etc
phải vậy không? [fải vạy-i kawng] is it?; do they? etc
phần [fùhn] part (noun)
phản đối [fản dóy] disagree; against
phần lưng [fùhn lꝏng] back
phân tây [fuhn day-i] centimetre
phần tư [fùhn dꝏ] quarter
phần trăm [fùhn jum] per cent
phẳng [fủng] flat, level
pháo [fáo] firecracker
pháo bông [fáo bawng] fireworks

pháo hoa [fáo hwa] fireworks
Pháp [fáp] French (adj)
phát [fád] delivery; deliver
Phật [fụhd] Buddha
phật giáo [fụhd yáo] Buddhism
phẫu thuật [fõh twạwd] operation
phẹc mơ-tuya [fẹg mur-dwee-a] zip
phi cơ [fi gur] plane
phía bắc [fía búg] north
phía dưới [fía yoo-úh-i] below
phía đông [fía dawng] east
phía nam [fía nam] south
phía sau [fía sa-oo] behind
phía tây [fía day-i] west
phiá trước [fiá jꝏ-úrg] front
phích cắm [fíj gúm] plug (electrical)
phiên dịch [fi-ayn yịj] interpret
phiếu [fi-áyoo] ticket; card
phiếu lên máy bay [fi-áyoo layn máy bay] boarding pass
phim [fim] film, movie
phim ảnh [fim ảng] film (for camera)
phim đèn chiếu [fim dèn ji-áyoo] slide (photographic)
phim màu [fim mà-oo] colour film
phố [fáw] street
phổ biến [fảw bi-áyn] popular
phố nhỏ [fáw n-yỏ] side street
phố xá [fáw sá] street
phòng [fòng] room
phòng ăn [fòng un] dining room
phòng bán vé [fòng bán véh] box office; ticket office; booking office
phòng bệnh [fòng bạyng] ward (in hospital)
phong bì [fong bì] envelope
phòng cấp cứ [fòng gúhp gꝏ] casualty department
phòng cứu thương [fòng gér-oo tꝏ-urng] casualty department
phòng chẩn mạch [fòng jủhn mạj] clinic
phòng chờ [fòng jùr] waiting room
phòng đôi [fòng doy] double room
phòng đợi [fòng dụh-i] lounge (in airport)
phòng đợi khởi hành [fòng dụh-i kủh-i hàng] departure lounge
phòng đợi lên máy bay [fòng dụh-i layn máy bay] departure lounge
phòng đơn [fòng durn] single room
phòng đơn có buồng tắm [fòng durn gó bwàwng dúm] single room with bathroom
phòng đơn không có buồng tắm [fòng durn kawng gó bwàwng dúm] single room without bathroom
phòng hai giường [fòng hai yꝏ-ùrng] twin room
phòng hai người [fòng hai ngoo-ùh-i] double room
phòng hội nghị [fòng họy ngị] conference room
phòng hướng dẫn [fòng hꝏ-úrng yũhn] information desk
phòng kép [fòng gép] twin

room
phòng khách [fòng káj] lounge (in house, hotel)
phòng khách sạn [fòng káj sạn] hotel room
phòng khám [fòng kám] clinic
phòng một người [fòng mạwd ngoo-ùh-i] single room
phòng ngủ [fòng ngỏo] bedroom
phòng tắm [fòng dúm] bathroom
phòng tắm riêng [fòng dúm ri-ayng] private bathroom
phòng tiếp tân [fòng di-áyp duhn] foyer, lobby; reception
phong tục [fong dọọg] custom
phòng thông tin [fòng tawng din] information desk
phòng thông tin du lịch [fòng tawng din yoo lịj] tourist information office
phòng thư lưu [fòng too ler-oo] poste restante, general delivery
phòng thử quần áo [fòng tỏo gwùhn áo] fitting room
phòng trà [fòng jà] hostess bar
phòng treo quần áo [fòng jeh-ao gwùhn áo] cloakroom
phòng triển lãm hội họa [fòng ji-ảyn lãm họy hwạ] art gallery
phổi [fổy] lungs
phu khuân vác [foo kwawn vág] porter (in hotel)
phụ nữ [fọọ nõo] woman
phục vụ [fọọg vọọ] service
phục vụ phòng [fọọg vọọ fòng] room service
phút [fóód] minute

Q

QL main road from N to S
qua [gwa] through, via; cross; go past
quá [gwá] too (excessively)
quà [gwà] gift, present
quả bóng [gwả bóng] ball
quả bóng đá [gwả bóng dá] football (ball)
qua đêm [gwa daym] overnight
quá nhiều [gwá n-yàyoo] too much
quà tặng [gwà dụng] gift
quán [gwán] tavern
quần [gwùhn] trousers, (US) pants
quận [gwụhn] district
quán ăn [gwán un] restaurant; inn
quần áo [gwùhn áo] clothes
quần áo bơi [gwùhn áo buh-i] swimming costume
quần áo cần giặt [gwùhn áo gùhn yụd] laundry, washing
quần áo dơ [gwùhn áo yur] laundry (clothes)
quần áo đàn bà [gwùhn áo dàn bà] ladies' wear
quần áo đàn ông [gwùhn áo dàn awng] menswear
quần áo nam [gwùhn áo nam] menswear
quần áo phụ nữ [gwùhn áo fọọ nõo] ladies' clothing, ladies' wear

quần áo trẻ em [gwùhn áo jẻh em] children's wear
quần bò [gwùhn bò] jeans
quần bó chẽn [gwùhn bó jẽn] tights
quán cà-phê [gwán gà-fay] café
quần lót [gwùhn lód] underpants, pants
quần lót đàn bà [gwùhn lód dàn bà] knickers, panties
quần nịt [gwùhn nịd] tights
quần soóc [gwùhn soóg] shorts
quần tắm [gwùhn dúm] swimming trunks
quan trọng [gwan jọng] important
quần vợt [gwùhn vụrd] tennis
quảng trường [gwảng jœ-ùrng] square (in town)
quành [gwàng] bend (in road)
quạt máy [gwạd máy] fan (electrical)
quạt tay [gwạd day] fan (handheld)
quát tháo [gwád táo] shout (verb)
quạt trần [gwạd jùhn] ceiling fan
quầy [gwày-i] counter
quầy bán báo [gwày-i bán báo] newsagent's
quầy bán đồ nhắm [gwày-i bán dàw n-yúm] snack bar
quầy cân hành lý [gwày-i guhn hàng lí] check-in
quầy đổi tiền [gwày-i dỏy di-àyn] exchange bureau
quay số [gway sáw] dial
quầy tiếp tân [gwày-i di-áyp duhn] reception desk
quầy trả tiền [gwày-i jả di-àyn] cash desk
quầy văn phòng phẩm [gwày-i vun fòng fủhm] stationer's
quen [gwen] familiar with, acquainted with
quen rồi [gwen ròy] used to
quẹo (S) [gwẹ-ao] turn
quẹt [gwẹd] matches
quẹt lửa [gwẹd lỏ̤-a] cigarette lighter
quê quán country of origin
quên [gwayn] forget
tôi đã quên rồi [doy dã gwayn ròy] I've forgotten
quốc gia [gwáwg ya] country; national
Quốc lộ [gwáwg lạw] main road from N to S and between major cities
quốc tế [gwáwg dáy] international
quốc tịch [gwáwg dịj] nationality
quý [gwí] valuable
quỷ tha ma bắt [gwẻẻ ta ma búd] go to hell!
quyết định [gwi-áyd dịng] decide

R

ra out; go out
rác [rág] rubbish, trash
rám nắng [rám núng] tan, suntan
răng [rung] tooth

rằng [rùng] that (conjunction)
rành (S) [ràng] fluent
rảnh [rảng] free
rạp chiếu bóng [rạp ji-áyoo bóng] cinema, movie theater
rạp hát [rạp hád] theatre
rất [rúhd] quite; really; very
rất nhiều [rúhd n-yàyoo] very much
rẻ [rẻh] cheap
rèm cửa [rèm gở̀-a] blinds
riêng [ri-ayng] private; separately
rõ ràng [rõ ràng] clear, obvious
rồi! [ròy] right!; already; denotes past tense
rời [rùh-i] leave
rời khỏi [rùh-i kởi] leave; depart
rồi sao? (S) [ròy sao] so what?; what happens next?
rộng [rạwng] wide
rốt cuộc [ráwd gwạwg] at last, in the end
ruồi [rwòy] fly (noun)
ruộng lúa [rwạwng lóó-a] paddy field
ruộng rẫy [rwạwng rãy-i] farm
rửa [rở̀-a] wash; develop
rửa phim [rở̀-a fim] film processing
rừng [rờng] forest
rừng cây [rờng gay-i] woods
rừng nhiệt đới [rờng n-yạyd dúh-i] tropical rainforest
rừng rậm [rờng rụhm] jungle

S

sắc [súg] sharp (knife)
sách [sáj] book (noun)
sạch sẽ [sạj sẽh] clean (adj)
Sài gòn trước đây [sài gòn jơơ-úrg day-i] old Saigon
sai lầm [sai lùhm] false; error
sấm sét mưa bão [súhm séd moo-a bão] thunderstorm
sân bay [suhn bay] airport
sân chơi [suhn juh-i] playground
sân đậu xe [suhn dọh seh] car park
sân đỗ [suhn dãw] platform
san hô [san haw] coral
sàn nhà [sàn n-yà] floor (of room)
sản phẩm của ... product of ...
sẵn sàng [sũn sàng] ready
sản xuất tại ... made in ...
sáng chói [sáng jói] bright (light etc)
sang chuyển [sang jwee-ảyn] transfer
sáng nay [sáng nay] this morning
sang trọng [sang jọng] posh, upmarket
sành sứ [sàng sớ] porcelain
sao? why?; prompting word after long silence
sao không? [sao kawng] why not?
sáo trúc [sáo jóóg] bamboo flutes

sạp báo [sạp báo] newspaper kiosk
sau [sa-oo] after; rear
sâu [soh] deep
sâu bọ [soh bọ] insect
sau cùng [sa-oo gòong] finally, at last
sau đó [sa-oo dó] then; afterwards
sau khi [sa-oo ki] after
sau lưng [sa-oo lœng] behind; at the back
sấy tóc [sáy-i dóg] blow-dry
s. CN A.D.
sẽ [sẽh] will; shall
séc [ség] cheque
séc du lịch [ség yoo lịj] traveller's cheque
siêu thị [si-yoh tị] supermarket
sinh [sing] birth
sinh nhật [sing n-yụhd] birthday
số [sáw] number; amount; gears
sở [sủr] department; office; agency
sở bưu điện [sủr ber-oo di-ạyn] post office
sơ cứu [sur gœ́oo] first aid
số chuyến bay [sáw jwee-áyn bay] flight number
số đăng ký [sáw dung gí] registration number
số điện thoại [sáw di-ạyn twại] phone number
số hiệu chuyến bay [sáw hi-ạyoo jwee-áyn bay] flight number
số không [sáw kawng] zero
số mã vùng [sáw mã vòong] area code
sổ nhật ký [sảw n-yụhd gí] diary (business etc)
sổ tay [sảw day] notebook
sở thú [sủr tóó] zoo
sổ vé [sảw véh] book of tickets
số vùng [sáw vòong] dialling code
số zê-rô [sáw zay-raw] zero
sô-cô-la [saw-gaw-la] chocolate
sô-cô-la sữa [saw-gaw-la sœ̃-a] milk chocolate
sợi cọ [sụh-i gọ] raffia
sợi chỉ [sụh-i jỉ] thread (noun)
sợi dây [sụh-i yay-i] string
sớm [súrm] early
sơn [surn] paint (noun)
sơn còn ướt [surn gòn œ-úrd] wet paint
son môi [son moy] lipstick
son phấn [son fúhn] make-up; cosmetics
song [song] still
sông [sawng] river
Sông Cửu Long [sawng gœ̉oo long] Mekong River
Sông Hương [sawng hœ-urng] Perfume River
song mây [song may-i] rattan
Sông Mê Công [sawng may gawng] Mekong River
sự [sœ̣] word placed in front of verbs and adjectives to turn them into nouns
sự bắt đầu [sœ̣ búd dòh] start (noun)
sự chết chóc [sœ̣ jáyd jóg] death
sử dụng [sœ̉ yọong] use

Sa

sự đón tiếp [sợ dón di-áyp] reception (for guests)
sự giảm giá [sợ yảm yiá] reduction
sự giúp đỡ [sợ yóóp dũr] help (noun)
sự hân hạnh của tôi [sợ huhn hạng gỏỏ-a doy] my pleasure
sự khởi hành [sợ kủh-i hàng] departure
sự may mắn [sợ may mún] luck
sự miêu tả [sợ mi-yoh dả] description
sự ồn ào [sợ àwn ào] noise
sự rám nắng [sợ rám núng] suntan
sự sai lầm [sợ sại lùhm] mistake (noun)
sự việc [sợ vi-ạyg] events; incidents
sự xa hoa [sợ sa hwa] luxury
sự yên lặng [sợ yayn lụng] silence
sửa [sởỏ-a] repair, mend
sửa chữa [sởỏ-a jỡõ-a] repair
sửa chữa ô tô [sởỏ-a jỡõ-a aw daw] auto repairs
sức nóng [sóög nóng] heat
súc vật [sóóg vụhd] animal
suối [swóy] stream
sưởi ấm [sơơ-ủh-i úhm] heating
sương mù [sơơ-urng mòò] fog, mist
suốt ngày [swáwd ngày] all day

T

tá [dá] dozen
tả [dả] nappy, diaper
tắc xi [dúg si] taxi
tai [dai] ear
tại [dại] at; in; due to, because of
tại sao? [dại sao] why?
tại sao không? [dại sao kawng] why not?
tại sao vậy? [dại sao vạy-i] why is that?
tại đây [dại day-i] here
tài liệu [dài li-ạyoo] information
tai nạn [dai nạn] accident
tài xế [dài sáy] driver
tắm [dúm] have a bath
tấm [dúhm] piece
tấm áp-phích [dúhm áp-fíj] poster
tạm biệt [dạm bi-ạyd] goodbye
tấm đra [dúhm dra] sheet (for bed)
tấm hình (S) [dúhm hìng] picture
tắm hơi [dúm huh-i] sauna
tắm rửa [dúm rởỏ-a] wash (verb)
tàn tật [dàn dụhd] disabled
tán thành [dán tàng] agree; support; OK
tầng lầu [dùhng lòh] floor, storey
tặng phẩm [dụng fủhm] present, gift
tao [dao] I; me
tạp chí [dạp jí] magazine
tập nhật ký [dụhp n-yụhd gí] diary

tập quán [dụhp gwán] custom
tắt [dúd] switch off; off
tất cả [dúhd gả] all; altogether; everyone
tất nhiên [dúhd ni-ayn] of course
Tàu [dà-oo] Chinese
tàu [dà-oo] ship; train
tàu bè [dà-oo bèh] water transport
tàu hàng freight train
tàu hỏa [dà-oo hỏa] train
tàu liên tỉnh intercity train
tàu lửa [dà-oo lỏ̉-a] train
tàu tốc hành [dà-oo dáwg hàng] express train
Tàu Thống Nhất [dà-oo táwng n-yúhd] North-South express train
tàu thuỷ [dà-oo twẻẻ] ship
tay [day] hand
tây bắc [day-i búg] northwest
tây hóa [day-i hwá] westernize
tây nam [day-i nam] southwest
tay non [day non] beginner
té [déh] fall (verb)
tệ nhất [dạy n-yúhd] worst
tệ quá [dạy gwá] terrible
tem [dem] stamp (noun)
tên [dayn] name; first name, given name
tên ông/bà là gì? [dayn awng/bà là yì] what's your name?
Tết [dáyd] Vietnamese New Year
tết [dáyd] festival; carnival
Tết Âm Lịch [dáyd uhm lịj] Vietnamese New Year
Tết Thanh Minh [dáyd tang ming] Ching Ming Festival
Tết Trung Thu [dáyd joong too] Mid-Autumn Moon Festival
TGĐ Managing Director
tí (S) [dí] little
tỉ giá hối đoái [dỉ yá hóy dwái] exchange rate
tỉ lệ [dỉ lạy] exchange rate
tỉ lệ đổi tiền [dỉ lạy dỏy di-àyn] exchange rate
tí nữa [dí nỡ-a] in a minute
tí xíu (N) [dí séw] tiny; a little bit
tỉa [tỉ-a] trim
tiệc [di-ạyg] party (celebration)
tiệm (S) [di-ạym] shop
tiệm ăn [di-ạym un] restaurant
tiệm bán bánh mì [di-ạym bán báng mì] bakery
tiệm bán bánh ngọt [di-ạym bán báng ngọd] cake shop
tiệm bán cá [di-ạym bán gá] fishmonger's
tiệm bán đồ cổ [di-ạym bán dàw gảw] antique shop
tiệm bán đồ sắt [di-aym bán dàw súd] hardware shop
tiệm bán giày dép [di-ạym bán yày yép] shoe shop
tiệm bán hàng miễn thuế [di-ạym bán hàng mi-ãyn twéh] duty-free shop
tiệm bán hoa [di-aym bán hwa] florist
tiệm bán máy ảnh [di-ạym bán máy ảng] camera shop
tiệm bán quà kỷ niệm [di-aym bán gwà gỉ ni-ạym] gift shop
tiệm bán rau cải [di-ạym bán ra-

Vietnamese → English

Ta

oo gải] greengrocer's
tiệm bán sách [di-ạym bán sáj] bookshop
tiệm bán thức ăn [di-ạym bán tớg un] food shop/store
tiệm bánh ngọt [di-ạym báng ngọd] cake shop
tiệm báo [di-ạym báo] newsagent's
tiệm cà phê [di-ạym gà fay] café
tiệm đồng hồ [di-ạym dàwng hàw] watch repairer
tiệm giặt khô [di-ạym yụd kaw] dry-cleaner
tiệm giặt quần áo [di-ạym yụd gwùhn áo] laundry
tiệm hớt tóc (S) [di-ạym húrd dóg] barber's, men's hairdresser's
tiệm may [di-ạym may] tailor's
tiệm may nữ [di-ạym may nỡ] dressmaker's
tiệm nữ trang [di-ạym nỡ jang] jeweller's
tiệm rượu [di-ạym rơ-ụroo] liquor store; pub
tiệm tạp chí [di-ạym dạp jí] newsagent's
tiệm tạp hóa [di-aym dạp hwá] grocer's
tiệm thuốc bắc [di-ạym twáwg búg] Chinese medicine shop
tiệm thuốc tây [di-ạym twáwg day-i] pharmacy, chemist's
tiệm uốn tóc [di-aym wáwn dóg] women's hairdresser's
tiệm vàng [di-ạym vàng] jeweller's; goldsmith
tiện [di-ạyn] convenient
tiền [di-àyn] money
tiền bảng [di-àyn bảng] sterling
tiền giấy [di-àyn yáy-i] banknote
tiền hoa hồng [di-àyn hwa hàwng] commission
tiền lẻ [di-àyn lẻh] small change
tiền mặt [di-àyn mụd] cash (noun)
tiền nhà [di-àyn n-yà] rent
tiền pao [di-àyn pao] sterling
tiền puốc boa [di-àyn pwáwg bwa] tip
tiền tệ [di-àyn dạy] currency
tiền thuê [di-àyn tweh] rent; rental
tiền thưởng [di-àyn tơ-ửrng] tip (to waiter etc)
tiền vào cửa [di-àyn vào gở-a] admission charge
tiền xe [di-àyn seh] fare
tiếng [di-áyng] voice; sound; language; hour
tiếng Anh [di-áyng ang] English
tiếng Cam-pu-chia [di-áyng gam-poo-jia] Cambodian
tiếng nói [di-áyng nói] speech
tiếng Pháp [di-áyng fáp] French
tiếng Quảng Đông [di-áyng gwảwng dawng] Cantonese
tiếng Việt [di-áyng vi-ạyd] Vietnamese
tiếp cận [di-áyp gụhn] approach
tiếp diễn [di-áyp yi-ãyn] continue, go on
tiếp tục [di-áyp dọọg] stay, remain; continue, go on
tiểu thuyết [di-ảyoo twee-áyd] novel
tìm [dìm] fetch; find; look

for; search
tìm ra [dìm ra] find out
tìm thấy [dìm táy-i] find
tin [din] believe
Tin Lành [din làng] Protestant (adj)
tin tức [din dơơg] news; information
tin tưởng [din dơơ-ủrng] believe
tình trạng khẩn cấp [dìng jạng kủhn gúhp] emergency
TL. (signed) by order of
TLĐLĐVN Vietnam Workers' Confederation
to [do] large, big
tơ [dur] silk
tờ báo [dùr báo] newspaper
Tô Cách Lan [daw gáj lan] Scottish
tờ đơn [dùr durn] form
to lắm [do lúm] enormous
tơ lụa [dur lọo-a] silk
to tiếng [do di-áyng] loud
toa [dwa] compartment
tòa đại sứ [dwà dại sớơ] embassy
toa giường nằm [dwa yơơ-ùrng nùm] couchette
toa ngủ [dwa ngỏỏ] sleeping car
tòa nhà [dwà n-yà] building
tòa thị chính [dwà tị jíng] town hall
toa thuốc (S) [dwa twáwg] prescription
toa xe lửa [dwa seh lỏỏ-a] carriage, coach
toán [dwán] team; party, group
toàn bộ [dwàn bạw] altogether; completely, entirely; the whole
toàn thể [dwàn tảy] the whole
tóc [dóg] hair
tốc hành [dáwg hàng] express
tôi [doy] I; me
tôi có thể ... [doy gó tảy] I might ...
tôi có thể [doy gó tảy] I can
tôi không thể ... [doy kawng tảy] I couldn't ...; I can't ...
tối đa [dóy da] at the most
tồi đi [dòy di] worsen
tối nay [dóy nay] tonight; this evening
tồi nhất [dòy n-yúhd] worst
tới tầng ... to ... floor
tối thiểu [dóy ti-ảyoo] at least; minimum
tôn giáo [dawn yáo] religion
tổng cộng [dảwng gạwng] total, add up
Tổng Công ty Bưu Chính Viễn Thông Vietnam Post and Telecommunications
tổng đài địa phương [dảwng dài dịa fơơ-urng] local exchange
tổng đài điện thoại [dảwng dài di-ạyn twại] operator
Tổng Giám đốc [dảwng yám dáwg] Managing Director
Tổng liên đoàn lao động Việt Nam Vietnam Workers' Confederation
tổng quát [dảwng gwád] generally
tổng thống [dảwng táwng] president (of country)
Tổng Thư Ký Secretary General

tốt [dáwd] good; fine; OK; all right
tốt hơn [dáwd hurn] better
tốt mã [dáwd mã] good-looking
tốt nhất [dáwd n-yúhd] best
TTK Secretary General
TTXVN Vietnam News Agency
tư [dœ] private
từ [dœ̀] from
từ ... đến ... [dœ̀ ... dáyn] from ... to ...
tự [dœ̣] oneself
từ [dœ̀] word
tự điển [dœ̣ di-ảyn] dictionary
tủ đựng quần áo [dỏỏ dœ̣ng gwùhn áo] cupboard
tủ gửi đồ bảo đảm [dỏỏ gœ̉-i dàw bảo dảm] safe-deposit box
từ khi [dœ̀ ki] since
tủ khóa [dỏỏ kwá] locker (for luggage etc)
tủ lạnh [dỏỏ lạng] fridge
tư nhân [dœ n-yuhn] private
tự nhiên [dœ̣ n-yi-ayn] natural
tu sĩ [doo sĩ] monk
tử tế [dœ̉ dáy] kind (generous)
tu viện [doo vi-ạyn] monastery
tuần [dwàwn] week
tuần sau [dwàwn sa-oo] next week
tuần tới [dwàwn dúh-i] next week
tuần vừa qua [dwàwn vœ̀-a gwa] last week
tuần biển [dwàwn bi-ảyn] lifeguard
tức thì [dœ́g tì] immediately
tui (S) [dwee] I
túi [dóó-i] pocket
túi cóc [dóó-i góg] rucksack
túi để đồ [dóó-i dảy dàw] carrier bag
túi đựng hàng [dóó-i dœ̣ng hàng] carrier bag
túi giấy [dóó-i yáy-i] paper bag
túi ni-lon [dóó-i ni-lon] plastic bag
túi ngủ [dóó-i ngỏỏ] sleeping bag
túi xách hàng [dóó-i sáj hàng] carrier bag
từng [dœ̀ng] ever; indicates perfect tense
tuổi [dwỏy] age
tươi [doo-uh-i] fresh (fruit etc)
tuồng [dwàwng] play
tường [dœ-ùrng] wall
tượng [dœ-ụrng] statue
tương đối [dœ-urng dóy] relatively
tương lai [dœ-urng lai] future
tương tự [dœ-urng dœ̣] similar
tuy nhiên [dwee ni-ayn] however
tuy vậy [dwee vạy-i] however
tuyến [dwee-áyn] route
tuyến đường sắt [dwee-áyn dœ-ùrng súd] railway line
tuyệt [dwee-ạyd] great, excellent

TH

thà rằng [tà rùng] rather
thác nước [tág nœ-úrg] fountain

thác phun [tág foon] fountain
thảm [tảm] carpet
thăm [tum] visit (verb)
tham ăn [tam un] greedy
thậm chí [tụhm jí] even
tham lam [tam lam] greedy
thẩm mỹ viện [tủhm mĩ vi-ạyn] beauty salon; beautician
tham quan [tam gwan] visit
tham thân visiting relatives
thân mật [tuhn mụhd] informal; friendly
thân thiện [tuhn ti-ạyn] friendly
thận trọng! [tụhn jọng] caution!
tháng [táng] month
thẳng [tủng] direct (adj)
tháng Ba [táng ba] March
tháng Bảy [táng bảy] July
thắng cảnh ... [túng gảng] the sights of ...
thắng cảnh lịch sử [túng gảng lịj sởờ] historical site
thằng cha [tùng ja] he (pejorative)
tháng Chín [táng jín] September
tháng Giêng [táng yayng] January
tháng Hai [táng hai] February
thằng khốn! [tùng káwn] you damned bastard!
thang máy [tang máy] lift, elevator; escalator
tháng Mười [táng moo-ùh-i] October
tháng Mười Hai [táng moo-ùh-i hai] December
tháng Mười Một [táng moo-ùh-i mạwd] November
tháng Năm [táng num] May
tháng Sáu [táng sá-oo] June
tháng Tám [táng dám] August
tháng Tư [táng dœ] April
thẳng thừng [tủng tœ̀ng] direct; down-to-earth
thành [tàng] citadel
thành lũy [tàng lõõ-i] citadel
Thành Nội [tàng nọy] Royal Citadel
thành phần ingredients
thành phần thuốc medicinal composition
thành phố [tàng fáw] city
Thành phố Hồ Chí Minh [tàng fáw hàw jí ming] Ho Chi Minh City
thành quách [tàng gwáj] citadel
tháp [táp] tower; pagoda
thấp [túhp] low
thật [tụhd] true; really
thật vậy hả? [tụhd vạy-i hả] is that so?
thật vậy sao? [tụhd vạy-i sao] really?
thất lạc [túhd lạg] missing
thất nghiệp [túhd ngi-ạyp] unemployed
thật nhiều hơn nữa [tụhd n-yàyoo hurn nœ̃-a] a lot more
thật tởm lợm! [tụhd dửrm lựrm] it's disgusting!
thật tuyệt! [tụhd dwee-ạyd] splendid!
thất vọng [túhd vọng] disappointed
thấy [táy-i] see
thay vì ... [tay vì] instead of ...

thẻ [tẻh] credit card
thế [táy] so; cushion word
thể [tảy] cushion word
thẻ chứng minh nhân dân [tẻh jœ̀ng ming n-yuhn yuhn] ID card
thể dục [tảy yọọg] gym
thế đấy [táy dáy-i] that's it
thẻ điện thoại [tẻh di-ạyn twại] phonecard
thế giới [táy yúh-i] world
thẻ lên máy bay [tẻh layn máy bay] boarding pass
thế nào [táy nào] what?; what about?; how?
thẻ tín dụng [tẻh dín yọọng] credit card; charge card
thể thao [tảy tao] sport
thế thôi [táy toy] no more, that's it
thêm một cái nữa [taym mạwd gái nœ̃-a] another one (thing)
thêm một người nữa [taym mạwd ngoo-ùh-i nœ̃-a] another one (person)
theo [teh-ao] follow
theo Công giáo [teh-ao gawng yáo] Catholic (adj)
theo phật giáo [teh-ao fụhd yáo] Buddhist (adj)
thì [tì] grammatical word used in conditions and to express effect
thì giờ [tì yùr] time
... thì sao? [tì sao] what about ...?, how about ...?
thì sao nào? [tì sao nào] so what?
thị thực [tị tœ̣g] visa
thị thực nhập cảnh/xuất cảnh entry/exit visa
thị trấn [tị júhn] town
thị xã [tị sã] town
thìa (N) [tìa] spoon
thìa cà phê (N) [tìa gà fay] teaspoon
thích [tíj] like; enjoy
thích nhất [tíj n-yúhd] favourite
thiếc [ti-áyg] tin
thiên nhiên [ti-ayn n-yi-ayn] natural
thiếp [ti-áyp] card
thiệp [tiạyp] card
thiết bị [ti-áyd bị] equipment
thiếu [ti-áyoo] missing
thiếu niên [ti-áyoo ni-ayn] teenager
thính giả [tíng yả] audience
thình lình [tìng lìng] suddenly
thỉnh thoảng [tỉng twảng] sometimes
thờ cúng ông/bà [tùr góóng awng/bà] ancestor worship
thợ điện [tụr di-ạyn] electrician
thợ may [tụr may] tailor
thợ máy [tụr máy] mechanic
thợ ống cống [tụr áwng gáwng] plumber
thợ sửa giày [tụr sœ̉-a yày] shoe repairer
thờ tổ tiên [tùr dẩw di-ayn] ancestor worship
thoa bóp [twa bóp] massage
thỏa thuận [tỏa twạwn] agreement; deal
thoải mái [twải mái] comfortable
thôi [toy] no longer
thời gian [tùh-i yan] time

thời gian biểu [tùh-i yan bi-ảyoo] timetable
thời kỳ [tùh-i gì] period (of time)
thời tiết [tùh-i di-áyd] weather
thời trang [tùh-i jang] fashionable
thông báo notice
thông báo hướng dẫn du lịch tourist information
thông dịch [tawng yịj] translator; interpreter
thông minh [tawng ming] clever, intelligent
thông ngôn [tawng ngawn] interpreter
thông tin [tawng din] information
thông thường [tawng tœ-ùrng] usual
thư [tœ] letter
thứ [tœ́] day; type
thử [tœ̉] try; try on
thứ Ba [tœ́ ba] Tuesday
thư bảo đảm [tœ bảo dảm] registered letter
thứ Bảy [tœ́ bảy] Saturday
thủ công [tỏ̤ gawng] handicrafts
thu gom [too gom] collect
thư gửi đường hàng không [tœ gœ̉-i dœ-ùrng hàng kawng] sent by airmail
thứ Hai [tœ́ hai] Monday
thứ hai [tœ́ hai] second (adj)
thứ Năm [tœ́ num] Thursday
thư phát nhanh [tœ fád n-yang] express letter
thứ Sáu [tœ́ sá-oo] Friday
thứ Tư [tœ́ dœ] Wednesday
thư từ [tœ dœ̀] post, mail
thủ tướng [tỏ̤ dœ-úrng] prime minister
thú vị [tóó vị] enjoyable; interesting (day, film)
thư viện [tœ vi-ạyn] library
thưa [too-a] polite word used when addressing people
thực [tœ̣g] true
thức ăn [tœ́g un] food
thực sự [rúhd tœ̣g sœ̣] real
thuê [tweh] rent, hire
thuế [twéh] tax
thuế quan [twéh gwan] Customs
thung lũng [toong lõõng] valley
Thung lũng sông Hồng [toong lõõng sawng hàwng] Red River Valley
thùng rác [tòòng rág] dustbin, bin
thùng thư [tòòng tœ] postbox, letterbox
thùng xe [tòòng seh] boot (of car)
thuốc [twáwg] medicine; cigarette
thuộc [too-ạwg] belonging to
thuốc dán [twáwg yán] plasters
thuốc ho [twáwg ho] cough medicine
thuốc lá [twáwg lá] tobacco; cigarette
thuốc men [twáwg men] drug
thuốc mỡ [twáwg mữr] ointment
thuốc ngừa sâu bọ cắn [twáwg ngœ̀-a soh bọ gún] insect

repellent
thuộc phía bắc [twạwg fía búg] northern
thuốc sát trùng [twáwg sád jòong] antiseptic
thuốc trị đau [twáwg jị da-oo] painkillers
thuốc viên ngừa thai [twáwg vi-ayn ngòo-a tai] pill
thường [tòo-ùrng] usual; usually; often
thương vong [tòo-urng vong] casualty
thường xuyên [tòo-ùrng swee-ayn] frequent; often
thuỷ tinh [twẻẻ ding] glass
thuỷ triều [twẻẻ ji-àyoo] tide
thuyền [twee-àyn] small boat
thuyền buồm [twee-àyn bwàwm] sailing boat
thuyền chèo [twee-àyn jèh-ao] rowing boat
thuyền máy [twee-àyn máy] motorboat
thuyền thể thao [twee-àyn tảy tao] yacht

TR

trả giá [jả yá] bargaining
trả lại [jả lại] give back; refund (noun)
trả lời [jả lùh-i] answer, reply
trả tiền [jả di-àyn] pay; payment
trả tiền mặt [jả di-àyn mụd] cash payment; pay cash
trả thêm [jả taym] supplement (extra charge)
trại bệnh [jại bạyng] ward
trạm [jạm] station; terminus
trạm đổ xăng [jạm dảw sung] garage (for fuel)
trạm sửa chữa [jạm sỏỏ-a jõõ-a] service station
trầm trọng [jùhm jọng] serious (illness)
trạm xăng [jạm sung] service station; petrol station
trạm xe buýt [jạm seh bwééd] bus stop
trạm y tế địa phương [jạm i dáy dịa fòo-urng] local health unit
trận đấu [jụhn dóh] match (football etc)
trăng [jung] moon
trắng [júng] white
tranh cãi [jang gãi] argument; argue
tránh ra! [jáng ra] get out of the way!
trâu [joh] water buffalo
tr. CN B.C.
tre [jeh] bamboo
trẻ [jẻh] young
trễ (S) [jãy] late; delay
trẻ con [jẻh gon] children
trẻ em [jẻh em] children
trên [jayn] on; above; up
trên đây [jayn day-i] above
trên đó [jayn dó] up there
trên kia [jayn gia] up there
trên lầu [jayn lòh] upstairs
triển lãm [ji-ảyn lãm] exhibition
trò chơi [jò juh-i] game
trở lại [jủr lại] back; return

trở về [jủr vày] go back
Trời [jùh-i] God
trời [jùh-i] sky
trời đất! [jùh-i dúhd] good heavens!
trời ơi! [jùh-i uh-i] oh my God!
trộm [jạwm] steal
trong [jong] in; among; clear
trống [jáwng] vacant
trồng filling (in tooth)
trông đợi [jawng dụh-i] expect
trong khi [jong ki] during; while
trống không [jáwng kawng] empty (adj)
trong nước [jong noo-úrg] domestic
trong nhà [jong n-yà] indoors
trong số [jong sáw] among
trong thời gian [jong tùh-i yan] during
trừ [jòo] except
trứ phi [jòo fi] except
trúc [jóóg] bamboo

Tr

trực tiếp [jọog di-áyp] direct
trung [joong] average; mid; centre
trưng bày [joong bày] display
trung bình [joong bìng] on average; medium, average
Trung Quốc [joong gwáwg] Chinese (adj); China
trung tâm [joong duhm] centre
trung tâm thành phố [joong duhm tàng fáw] city centre
trung tâm thị xã [joong duhm tị sã] town centre
trung ương [joong oo-urng] central
trước [joo-úrg] before; in front of; in advance; ahead of; first; denotes past tense
trước đây [joo-úrg day-i] ago; before, previously
trước hết [joo-úrg háyd] above all; first of all
trước khi [joo-úrg ki] before
trường cao đẳng [joo-ùrng gao dủng] college
trường đại học [joo-ùrng dại họg] university
trường học [joo-ùrng họg] school
trượt nước [joo-ụrd noo-úrg] waterskiing
truyền thống [jwee-àyn táwng] traditional

U

UBND People's Committee
uống [wáwng] drink (verb)
uống (dùng) ngày ba lần to be taken three times a day
uống (dùng) trước/sau bữa ăn to be taken before/after meals
uống thuốc [wáwng twáwg] to take medicine
ướt [oo-úrd] wet
Ủy Ban Nhân Dân People's Committee

V

và and
vác [vág] carry
vai shoulder
vài several; some
vải cloth, material, fabric
vải băng bó [vải bung bó] bandage
va-li suitcase, case, bag
ván game, match
vẫn [vũhn] still
vẫn còn [vũhn gòn] still
vấn đề [vúhn dày] problem
vặn nút để mở unscrew to open
văn phòng [vun fòng] office
văn phòng du lịch [vun fòng yoo lij] travel agent's
vắn tắt [vún dúd] brief
vàng gold
vâng (N) [vuhng] yes
vàng hoe [vàng hweh] blond (adj)
vào entry; on (days)
vào các ngày chủ Nhật on Sundays
vào miễn phí admission free
vào thứ Bảy on Saturday
vật dụng điện khí [vụhd yọọng di-ạyn kí] electrical appliances
vật kỷ niệm [vụhd gỉ ni-ạym] souvenir
vật liệu [vụhd li-ạyoo] material
vay borrow
váy skirt
vậy [vạy-i] so; therefore
vậy à? [vạy-i à] really?
vậy đấy [vạy-i dáy-i] that's it
váy dài [váy yài] dress (noun)
vậy thì [vạy-i tì] then
vậy thì sao? [vạy-i tì sao] so what?
vé [véh] ticket
vẻ [vẻh] seem; appear to
vẽ [vẽh] drawing
về [vày] about; go back
vé du lịch [véh yoo lij] tourist fare
vé đã bán hết sold out
vé khứ hồi [véh kớ hòy] return ticket
về lại [vày lại] go back; come back; get back (return)
vé tập thể [véh dụhp tảy] group/party ticket
về trước [vày jơ-úrg] ago, before
về việc [vày vi-ạyg] about
vé xe [véh seh] fare
vết bỏng [váyd bỏng] scald
vết cắt [váyd gúd] cut (noun)
vết cháy [váyd jáy] burn
ví [ví] purse
vì [vì] because; as, since
ví dụ [ví yọọ] example
vị khách [vị káj] guest; visitor
vì sao? [vì sao] why?
vì vậy [vì vạy-i] so; therefore
vỉa hè [vỉa hèh] pavement
việc [vi-ạyg] work; word placed before verbs to make them into the corresponding nouns
việc gì đã xảy ra thế? [vi-ạyg yì dã sảy ra táy] what has happened?

việc gì đang xảy ra thế? [vi-ạyg yì dang sảy ra táy] what's happening?
có việc gì vậy? [gó vi-ạyg yì vạy-i] what's up?
việc làm [vi-ạyg làm] job
viện bảo tàng [vi-ạyn bảo dàng] museum
viết [vi-áyd] write
vịnh [vịng] bay
Vịnh Bắc Bộ [vịng Búg Bạw] Gulf of Tonkin
Vịnh Hạ Long [vịng Hạ Long] Ha Long Bay
Vịnh Thái Lan [vịng tái lan] Gulf of Thailand
V.N.P.T Vietnam Post and Telecommunications
vớ [vúr] sock
vỡ [vũr] break
vợ: tôi có vợ [doy gó vụr] I have a wife
vô cùng [vaw gòong] extremely
vợ chưa cưới [vụr joo-a goo-úh-i] fiancée
vở kịch [vủr gịj] play (noun: in theatre)
vô lễ [vaw lãy] rude
vỡ nát [vũr nád] smashed
vô phận sự cấm vào no unauthorized entry
Vô tuyến truyền hình Việt Nam Vietnam Television
vỡ vụn [vũr vọon] broken, in pieces
vỏ xe [vỏ seh] tyre
vòi [vòi] tap
vội [vọy] hurry
với [vúh-i] with; cushion
word
vòi hoa sen [vòi hwa sen] shower
với một phòng tắm riêng [vúh-i mạwd fòng dúm ri-ayng] with a private bathroom
với nhau [vúh-i nya-oo] together
vòi tắm [vòi dúm] shower
vòng cung [vòng goong] circle
vòng đeo tay [vòng deh-ao day] bracelet
vòng ngực [vòng ngọọg] bust; chest
VTV Vietnam Television
vú [vóó] breast
vũ dân tộc [võõ yuhn dạwg] folk dance
vụ gặt (lúa) [vọọ gụd (lóó-a)] rice harvest
vụ làm ăn [vọọ làm un] deal; transaction
vừa [vòò-a] just, only; medium (adj: size)
vừa đủ [vòò-a dỏỏ] just right
vừa mới [vòò-a múh-i] just, only just
vui [voo-i] enjoyable; happy
vui nhộn [voo-i n-yạwn] lively
vui vẻ [voo-i vẻh] happy; enjoy oneself
vùng [vòòng] area; region
vườn [vòò-ùrn] garden
vườn bách thảo [vòò-ùrn báj tảo] botanical garden
vườn bách thú [vòò-ùrn báj tóó] zoo
vườn hoa [vòò-ùrn hwa] garden

Vườn Quốc gia Cúc Phương Cuc Phuong National Park
vườn thú [voo-ùrn tóó] zoo
Vương Quốc Anh [voo-urng gwáwg ang] UK
vượt quá [voo-ụrd gwá] beyond; go past

X

xa [sa] far
xà bông [sà bawng] soap
xa hơn [sa hurn] further
xà phòng [sà fòng] soap
xa xỉ phẩm [sa sí fůhm] luxury goods
xắc tay [súg day] bag (handbag)
xách [sáj] carry
xài [sài] spend
xăng [sung] petrol, (US) gas
xăng-ti-mét [sung-di-méd] centimetre
xấu [sóh] bad
xấu đi [sóh di] worsen
xấu nhất [sóh n-yúhd] worst
xấu quá [sóh gwá] terrible
xấu xí [sóh sí] ugly
xảy ra [sảy ra] happen
xe buýt [seh bwééd] bus
xe buýt nội thành [seh bwééd nọy tàng] city bus
xe ca [seh ga] coach
xe ca buýt [seh ga bwééd] bus
xe cộ [seh gạw] traffic; vehicles
xe cứu thương [seh gér-oo too-urng] ambulance
xe chở hành lý [seh jủr hàng lí] luggage van
xe đạp [seh dạp] bicycle, bike
xe đẩy [seh dảy-i] trolley
xe đẩy hành lý [seh dảy-i hàng lí] luggage trolley
xe điện [seh di-ạyn] tram
xe điện bánh hơi [seh di-ạyn báng huh-i] trolleybus
xe đò (S) [seh dò] coach
xe gắn máy [seh gún máy] moped; bike, motorbike
xe hơi [seh huh-i] car
xe hon-đa [seh honda] bike, motorbike
xe hư [seh hoo] break down
xe khách [seh káj] coach
xe lam lambretta (popular form of three-wheeled transport for short distances)
xe lửa [seh lỏỏ-a] train
xe mô tô [seh maw daw] motorbike
xe scutơ [seh sgoodur] scooter
xe tắc xi [seh dúg si] taxi
xe tải [seh dải] van
xe thuê [seh tweh] rented car
xe vận tải [seh vụhn dải] lorry
xe vét-pa [seh véd-pa] scooter, vespa
xem [sem] look at; see
xem này! [sem này] look!
xếp hàng [sáyp hàng] queue
xích lô [síj-law] cyclo (popular form of three-wheeled transport for short distances)
xiếc [si-áyg] circus
xiếc nhào lộn [si-áyg n-yào lạwn] acrobat
xì-gà [sì-gà] cigar

xin [sin] please; beg
xin cám ơn ông/bà [sin gám urn awng/bà] please, thank you
xin cho tôi ... đủợc không? [sin jo doy ... dœ-ưrg kawng] could I have ...?
xin ông/bà thứ lỗi [sin awng/bà tœ lõy] excuse me; forgive me
xin phép ông/bà [sin fép awng/bà] excuse me (asking for the way)
xin chúc mừng ông/bà! [sin jóóg mœng awng/bà] congratulations!
xin đừng ... please do not ...
xin đừng nói chuyện với lái xe do not speak to the driver
xin kính chào quí vị ... [sin gíng jào gwí vị] welcome to ...
xin lỗi [sin lõy] sorry; excuse me; apologize
xin lỗi ông/bà nói gì đó? [sin lõy awng/bà nóy yì dó] pardon (me)?
xin ngồi yên cho đến khi xe dừng hẳn please remain seated until vehicle comes to a complete stop
xin ngồi yên trong khi xe đang chạy please hold on while vehicle is in motion
xin thắt dây an toàn fasten your seat belts
xi-nê [si-nay] cinema, movie theater
xi-nê-ma [si-nay-ma] cinema, movie theater
xinh đẹp [sing dẹp] pretty (beautiful)
xô [saw] push
xoa bóp [swa bóp] massage
xong [song] finish
xuất phát [swáwd fád] depart
xú-chiêng [sóó ji-ayng] bra
xung quanh [soong gwang] around
xuống [swáwng] go down; get down; come down; get off
xương [sœ-urng] bone
xưởng chế tạo [sœ-ửrng jáy dạo] factory
xuồng hơi [swàwng huh-i] dinghy
xuồng máy [swàwng máy] motorboat
xuồng phao [swàwng fao] dinghy
xuống tầu [swáwng dòh] embark
xuống xe [swáwng seh] get out; get off (of car etc)

Y

ý [í] meaning
ý ông muốn nói gì? [í awng mwáwn nóy yì] what do you mean?
ý kiến [í gi-áyn] opinion; idea
y tá [i dá] nurse
yên nào! [i-ayn nào] quiet!
yên tĩnh [yayn dĩng] silence; quiet
yêu love (verb)
yếu [yáyoo] bad; weak
yêu cầu [yayoo gòh] request

Menu Reader: Food

Contents

Essential Terms

bowl chén [jén]
chopsticks đũa [dõõ-a]
cup chén (N) [jén], ly (S) [li]
dessert đồ tráng miệng [dàw jáng mi-ạyng]
fish cá [gá]
fork cái nĩa [gái nĩa]
glass (tumbler) cốc vại [gáwg vai]
(wine glass) ly đựng rượu [li dọọng rọọ-ụroo]
knife con dao [gon yao]
meat thịt [tịd]
menu thực đơn [tọọg durn]
noodles bún [bóón]
pepper hạt tiêu [hạd di-yoh]
plate đĩa [dĩa]
rice (cooked) côm [gurm]
salt muối [mwóy]
set menu thực đơn cố định [tọọg durn gáw dịng]
soup xúp [sóóp], canh [gang]
spoon muỗng (S) [mwãwng], thìa (N) [tìa]
table cái bàn [gái bàn]

Beef

bò [bò] beef
bò bít tết khoai rán [bò bíd dáyd kwai rán] steak and chips/ French fries
bò hầm khoai tây [bò hùhm kwai day-i] beef stewed with potatoes
bò nấu đông [bò nóh dawng] roast beef served chilled
bò nấu sốt vang [bò nóh sáwd vang] beef in wine sauce
bò nướng xả ớt [bò nOO-úrng sả úrd] grilled beef seasoned with chilli and lemon grass
bò tái nhúng dấm [bò dái n-yóóng yúhm] rare beef sliced and served in carambola or tamarind sour soup
bò tái thính [bò dái tíng] rare beef served with a special herb dressing
bò xào cần tây [bò sào gùhn day-i] stir-fried beef with celery
bò xào giá [bò sào yá] stir-fried beef with beansprouts
bò xào hành tây [bò sào hàng day-i] stir-fried beef with spring onions
bò xào rau [bò sào ra-oo] stir-fried beef with vegetables
bò xào tỏi tây [bò sào dỏy day-i] sliced beef fried with leeks
bò xiên nướng [bò si-ayn nOO-úrng] barbecued beef
bún bò Huế đặc biệt [bóón bò hwéh dụg biạyd] Hue-style beef and noodles with seasoning
miến xào thịt bò [mi-áyn sào tịd bò] beef stir-fried with vermicelli
nộm thịt bò [nạwm tịd bò] rare beef with finely chopped vegetables, fruit and ground sesame seeds or peanuts
thịt bò kho [tịd bò ko] beef casserole with ginger

Bread

bánh mì [báng mì] bread
bánh mì bơ [báng mì bur] bread and butter
bánh mì kẹp thịt hun khói [báng mì gẹp tịd hoon kóy] ham sandwich
bánh mì kẹp trứng [báng mì gẹp jOOng] bread with a fried egg

Chicken

cánh gà chiên bơ [gáng gà ji-ayn bur] fried chicken wings with butter
cánh gà chiên dầu [gáng gà ji-ayn yòh] fried chicken wings
chân gà rút xương xào với hành tây và nấm [juhn gà róód sOO-urng sào vúh-i hàng day-i và núhm] boneless chicken leg fried with onion and mushrooms
gà [gà] chicken
gà etcalop, khoai rán [gà edgalop kwai rán] chicken escalope with French fries

gà hầm khoai tây, cà rốt và cà chua [gà hùhm kwai day-i gà ráwd và gà jwaw] chicken stew with potatoes, carrots and tomatoes
gà hấp [gà húhp] steamed chicken
gà lăn trứng rán phủ dầu trứng (**mayonnaise**) [gà lun jœ́ng rán fỏỏ yòh jœ́ng] fried chicken with mayonnaise
gà luộc lá chanh [gà lwạwg lá jang] boiled chicken with lime leaves
gà nấu đông [gà nóh dawng] roast chicken served chilled
gà nấu măng [gà nóh mung] chicken with bamboo shoots
gà nấu nước cốt dừa [gà nóh nœ-úrg gáwd yœ̀-a] chicken cooked in coconut milk
gà nhồi thịt, miến, nấm hấp cách thủy [gà n-yòy tịd, mi-áyn, núhm húhp gáj tỏỏ-i] steamed chicken stuffed with pork, noodles and mushrooms
gà quay khoai rán [gà gway kwai rán] roast chicken and chips/French fries
gà quay sốt nấm [gà gway sáwd núhm] roast chicken with mushroom sauce
gà quay tẩm gia vị [gà gway dủhm ya vị] roast chicken with seasoning
gà rán tẩm gia vị [gà rán dủhm ya vị] fried chicken with spices
gà rang với gừng, cary [gà rang vúh-i gœ̀ng, gari] fried chicken with ginger and curry
gà rim lá chanh [gà rim lá jang] casseroled chicken with lime leaves
gà tẩm bột rán [gà dủhm bạwd rán] fried chicken in batter
gà tần sen nấm [gà dùhn sen núhm] chicken stewed with lotus kernels and mushrooms
gà tần thuốc bắc [gà dùhn twáwg búg] chicken stewed in medicinal herbs
gà xào dứa [gà sào yóó-a] fried chicken with pineapple
gà xào giá [gà sào yá] fried chicken with beansprouts
gà xào hành tây [gà sào hàng day-i] fried chicken with onions
gà xào nấm [gà sào núhm] fried chicken with mushrooms
gà xào ngô non và nấm [gà sào ngaw non và núhm] fried chicken with baby sweetcorn and mushrooms
gà xào xả ớt [gà sào sả úrd] fried chicken with fresh hot chillies
gà xiên nướng lá chanh [gà si-ayn nœ-úrng lá jang] grilled sliced chicken with lemon leaves

Cooking Methods

chiên (S) [ji-ayn] fry
hâm [huhm] reheat

hầm [hùhm] stew/casserole
hấp [húhp] steam
kho [ko] slow cooking with brine
luộc [lwạwg] boil
nấu [nóh] cook
nướng [nœ-úrng] barbecue/grill
quay [gway] roast
rán (N) fry
rang stir-fry without liquid
tần [dùhn] steam in a sealed pot
trần [jùhn] poach
xào [sào] stir-fry

Desserts and Cakes

bánh dừa [báng yœ̀-a] coconut cake
bánh gatô [báng gadaw] gateau
bánh gatô coffee [báng gadaw] coffee and walnut gateau
bánh gatô trứng [báng gadaw jœ́ng] gateau made with eggs
bánh kem dừa, sôcôla [báng gem yœ̀-a, sawgawla] coconut cake with cream and chocolate
bánh ngọt [báng ngọd] cakes and pastries
bánh ngọt các loại [báng ngọd gág lwại] assorted sweet pastries and cakes
bánh quế cuộn kem [báng gwáy gwạwn gem] ice cream in a cone
bánh sôcôla [báng sawgawla] chocolate cake
bánh su bơ [báng soo bur] cake with butter cream
bánh su kem [báng soo gem] cream cake
kem [gem] cream; ice cream
kem caramen [gem garamen] crème caramel
sữa chua có đường [sœ̃-a jwaw gó dœ-ùrng] natural yoghurt with sugar
sữa chua không đường [sœ̃-a jwaw kawng dœ-ùrng] natural yoghurt without sugar
sữa chua với mật ong [sœ̃-a jwaw vúh-i mụhd ong] yoghurt with honey

Duck

vịt [vịd] duck
vịt áp chảo với dứa [vịd áp jảo vúh-i yœ́-a] stir-fried duck and pineapple
vịt luộc [vịd lwạwg] plain boiled duck, served with a dipping sauce
vịt nấu nước cốt dừa [vịd nóh nœ-úrg gáwd yœ̀-a] duck cooked in coconut milk
vịt nướng [vịd nœ-úrng] barbecued duck with garlic
vịt nướng lá chanh [vịd nœ-úrng lá jang] grilled duck with lime leaves

vịt nhồi thịt tần cách thủy [vịd n-yòy tịd dùhn gáj tỏở-i] stewed duck stuffed with minced pork

vịt quay tẩm gia vị [vịd gway dủhm ya vị] roast duck with spices

vịt sáo măng [vịd sáo mung] duck stewed with bamboo shoots

vịt tần sen nấm [vịd dùhn sen núhm] duck stewed with lotus kernels and mushrooms

vịt xào cần tây [vịd sào gùhn day-i] stir-fried duck with celery

vịt xào hành tây [vịd sào hàng day-i] stir-fried duck with onions

vịt xào nấm [vịd sào núhm] stir-fried duck with mushrooms

vịt xào ngô non, hành [vịd sào ngaw non, hàng] stir-fried duck with baby sweetcorn and onions

vịt xào tỏi tây [vịd sào dỏi day-i] stir-fried duck with leeks

Egg Dishes

hột vịt lộn [hạwd vịd lạwn] duckling egg (be warned! duck foetus with hair and all, eaten with herbs and peppered salt)

trứng gà luộc [jœng gà lwạwg] boiled egg

trứng gà ốp-lếp [jœng gà áwp-láyp] omelette

trứng gà rán [jœng gà rán] fried egg

trứng vịt luộc [jœng vịd lwạwg] boiled duck egg

trứng vịt rán [jœng vịd rán] fried duck egg

Fish and Seafood

ba ba fresh water tortoise

bánh tôm bột lọc Huế [báng dawm bạwd lọg hwéh] steamed shrimp cake

bào ngư [bào ngœ] abalone

cá [gá] fish

cá chiên (S) [gá ji-ayn] fried fish, served with fresh lime

cá chiên ăn chanh (S) [gá ji-ayn un jang] fried fish, served with fresh lime

cá kho tộ [gá ko dạw] fish cooked in a clay pot over an open fire

cá lóc (S) [gá lóg] mud-fish, freshwater fish with soft white firm flesh

cá quả (N) [gá gwả] mud-fish, freshwater fish with soft white firm flesh

cá quả hấp [gá gwả húhp] steamed mud-fish

cá quả luộc bia [gá gwả lwạwg bia] mud-fish boiled in beer

cá quả nướng bơ [gá gwả nœ-úrng bur] fried mud-fish with butter

cá quả xào hành nấm [gá gwả sào hàng núhm] mud-fish

sautéed with onions and mushrooms

cá rán (N) [gá rán] fried fish, served with fresh lime

cá rán ăn chanh (N) [gá rán un jang] fried fish, served with fresh lime

cá sốt cà-ri [gá sáwd gà-ri] fried fish with curry sauce

cá sốt chua cay [gá sáwd jwaw gay] fried fish with sauce made from chilli and spices

cá sốt nấm [gá sáwd núhm] fried fish with mushroom sauce

cá sốt ngũ liễu [gá sáwd ngõõ li-ãyoo] fried fish sautéed with five spices

canh cá chua [gang gá jwaw] hot and sour fish soup with fresh herbs and vegetables

canh cua với cà chua, hành [gang gwaw vúh-i gà jwaw hàng] crab soup with tomatoes and spring onions

canh cua với rau [gang gwaw vúh-i ra-oo] crab soup with vegetables

cua [gwaw] crab

cua bấy rang muối [gwaw báy-i rang mwóy] dry stir-fried soft-shell crab with salt, chillies and spices

cua bể luộc [gwaw bảy lwạwg] plain boiled crab

cua đồng [gwaw dàwng] freshwater crab

cua hấp gừng hành [gwaw húhp gòong hàng] steamed crab with onion and ginger

cua phá xí [gwaw fá sí] crab shell filled with fried crabmeat

cua rang muối [gwaw rang mwóy] dry stir-fried crab with salt, chillies and spices

chả cá [jả gá] fried fish cake

cháo cá quả [jáo gá gwả] mud-fish cooked in rice porridge

đồi mồi [dòy mòy] turtle

hến [háyn] mussel

lẩu cá [lỏh gá] fish with fresh herbs served boiling in a special pot over a charcoal burner

lẩu cá quả – mỳ trần [lỏh gá gwả – mì jùhn] mud-fish served boiling in a special pot with noodles

lẩu lươn/lẩu lươn-mì trần [lỏh loo-urn/lỏh loo-urn-mì jùhn] eel with fresh herbs served boiling in a special pot over a charcoal burner

lẩu tôm, mực, cá [lỏh dawm, mọọg, gá] prawn, cuttlefish and fish served boiling in a special pot

lươn [loo-urn] eel

lươn cuộn thịt nấm rán [loo-urn gwạwn tịd núhm rán] fried eel stuffed with meat and mushrooms

lươn nấu rượu vang [loo-urn nóh roo-ụroo vang] eel cooked in red wine

lươn nướng xả ớt [lœ-urn nœ-úrng sả úrd] grilled eel seasoned with chilli and lemon grass

lươn tẩm bột rán [lœ-urn dủhm bạwd rán] fried eel in batter

lươn xào xả ớt [lœ-urn sào sả úrd] fried eel with chilli and lemon grass

mực [mœg] squid; cuttlefish

mực chiên bơ [mœg ji-ayn bur] fried squid with butter

mực chiên sốt chua ngót [mœg ji-ayn sáwd jwaw ngód] fried cuttlefish with sweet and sour sauce

mực khô nướng [mœg kaw nœ-úrng] grilled squid

mực luộc [mœg lwạwg] boiled squid

mực nhồi thít lớn [mœg n-yòy tíd lúrn] squid stuffed with pork

mực tẩm bột rán [mœg dủhm bạwd rán] fried squid in batter

mực xào cần tây [mœg sào gùhn day-i] fried cuttlefish with celery

mực xào dứa [mœg sào yœ-a] fried cuttlefish with pineapple

mực xào hành tây [mœg sào hàng day-i] fried cuttlefish with spring onions

mực xào nấm, gà [mœg sào núhm, gà] fried cuttlefish with chicken and mushrooms

mực xào nấm, hành [mœg sào núhm, hàng] fried cuttlefish with mushrooms and onions

mực xào tỏi tây [mœg sào dỏi day-i] fried cuttlefish with leeks

ngao [ngao] large mussel

rùa [ròò-a] tortoise

sò [sò] like oyster but smaller

tôm [dawm] shrimp; prawn

tôm bao mía [dawm bao mía] fried sticks of sugarcane coated in minced shrimps

tôm he [dawm heh] similar to crayfish, with wide, flat tail and no claws

tôm he luộc [dawm heh lwạwg] boiled crayfish

tôm he nướng sốt dầu trứng (mayonnaise) [dawm heh nœ-úrng sáwd yòh jœng] grilled crayfish with mayonnaise

tôm hùm [dawm hòòm] lobster

tôm hùm hấp bia [dawm hòòm húhp bia] steamed lobster with beer

tôm hùm nướng [dawm hòòm nœ-úrng] grilled lobster

tôm hùm sốt nấm [dawm hòòm sáwd núhm] lobster and mushroom sauce

tôm rang [dawm rang] fried shrimps with spices

tôm sốt cà chua [dawm sáwd gà jwaw] king prawns and tomato sauce

tôm sốt chua ngọt [dawm sáwd jwaw ngọd] fried shrimps with sweet and sour sauce

tôm tẩm bột rán [dawm dủhm bạwd rán] fried shrimps in

batter
tôm tẩm trứng rán [dawm dủhm jờng rán] fried shrimps with eggs
tôm viên Tuyết hoa [dawm vi-ayn dwee-áyd hwa] Tuyet Hoa prawn balls
tôm xào hành nấm [dawm sào hàng núhm] fried shrimps with onions and mushrooms
thịt cá [tịd gá] fish
trai [jai] oyster

Frogs

đùi ếch chiên bơ [dòò-i áyj ji-ayn bur] frogs' legs fried in butter
đùi ếch rán lá chanh [dòò-i áyj rán lá jang] frogs' legs fried with lime leaves
đùi ếch rán sốt chua ngọt [dòò-i áyj rán sáwd jwaw ngọd] fried frogs' legs with sweet and sour sauce
đùi ếch rút xương nhồi thịt, nấm [dòò-i áyj róód sơơ-urng n-yòy tịd, núhm] boneless frogs' legs stuffed with pork and mushrooms
đùi ếch tẩm bột rán [dòò-i áyj dủhm bạwd rán] frogs' legs fried in batter
ếch [áyj] frog
ếch rán bơ, tỏi [áyj rán bur, dỏi] frog fried with butter and garlic

Fruit

bưởi [bơơ-ủh-i] pomelo (like large green orange)
cam [gam] orange (green!)
chà là [jà là] date
chanh [jang] lemon; lime
chôm chôm [jawm jawm] rambutan
chùm ruột [jòòm rwạwd] very sour, light green berry
chuối [jwóy] banana
chuối xanh [jwóy sang] type of sweet, green banana
dâu tây [yoh day-i] strawberry
dưa [yoo-a] melon
dứa (N) [yớơ-a] pineapple
dừa [yờơ-a] coconut
dưa đỏ (S) [yoo-a dỏ] water melon
dưa gang [yoo-a gang] type of large cucumber with yellow stripes, eaten as a fruit
dưa hấu [yoo-a hóh] water melon
dưa lê [yoo-a lay] round, yellowish/ivory, fragrant, crunchy, sweet melon
đào [dào] peach
đào lộn hột [dào lạwn hạwd] cashew fruit – bell-shaped, red or yellow, very juicy (juice stains clothing!)
đu đủ [doo dỏỏ] papaya
khế [káy] star fruit
lê [lay] pear
mận [mụhn] pink or white, pear shape and size, hollow with seeds

mận (tây) [mụhn (day-i)] plum
mãng cầu (N) [mãng gòh] custard apple
mãng cầu tây [mãng gòh day-i] shiny, green spiky fruit about the size of a melon; has white, juicy flesh, is deliciously sweet with an edge, often found in drinks
măng cụt [mung gọọd] mangosteen; like small, round, purplish apple with a hard skin, delicious white flesh in segments.
mít [míd] jack fruit (similar to durian but can be a lot bigger and not so strong-smelling)
mơ [mur] apricot
nhãn [n-yãn] longan ('dragon eyes' – similar to lychee but smaller and sweeter)
nho [n-yo] grapes
ổi [ỏy] guava
quả bơ [gwả bur] avocado
quả cốc [gwả gáwg] sour fruit soaked in salty water, sold in the street, on a stick
quả dâu [gwả yoh] mulberry
quả hồng [gwả hàwng] sharon fruit
quả na (S) [gwả na] custard apple
quả trứng gà [gwả jớơng gà] looks like goose egg, green shiny skin, bright yellow and powdery flesh, large stone in middle
quít [gwíd] tangerine (green)
sầu riêng [sòh ri-ayng] durian – very pungent!
soài [swài] mango
táo [dáo] jujube (size of a big marble, yellow or red, fragrant, large stone)
táo tây [dáo day-i] apple
táo Thái Lan [dáo tái lan] 'Thai apple' (looks and tastes like a small Granny Smith)
thạch lựu [tạj lợơ] pomegranate
thanh long [tang long] dragon fruit – large, oval, bright pink, soft flesh with tiny black seeds looking like sesame seeds
thơm (S) [turm] pineapple
vải [vải] lychee
vú sữa [vóó sỡơ-a] mamey apple – purplish or light green, round, deliciously sweet milky juice

Herbs, Spices and Seasonings

bột ngọt [bạwd ngọd] monosodium glutamate (MSG)
cải chua [gải jwaw] preserved sour vegetable
củ hành [gỏỏ hàng] shallot
dấm [yúhm] vinegar
dầu mè [yòh mèh] sesame oil
đậu xị [dọh sị] preserved black beans
đường [dơơ-ùrng] sugar

gừng [gừng] ginger
hành [hàng] spring onion
hành tây [hàng day-i] onion
hạt hồi [hạd hòy] star anise
hẹ [hẹh] similar to spring onion but flat leaves (like small garlic leaves), known as garlic chives
mắm cái [múm gái] fish paste (strong smell)
mắm ruốc [múm rwág] shrimp paste (strong smell)
mắm tôm [múm dawm] prawn paste (strong smell)
me [meh] turmeric
muối [mwóy] salt
nước màu [nừ-úrg màoo] caramel (used in savoury dishes)
nghệ [ngạy] tamarind
ngò (S) [ngò] coriander
ngũ vị hương [ngõõ vị hừ-urng] five spices (powder)
ớt [úrd] hot chilli
quế [gwáy] cinnamon
rau é [ra-oo éh] a kind of basil – smells like star anise, widely used in salad and dipping sauce, known as sweet basil
rau húng [ra-oo hóóng] common name for a variety of herb in the mint family
rau mùi (N) [ra-oo mòò-i] coriander
rau ngổ [ra-oo ngảw] a herb grown in water, leaves grow in threes, often used in fish soup
rau răm [ra-oo rum] persicaria – a kind of basil, slightly peppery green variegated leaves, widely used in salad
rau thơm [ra-oo turm] herbs
riềng [ri-àyng] wild ginger
tía tô [día daw] melissa – mint family, deep red, jagged leaves with tiny hairs
tiêu [di-yoh] pepper
tỏi [dỏi] garlic
xả [sả] lemon grass

Meat

bít tết [bíd dáyd] steak (beef)
kì nhông [gì n-yawng] a kind of lizard
sườn [sừ-ùrn] spare ribs
thịt ba chỉ [tịd ba jỉ] belly (pork)
thịt bò [tịd bò] beef
thịt cày [tịd gày] dog
thịt chim [tịd jim] pigeon
thịt chó [tịd jó] dog
thịt dê [tịd yay] goat
thịt ếch [tịd áyj] frog (the whole frog apart from head is eaten)
thịt gà [tịd gà] chicken
thịt gà tây [tịd gà day-i] turkey
thịt heo (S) [tịd heh-ao] pork
thịt heo rừng [tịd heh-ao rừng] boar
thịt lợn (N) [tịd lựrn] pork
thịt mỡ [tịd mữr] fatty meat
thịt nạc [tịd nạg] lean meat
thịt nai [tịd nai] deer
thịt ngỗng [tịd ngãwng] goose

thịt rừng [tịd rừng] game
thịt thỏ [tịd tỏ] rabbit
thịt vịt [tịd vịd] duck

Miscellaneous

bánh cuốn [báng gwạwn] steamed pancakes usually filled with minced meat and prawns, served with a dipping sauce
bánh chưng [báng jưng] made of sticky rice, filling made of green beans and meat or sugar, wrapped in leaves, square, boiled for a long time, popular at Tết (New Year)
bánh dày [báng yày] a solid sweetmeat made of rice flour mixed with brown sugar and water, steamed for a long time, popular at Tết (New Year)
bánh đúc [báng dóóg] rice flour mixed with water, steamed layer by layer with savoury filling in each layer
bánh tét [báng déd] Southerners' version of bánh chưng but cylindrical
bơ [bur] butter
cà chua nhồi thịt [gà jwaw n-yòy tịd] tomatoes stuffed with minced pork and spices
cà rốt, dưa chuột dầm dấm [gà ráwd, yoo-a jwạwd yùhm yúhm] shredded raw carrot and cucumber in sweet and sour fish sauce
chả (N) [jả] meat, fish or prawns sliced, crushed or pounded, marinaded then fried or cooked over open fire
chè [jèh] kind of sweet pudding made from dried beans or rice flour, often with coconut milk
chè ba màu [jèh ba mà-oo] three-coloured chè – usually consists of dried beans, tapioca and a root vegetable such as yam or sweet potato
chè đậu xanh [jèh dọh sang] green bean chè
chè sen [jèh sen] lotus seed chè
củ dong [gỏỏ yong] arrowroot
củ đậu [gỏỏ dọh] yam bean – shaped like garlic bulb, yellowish, white crisp flesh, sweetish and refreshing, very easy to peel by pulling from the top, eaten raw
củ từ [gỏỏ dừ] yam
dầu cha quẩy [yòh ja gwụh-i] unsweetened doughnut – long, light, hollow, reddish brown stick – for dipping into hot soya drink or diluted condensed milk as part of breakfast
đậu phụ nhồi thịt [dọh fọọ n-yòy tịd] beancurd stuffed with minced pork and spices
món chính [món jíng] main courses

mứt [mơ̆d] jam
mứt nhừ [mơ̆d n-yờ] marmalade
nem pounded fermented raw pork and pig skin (boiled and sliced thinly), mixed with (fried) rice flour. Also a short name for nem chua
nem chua marinaded fermented minced meat
ởbánh canh cua Ỷ (Sài gòn) (S) [báng gang gwaw (sài gòn)] pieces of rice pasta with prawns, crab or meat in soup
phó mát [fó mád] cheese
sữa dê [sỡ-a yay] goat's milk

Mushrooms

cà pháo [gà fáo] morel (often served pickled)
mộc nhĩ (N) [mạwg n-yĩ] wood ears
nấm [núhm] mushroom
nấm hương [núhm hơ-urng] winter mushroom
nấm mèo (S) [núhm mèo] wood ears
nấm rơm [núhm rurm] mushroom

Noodles

bún [bóón] round rice noodles
bún bò [bóón bò] flat noodles stir-fried with beef and beansprouts
bún chả [bóón jả] noodles with roast meat and salad
bún riêu [bóón ri-yoh] noodles in soup made from crab or fish and sour ingredients, e.g. star fruit or turmeric
bún tàu [bóón dà-oo] bean threads (dry noodles made of green beans)
bún thang [bóón tang] noodles, shredded chicken, thinly sliced giò (see **Snacks**) and fried egg, scattered with finely ground dried prawns
hủ tiếu (N) [hỏỏ di-áyoo] flat rice noodles
mì [mì] noodles
mì xào bơ [mì sào bur] noodles stir-fried with butter
mì xaò gà, nấm, ngô non [mì saò gà, núhm, ngaw non] fried noodles with chicken, mushroom and baby sweetcorn
mì xào tim bầu dục [mì sào dim bòh yọọg] fried noodles with pig's heart and kidneys
mì xào thăn lợn [mì sào tun lụrn] noodles stir-fried with pork
mì xào thịt bò [mì sào tịd bò] noodles stir-fried with beef
mì xào thịt gà [mì sào tịd gà] noodles stir-fried with chicken
miến [mi-áyn] vermicelli (dry)
miến xào thịt gà [mi-áyn sào tịd gà] vermicelli stir-fried with chicken

phở (N) **[fủr]** flat rice noodles
phở bò chín [fủr bò jín] rice noodles with beef
phở bò tái [fủr bò dái] rice noodles with medium-rare beef soup
phở gà [fủr gà] rice noodles with chicken
phở xào tim bầu dục [fủr sào dim bòh yọọg] rice noodles stir-fried with pig's heart and kidneys
phở xào thịt bò [fủr sào tịd bò] rice noodles stir-fried with beef
phở xào thịt gà [fủr sào tịd gà] rice noodles stir-fried with chicken

Offal

bầu dục trần [bòh yọọg jùhn] poached kidneys
bầu dục xào [bòh yọọg sào] fried kidneys
gan [gan] liver
ruột [rwạwd] intestine
tim [dim] heart
thận [tụhn] kidney

Pigeon

chim [jim] pigeon
chim nướng lá chanh [jim nꝏ-úrng lá jang] grilled pigeon with lime leaves
chim om nâm, hạt sen [jim om nuhm, hạd sen] stewed pigeon with mushrooms and lotus kernels
chim quay [jim gway] roast pigeon
chim quay sốt nấm [jim gway sáwd núhm] roast pigeon with mushroom sauce
chim rán bơ sa lát [jim rán bur sà láj] fried pigeon with butter and salad

Pork and Ham

chả chìa [jả jia] spare ribs, chopped into short pieces, fried then cooked with a sweet sauce
chả giò/lụa (S) **[jả yò/lọọ-a]** lean pork pounded very smooth, wrapped in leaves and boiled
chả quế [jả gwáy] lean pork finely pounded with ingredients, smeared onto bamboo stick, barbecued
chân giò lợn nấu măng [juhn yò lựrn nóh mung] leg of pork stewed with bamboo shoots
chân giò rút xương nhồi thịt, nấm [juhn yò róód sꝏ-urng n-yòy tịd, núhm] stuffed boneless leg of pork
giò lụa (N) **[yò lọọ-a]** lean pork pounded very smooth, wrapped in leaves and boiled
heo (S) **[heh-ao]** pork
lợn (N) **[lựrn]** pork
lợn kho tàu [lựrn ko dà-oo] Chinese-style gammon

lợn luộc [lựrn lwạwg] boiled pork
lợn nấu đông [lựrn nóh dawng] roast pork served chilled
lợn nấu khoai tây, cà rốt [lựrn nóh kwai day-i, gà ráwd] pork with potatoes and carrots
lợn quay [lựrn gway] roast pork
lợn quay sốt nấm [lựrn gway sáwd núhm] roast pork with mushroom sauce
lợn rán [lựrn rán] fried pork with spices
lợn rang với hạt tiêu [lựrn rang vúh-i hạd di-yoh] slices of pork with pepper
lợn tẩm bột rán [lựrn dủhm bạwd rán] fried pork in batter
lợn xiên nướng [lựrn si-ayn nœ-úrng] grilled pork slice
sườn xào chua ngọt [sœ-ùrn sào jwaw ngọd] pork spare ribs with sweet and sour sauce
thăn lợn tẩm trứng rán [tun lựrn dủhm jœ́ng rán] gammon dipped in egg and fried
thăn lợn tẩm vừng rán [tun lựrn dủhm vœ̀ng rán] gammon coated with sesame seeds and fried
thịt lợn hun khói [tịd lựrn hoon kóy] ham
thịt lợn sốt cà chua [tịd lựrn sáwd gà jwaw] pork fried with tomatoes
thịt lợn xào giá [tịd lựrn saò yá] pork fried with beansprouts
thịt lợn xào hành tây [tịd lựrn sào hàng day-i] pork fried with onions
thịt lợn xào nấm [tịd lựrn sào núhm] pork fried with mushrooms

Rabbit

thỏ [tỏ] rabbit
thỏ chiên tẩm gia vị [tỏ ji-ayn dủhm ya vị] fried rabbit with spices
thỏ nấu nấm rướ vang [tỏ nóh núhm rœ-úroo vang] rabbit stewed in mushrooms and red wine
thỏ nướng xả ớt [tỏ nœ-úrng sả úrd] grilled rabbit seasoned with chilli and lemon grass
thỏ quay sốt nấm [tỏ gway sáwd núhm] roast rabbit with mushroom sauce
thỏ tẩm bột rán [tỏ dủhm bạwd rán] fried rabbit in batter
thỏ tẩm trứng rán [tỏ dủhm jœ́ng rán] fried rabbit with egg
thỏ xiên nướng lá chanh [tỏ si-ayn nœ-úrng lá jang] barbecued rabbit with lemon leaves

Rice

cơm [gurm] cooked rice
cơm chiên (S) [gurm ji-ayn] fried rice
cơm nếp (S) [gurm náyp] glutinous cooked rice
cơm rang (N) [gurm rang] fried rice

cơm rang Quảng đông [gurm rang gwảng dawng] Guangdong-style fried rice with barbecued pork, shrimps and sometimes chicken
cơm rang thập cẩm [gurm rang tụhp gủhm] Cantonese-style fried rice with barbecued pork, shrimps and sometimes chicken
cơm trắng [gurm júng] boiled rice
cháo [jáo] rice porridge
xôi (N) [soy] glutinous cooked rice

Salads

gà xé phay [gà séh fay] sweet and sour chicken salad
nộm rau với thịt lợn [nạwm ra-oo vúh-i tịd lụrn] mixed salad with pork
sa lát cà chua [sa lád gà jwaw] tomato salad
sa lát cà chua dưa chuột [sa lád gà jwaw yoo-a jwạwd] cucumber and tomato salad
sa lát hành tây, cà rốt, dưa chuột [sa lád hàng day-i, gà ráwd, yoo-a jwạwd] onion, carrot and cucumber salad
sa lát rau thập cẩm trộn gia vị [sa lád ra-oo tụhp gủhm jạwn ya vị] mixed salad with dressing
sa lát rau trứng [sa lád ra-oo jớong] vegetable and egg salad
sa lát rau xanh các loại [sa lád ra-oo sang gág lwại] green salad, usually includes herbs

Sauces

dầu hào [yòh hào] oyster sauce
ma-gi [ma-yi] Maggi®
nước chấm [nơo-úrg júhm] thin dipping sauce
nước mắm [nơo-úrg múm] fish sauce
xì dầu [sì yòh] Chinese soy sauce

Snacks

bánh bao [báng bao] light steamed dumpling with a variety of fillings but often with finely shredded coconut and sugar
bánh đa [báng da] like huge poppadum but translucent with black sesame seeds – sold as a snack in the street
bánh phồng tôm [báng fàwng dawm] prawn crackers
bánh tráng [báng jáng] pancake
bánh xèo [báng sèo] eggy rice pancake cooked on the spot, stuffed with shrimps and beansprouts and served with salad, fresh herbs and dipping sauce
chả (S) [jả] thinly sliced or pounded meat, tightly wrapped in leaves and boiled

đậu hũ (S) [dọh hõõ] soya bean 'junket' – served hot or cold
đậu phụ [dọh fọọ] beancurd
giò (N) [yò] thinly sliced or pounded meat, tightly wrapped in leaves and boiled
nem chua [nem jwaw] sour nem (see **Miscellaneous**)
tào phở (N) [dào fủr] soya bean 'junket' – served hot or cold

Snails

ốc [áwg] snails
ốc hấp lá gừng [áwg húhp lá gờòng] steamed snails with ginger leaves
ốc luộc [áwg lwạwg] boiled snails
ốc nấu chuối [áwg nóh jwóy] snails cooked with spices and banana
ốc nhồi thịt hấp lá gừng [áwg n-yòy tịd húhp lá gờòng] steamed snails stuffed with minced pork
ốc xào chua cay [áwg sào jwaw gay] stir-fried snails wrapped in ginger leaves and served with hot and sour sauce

Soups

canh [gang] soup
lẩu [lỏh] filling soup of fish, spices, herbs and vegetables
lẩu nhúng-mỳ trần [lỏh n-yóóng-mì jùhn] fish, eel or beef selected by the customer and placed in a pot of boiling stock, often eaten with a dipping sauce or salad
lẩu thập cẩm-mỳ trần [lỏh tụhp gủhm-mì jùhn] mixed fish or meat with noodles, served boiling in a special pot
mì bò [mì bò] beef noodle soup
mì gà [mì gà] chicken noodle soup
mì heo (S) [mì heh-ao] pork noodle soup
mì lợn (N) [mì lụnr] pork noodle soup
miến bò chín [mi-áyn bò jín] beef soup with vermicelli
miến bò tái [mi-áyn bò dái] rare beef soup with vermicelli
miến cua [mi-áyn gwaw] crab soup with vermicelli
miến gà [mi-áyn gà] chicken soup with vermicelli
miến lươn [mi-áyn lòò-urn] eel soup with vermicelli
súp [sóóp] soup
súp cua bể [sóóp gwaw bảy] crab soup
súp gà cua bể [sóóp gà gwaw bảy] chicken and crab soup
súp gà nấm [sóóp gà núhm] chicken soup with mushrooms
súp hành [sóóp hàng] French-style onion soup
súp kem gà [sóóp gem gà] chicken soup with cream
súp lươn ngũ vị [sóóp lòò-urn ngõõ vị] eel soup

súp ngô non [sóóp ngaw non] baby sweetcorn soup
súp rau [sóóp ra-oo] vegetable soup
súp thập cẩm [sóóp tụhp gủhm] mixed soup of meat, vegetables and seafood

Spring Rolls

chả nem (S) [jả nem] spring roll
nem spring roll
nem cua bể [nem gwaw bảy] crab spring roll
nem cuốn tôm [nem gwáwn dawm] shrimp spring roll
nem cuốn thịt bò [nem gwáwn tịd bò] beef spring roll
nem cuốn thịt gà [nem gwáwn tịd gà] chicken spring roll
nem cuốn thịt lợn [nem gwáwn tịd lựrn] pork spring roll
nem chay [nem jay] vegetable spring roll
nem gà cua bể [nem gà gwaw bảy] crab and chicken spring roll
nem rán Vietnamese spring roll
nem Sài gòn Saigon spring roll

Vegetables and Vegetable Dishes

bạc hà [bạg hà] looks like rhubarb, used extensively in hot and sour fish soup
bầu [bòh] bottleneck gourd
bắp (S) [búp] sweetcorn
bí pumpkin
bí đao [bí dao] winter melon – dark green skin, white flesh, enormous, often in soup
bông cải/súp lơ [bawng gải/sóóp lur] cauliflower
cà chua [gà jwaw] tomato
cà rốt [gà ráwd] carrot
cà tím [gà dím] aubergine
cải bắp [gải búp] cabbage
cải bẹ trắng [gải bẹh júng] Chinese leaf
cải củ [gải gỏỏ] mooli
cải cúc [gải góóg] chrysocome – leafy vegetable, looks like chrysanthemum, often found in soup or eaten raw
cải làn [gải làn] a green vegetable, similar taste to broccoli
cải thìa [gải tìa] Chinese white cabbage
cải xanh [gải sang] mustard cabbage – leafy green vegetable
củ ấu [gỏỏ óh] water chestnuts
củ sen [gỏỏ sen] lotus roots
đậu [dọh] beans
đậu đũa [dọh dõõa] long beans – literally 'chopstick beans'
đậu Hòa Lan [dọh hòa lan] mange-tout, (US) snow peas
dưa chuột (N) [yoo-a jwạwd] type of short, fat cucumber
dưa leo (S) [yoo-a leh-ao] type of short, fat cucumber
giá [yá] beansprouts

giá đậu nành [yá dọh nàng] soya beansprouts
giá muối [yá mwóy] beansprouts soaked in salt and water
giá sống [yá sáwng] uncooked beansprouts
giá trần [yá jùhn] poached beansprouts
hành [hàng] spring onions
hành trần [hàng jùhn] poached onions
khổ qua (S) [kảw gwa] bitter melon
khoai lang [kwai lang] sweet potato
khoai mì (S) [kwai mì] cassava
khoai môn [kwai mawn] taro
khoai sắn (N) [kwai sún] cassava
khoai tây [kwai day-i] potato
khoai tây rán [kwai day-i rán] chips/French fries
măng [mung] bamboo shoots
mướp [mထ-úrp] loofah
mướp đắng [mထ-úrp dúng] loofah
ngô (N) [ngaw] sweetcorn
rau các loại [ra-oo gág lwại] vegetables
rau cần [ra-oo gùhn] celery
rau cỏ [ra-oo gỏ] vegetables
rau dền/giền [ra-oo yàyn/yàyn] a kind of spinach – colourful and much smaller leaves
rau luộc các loại [ra-oo lwạwg gág lwại] boiled vegetables
rau muống [ra-oo mwáng] water spinach – similar to spinach but with long hollow stalks
rau sống [ra-oo sáwng] raw vegetables
rau xào các loại [ra-oo sào gág lwại] stir-fried vegetables
su hào [soo hào] kohlrabi
su su [soo soo] chayote – pear-shaped, green or spiny skin, white sweet flesh, often found in soup
xà lách [sà láj] salad
xà lách xoong [sà láj soong] watercress

Menu Reader: Drink

Essential Terms

beer bia
bottle chai [jai]
coconut milk nước dừa [nɯ-úrg yɯ̀-a]
coffee cà-phê [gà-fay]
cup chén (N) [jén], ly (S) [li]
fruit juice nước trái cây [nɯ-úrg jái gay-i]
gin 'gin'
glass (tumbler) cốc vại [gáwg vai]
(wine glass) ly đựng rượu [li dɯ̣ng rɯ-ụrou]
milk sữa [sõõ-a]
mineral water nước khoáng [nɯ-úrg kwáng]
red wine rượu vang đỏ [rɯ-úroo vang dỏ]
soda (water) nước sô da [nɯ-úrg saw da]
soft drink nước ngọt [nɯ-úrg ngọd]
sugar đường [dɯ-ùrng]
tea trà [jà] tea
tonic water nước 'tonic' [nɯ-úrg]
water nước [nɯ-úrg]
whisky rượu uýt-ki [rɯ-úroo wíd-gi]
white wine rượu vang trắng [rɯ-úroo vang júng]
wine list bảng rượu [bảng rɯ-ụroo]

a cup of ..., please làm ơn cho môt chén/ly [làm urn jo mạwd jén/li]

bia beer
bia Hơi [bia hu-i] draught lager served in pints
cà phê [gà fay] coffee
cà phê đen [gà fay den] black coffee
cà phê đen đá [gà fay den dá] iced black coffee
cà phê sữa [gà fay sœ-a] hot coffee with milk
cà phê sữa đá [gà fay sœ-a dá] iced milky coffee
đồ uống [dàw wáwng] drinks
nước cam [nœ-úrg gam] fresh orange juice
nước cam đá [nœ-úrg gam dá] orange juice with ice
nước cam nóng [nœ-úrg gam nóng] hot orange juice
nước chanh [nœ-úrg jang] fresh lime juice with sugar and water
nước chanh đá [nœ-úrg jang dá] fresh lime juice with water, sugar and ice
nước chanh nóng [nœ-úrg jang nóng] hot lemon juice
nước dừa [nœ-úrg yœ̀-a] coconut milk
nước khoáng [nœ-úrg kwáng] mineral water
nước mía [nœ-úrg mía] sugar cane juice with fresh lime
nước ngọt cà chua [nœ-úrg ngọd gà jwaw] tomato juice
nước ngọt Côca [nœ-úrg ngọd gawga] Coca-Cola®
nước ngọt Hara-côla [nœ-úrg ngọd hara-gawla] Hara-Cola®
nước rau má [nœ-úrg ra-oo má] refreshing and cooling drink made from dark green leaves – often seen turning vigorously in a glass box in the street
nước sô da [nœ-úrg saw da] soda water
nước táo [nœ-úrg dáo] apple juice
nước tonic [nœ-úrg] tonic water
nước trà [nœ-úrg jà] tea without milk
nước trái cây [nœ-úrg jái gay-i] fruit juice
nước xoài [nœ-úrg swài] mango juice
rượu cô-nhắc [rœ-úroo gaw-n-yúg] brandy
rượu sâmpanh [rœ-úroo suhmpang] champagne
rượu uýt-ki [rœ-úroo wíd-gi] whisky
rượu vang đỏ [rœ-úroo vang dỏ] red wine
rượu vang trắng [rœ-úroo vang júng] white wine
sinh tố [sing dáw] fresh fruit purée, texture like milkshake
sữa ca cao nóng [sœ-a ga gao nóng] cocoa
sữa đậu nành [sœ-a dọh nàng] soya drink – served hot or cold, often with unsweetened doughnut
sữa nóng [sœ-a nóng] hot milk (condensed milk diluted with water)

sữa tươi [sŏŏ-a doo-uh-i] fresh milk
sữa tươi sô-cô-la [sŏŏ-a doo-uh-i saw-gaw-la] chocolate milk
trà [jà] tea
trà sữa [jà sŏŏ-a] tea with milk

How the Language Works

Pronunciation

In this phrasebook, the Vietnamese has been written in a system of imitated pronunciation so that it can be read as though it were English, bearing in mind the notes on pronunciation given below.

a	as in f**a**ther
ai	as in Th**ai**
ao	as in M**ao**
ay	as in p**ay**
aw	as in **aw**e
e or eh	like the 'e' in b**e**d
ew	as in f**ew**
g	as in **g**oat
i	as in -**i**ng
n-y	as in ca**ny**on
o	as in h**o**t
oh	as in **oh**
oo	as in b**oo**
ꝏ	closest to French 'u'
u	as in h**u**t (slight 'u', like unstressed English 'a')
uh	as above only longer
ur	as in f**ur**
y	as in **y**oung

Vietnamese Vowels

a	'a' as in f**a**ther
ă	'u' as in h**u**t (slight 'u' as in unstressed English 'a')
â	'uh' sound as above only longer
e	'e' as in b**e**d
ê	'ay' as in p**ay**
i	'i' as in -**i**ng
o	'o' as in h**o**t
ô	'aw' as in **aw**e
ơ	'ur' as in f**ur**
u	'oo' as in b**oo**
ư	'ꝏ' closest to French 'u'
y	'i' as in -**i**ng

Vietnamese Consonants

c	'g'
ch	'j' as in **j**ar
d	'y' as in **y**oung; in Northern Vietnam sounds more like a 'z'
đ	'd'
g, gh	'g' as in **g**oat, but a throatier sound, something like the 'ch' in the Scottish pronunciation of lo**ch**
gi	'y' as in **y**oung; in Northern Vietnam sounds more like a 'z'
k	'g' as in **g**oat
kh	'k' as in **k**eep
ng, ngh	'ng' as in si**ng**
nh	'n-y' as in ca**ny**on; 'ng' at the end of a word
ph	'f'
qu	'gu' as in **Gu**atemala
t	'd' as in **d**ay
th	't'
tr	'j' as in **j**ar
x	's'

Vietnamese Vowel Combinations

ai	'ai' as in Th**ai**
ao	'ao' as in M**ao**
au	'a-oo'
âu	'oh'
ay	'ay' as in h**ay**
ây	'ay-i' (as in 'ay' above but longer)
eo	'eh-ao'
êu	'ay-oo'
iu	'ew' as in f**ew**
iêu	'i-yoh', 'yayoo'
oa	'wa'
oe	'weh'
ôi	'oy'
ơi	'uh-i'
ua	'waw'
uê	'weh'
uô	'waw'

uy	'wee'
ưa	'ꝏ-a'
ưu	'er-oo'
ươi	'oo-uh-i'

Vietnamese has three main dialects: Northern, Central and Southern. The difference is mainly phonetic. For example, the Northern dialect has six tones while the Southern has five tones. Some consonants, such as 'r', 's' and 'tr', are pronounced less strongly in North Vietnam.

Tones

Vietnamese is a tonal language which means that the pitch at which a word is pronounced determines its meaning. The tone is as important a part of the word as the consonant and vowel sounds. The same combination of consonants and vowels pronounced with different tones will produce different meanings. In standard Vietnamese, there are six tones:

mid-level tone (no marker)
low falling tone (**à**)
low rising tone (**ả**)
high broken tone (**ã**)
high rising tone (**á**)
low broken tone (**ạ**)

For example:

ta	we, us	**tã**	be worn out
tà	flap	**tá**	dozen
tả	describe	**tạ**	100kg

To help you get a clearer idea of how the tones sound, ask a Vietnamese speaker to read the words for you so that you can hear the tonal differences.

Mid-level tone (no marker): the voice begins at about the middle of normal speaking range. This tone is thought to be slightly higher than normal voice pitch:

ba	three
ma	ghost
tai	ear

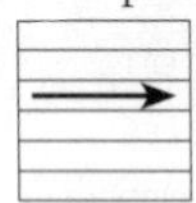

Low falling tone (**à**): this starts lower than the mid-level tone and falls off gradually:

bà	grandmother
mà	but; then
tài	talent; gift

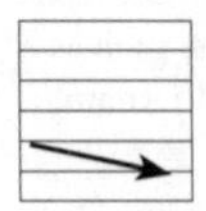

Low rising tone (**ả**): this starts at the same level as the low falling tone, dips a bit and finishes at the height of the starting level:

bả	poisoned food
mả	tomb
tải	carry

High broken tone (**ã**): this starts a bit higher than the low falling tone, dips slightly, rises abruptly, and finishes higher than the starting level:

bã	waste
mã	code
tãi	spread thin

High rising tone (**á**): this starts a bit lower than the mid-level tone and rises sharply:

bá	aunt
má	cheek
tái	half-done

Low broken tone (**ạ**): this starts at the height of the low falling tone and falls immediately to finish at a lower level:

bạ	any
mạ	rice seedling
tại	at; in

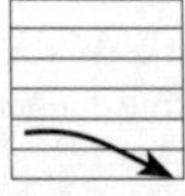

Below is a graphical comparison of the six tones in Vietnamese:

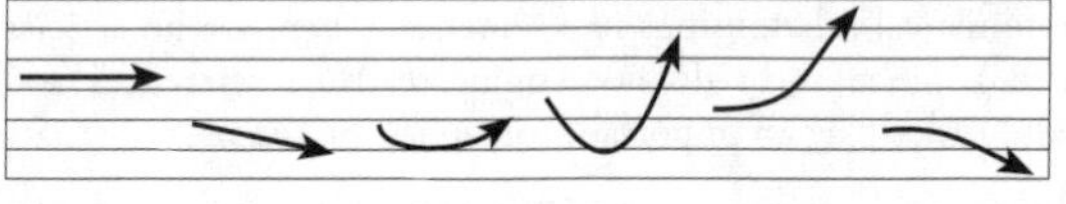

mid-level tone	low falling tone	low rising tone	high broken tone	high rising tone	low broken tone

Notes

If two forms are given in phrases e.g. **ông/bà**, the first is said to a man and the second to a woman.

There are two words for 'yes': **vâng** is used in North Vietnam and **dạ** is used in South Vietnam.

If an English word is used in Vietnamese and pronounced as in English, it is given in single quotes.

In this dictionary we have generally ordered words according to English alphabetical order so as to make reference more user-friendly, whereas in other Vietnamese dictionaries you will find vowels ordered by tone mark and accent. However, we follow Vietnamese practice in grouping the following letters separately:
ch (after c); đ (after d); gi (after g); kh (after k); ng (after n); nh (after ng); ph (after p); th (after t); tr (after t).

Abbreviations

adj	adjective	N	North Vietnamese usage
lit	literally	S	South Vietnamese usage
pol	polite		

General

Vietnamese words do not change their form to express their grammatical relationships in a sentence. There are no articles (a/the). Since verbs do not conjugate, time references and word order play an important role in the grammar.

However, the word order in Vietnamese is often similar to that in English:

subject + verb + object

tôi gặp Anne hôm qua
doy gụp – hawm gwa
I met Anne yesterday

Nouns

Unlike most European languages, nouns in Vietnamese have no number, gender, or case. Instead there are a multitude of markers and classifiers, as can be seen below.

Plurals

The following are some of the plural markers used in Vietnamese:

những n-yŏong some, a certain number of	**các** gág all, every
vài vài several	**mọi** mọi every

To form a plural in Vietnamese, all that is required is the insertion of an appropriate marker before the noun. The noun itself does not change. Sometimes these markers can be translated directly into English, sometimes they cannot:

bạn
bạn
friend

những bạn
n-yꝏ̃ng bạn
friends

các bạn
gág bạn
(all) friends

vài bạn
vài bạn
several friends

người
ngoo-ùh-i
person

mọi người
mọi ngoo-ùh-i
every person, everyone

Numbers can be used directly with nouns without any marker:

ba cốc bia
ba gáwg bia
three glasses of beer
(lit: three glass beer)

hai chai rượu
hai jai rꝏ-ụroo
two bottles of wine
(lit: two bottle wine)

Classifiers

To distinguish between objects/persons in general and an object/person in particular Vietnamese uses classifiers.

A classifier is used when reference is made to something or someone specific. When a reference is general, the classifier is not used. For example:

tôi thích ăn cam
doy tíj un gam
I like eating oranges
(no classifier used)

xin cho tôi một quả cam
sin jo doy mạwd gwả gam
please give me an orange
(classifier **quả** [gwả] used)

What classifier to use depends on the characteristic of the noun that it is being talked about. Here are some common classifiers in Vietnamese, listed according to the type of noun they are used with.

For human beings in general the classifier is **người** (which means 'person'):

người bạn	**anh ấy là người Anh**
ngoo-ùh-i bạn	ang áy-i là ngoo-ùh-i ang
friend	he is English
(lit: person friend)	(lit: he is person English)

To refer to a senior man, respectfully, use the classifier **ông** [awng]:

ông giám đốc
awng yám dáwg
director

To refer to a senior woman, respectfully, use **bà**:

bà chủ tịch
bà jỏỏ dịj
chairwoman

For a young man use **anh**:

anh công nhân
ang gawng n-yuhn
worker

For a young woman use **chị**:

chị thư ký
jị tœ gí
secretary

Cái is the classifier used for inanimate objects:

cái bàn	**cái ghế**	**cái ô tô**
gái bàn	gái gáy	gái aw daw
table	chair	car

Con is normally used for animals:

con mèo	con chó	con bò
gon mèo	gon jó	gon bò
cat	dog	cow

Bức and **tấm** are classifiers for objects that have flat surfaces:

bức tranh	bức thư
bớɒg jang	bớɒg tɒɒ
picture	letter
tấm bản đồ	**tấm thảm**
dúhm bản dàw	dúhm tảm
map	carpet

Cuốn or **quyển** are used for printed materials:

cuốn/quyển từ điển	cuốn/quyển tạp chí
gwáwn/gwi-ảyn dɒɒ di-ảyn	gwáwn/gwi-ảyn dạp jí
dictionary	magazine
cuốn/quyển sách	
gwáwn/gwi-ảyn sáj	
book	

Tờ is used for sheets of paper:

tờ báo	tờ giấy
dùr báo	dùr yáy-i
newspaper	piece of paper

Quả or **trái** are used for fruits:

quả/trái cam	quả/trái táo	quả/trái cà chua
gwả/jái gam	gwả/jái dáo	gwả/jái gà jwaw
orange	apple	tomato

Cây is used for trees or plants:

cây cam	cây táo	cây cà chua
gay-i gam	gay-i dáo	gay-i gà jwaw
orange tree	apple tree	tomato plant

For uncountable nouns the classifier is the word for the container or the unit of measurement:

một bát phở	**một đĩa phở xào**	**năm kilô gạo**
mạwd bád fủr	mạwd dĩa fủr sào	num gilaw gạo
a bowl of rice noodle soup	a plate of fried rice noodles	five kilograms of rice

Adjectives and Adverbs

Adjectives

In Vietnamese adjectives are always placed after the nouns they describe:

một bức tranh đẹp	**một người bạn tốt**
mạwd bứg jang dẹp	mạwd ngoo-ùh-i bạn dáwd
a beautiful picture	a good friend
(lit: a [classifier] picture beautiful)	(lit: a [classifier] friend good)

Adjectives can function like verbs in the following structure:

subject + adjective
subject + to be + adjective

bức tranh này đẹp
bứg jang này dẹp
this picture is beautiful
(lit: [classifier] picture this beautiful)

Comparatives

To form the comparative in Vietnamese, simply put the word **hơn** after the adjective:

đẹp hơn	**tốt hơn**	**rẻ hơn**
dẹp hurn	dáwd hurn	rẻh hurn
more beautiful	better	cheaper

The word **như** (comparable to 'as ... as' in English) is placed after the adjective:

đẹp như	**tốt như**	**rẻ như**
dẹp n-yoo	dáwd n-yoo	rẻh n-yoo
as beautiful as	as good as	as cheap as

Superlatives

The word **nhất** (the most) is placed after the adjectives to form the superlative:

đẹp nhất	**tốt nhất**	**rẻ nhất**
dẹp n-yúhd	dáwd n-yúhd	rẻh n-yúhd
the most beautiful	the best	the cheapest

Adverbs

Adverbs in Vietnamese have the same form as adjectives.

hay
interesting, well

đây là một cuốn sách hay
day-i là mạwd gwáwn sáj hay
this is an interesting book
(lit: this is an [classifier] interesting book)

cô ấy hát hay
gaw áy-i hád hay
she sang beautifully

Adverbs of degree often accompany adjectives or some modal verbs.

Rất [rúhd] (very) comes before adjectives and some modal verbs:

rất đẹp	**rất rẻ**	**rất thích**
rúhd dẹp	rúhd rẻh	rúhd tíj
very beautiful	very cheap	like very much

tôi rất thích món này
doy rúhd tíj món này
I like this dish very much

Lắm and **quá** (very, too, so) are placed after adjectives:

đẹp lắm/quá	**rẻ lắm/quá**	**thích lắm/quá**
dẹp lúm/gwá	rẻh lúm/gwá	tịj lúm/gwá
too beautiful	too cheap	like very much

bãi biển này đẹp quá!
bãi bi-ảyn này dẹp gwá
this beach is so beautiful!

đồ thủ công ở đây rẻ lắm
dàw tỏd gawng ủr day-i rẻh lúm
handicrafts are very cheap here

The words **hơn, bằng** and **nhất** are also used to form the comparative and superlative of adverbs:

rõ ràng hơn	**rõ ràng bằng**	**rõ ràng nhất**
rõ ràng hurn	rõ ràng bùng	rõ ràng n-yúhd
more clearly	as clearly as	most clearly

Demonstrative adjectives

Demonstrative adjectives are:

này [này] this, these
kia, đó, ấy [gia, dó, úhi] that, those

They always follow the noun:

bức tranh này
bcủg jang này
this picture
(lit: [classifier] picture this)

cái bàn kia
gái bàn gia
that table
(lit: [classifier] table that)

When a number word is used in a sentence, the word order is:

number + classifier + noun + demonstrative adjective

hai cái bàn này
hai gái bàn này
these two tables
(lit: two [classifier] table these)

Pronouns

Personal pronouns

Personal pronouns in Vietnamese vary depending on the age, gender and social position of their subject. (In fact, personal pronouns in Vietnamese are kin terms, so sometimes you can guess the family connection between the speakers just by the pronouns they use when speaking to each other.)

For the pronoun 'you', the choice of pronoun will depend on the age and seniority (social status etc) of the person with respect to you. Generally, in a formal situation, **ông** is used for a man who is older/more senior than you, and **bà** is used for an older/more senior woman. They both express considerable politeness and respect. **Anh** and **chị**, on the other hand, can be used both formally and informally when the person addressed is of approximately the same age as you: **anh** for a man, **chị** for a woman. The word **cô** is a more formal word, and would, amongst other uses, be used by a man speaking to a young woman he doesn't know well.

If you know a person's given name, it is polite to use it after the appropriate Vietnamese word for 'you' when addressing or referring to them; in which case **ông** etc would be spelt with a capital letter (see **name** on page 88). Therefore a man about the same age as you whose given name is '**Chi**' would be addressed as follows:

> **Anh Chi có làm gì tối nay không?**
> ang ji gó làm gì dóy nay kawng
> what are you doing tonight?

Note that there is no distinction between subject pronouns and object pronouns. 'He' and 'him', for example, are both expressed by the same word.

Singular Pronouns

first person

tôi [doy] I/me

second person

ông [awng] you
(formal word used when speaking to an older or more senior man)

bà you
(formal word used when speaking to an older or more senior woman)

anh [ang] you
(friendly, less formal word used when speaking to a youngish man or one about the same age as yourself)

chị [ji] you
(friendly, less formal word used when speaking to a youngish woman or one about the same age as yourself)

cô [gaw] you
(formal word, amongst other uses, spoken by a man to a young woman he doesn't know well)

em you
(informal word, used when speaking to a much younger person or child of either sex)

third person

ông ấy [awng áy-i] or
ổng (South Vietnam) [ảwng] he/him
(when referring respectfully to an older or more senior man)

anh ấy [ang áy-i] he/him
(when referring to a youngish man or one about the same age as yourself)

bà ấy [bà áy-i] or **bả** (South Vietnam) she/her
(when referring respectfully to an older or more senior woman)

chị ấy [jị áy-i] she/her
(when referring to a youngish woman or one about the same age as yourself)

nó he/him, she/her, it
(used when referring to a much younger person or child)

Plural Pronouns

first person

chúng tôi [jóóng doy] we/us
(referring to self only)

chúng ta [jóóng da] we/us
(including both speaker and listeners)

To form the second and third person plural, put the word **các** before the singular pronouns.

second person

các anh [gág ang], **các chị** [gág jị], etc you
(the same distinctions are made as for the singular use)

third person

các anh ấy [gág ang áy-i], **các ông ấy** [gág awng áy-i], etc they/them
(the same distinctions are made as for the singular use)

The third person singular pronoun **nó** (he/she/it) refers to a child or a person younger than you in a friendly way. But **nó** is also used to express anger or disapproval of the person, so be careful of your intonation when using it.

Demonstrative pronouns

đây [day-i] this (here)
kia, đấy, đó [gia, dáy-i, dó] that (over there)

đây là anh Hùng
day-i là ang Hòòng
this is Mr Hung

kia là chị Hoa
gia là jị Hwa
that is Mrs Hoa

Myself/himself/herself/themselves

These are all expressed by the word **tự**, which should be placed before the verb in Vietnamese:

tự mặc áo quần
dợ mụg áo gwùhn
dress oneself

tôi tự làm việc này
doy dợ làm vi-ạyg này
I do it myself

Possessive Adjectives and Possessive Pronouns

To form possessive adjectives and possessive pronouns, simply place **của** before the personal pronouns:

của tôi [gởở-a doy]
my/mine

của anh, của chị, của ông, của bà [gởở-a ang, gởở-a jị, gởở-a awng, gởở-a bà]
your/yours

của anh ấy, của chị ấy, của ông ấy, của bà ấy [gởở-a ang áy-i, gởở-a jị áy-i, gởở-a awng áy-i, gởở-a bà áy-i]
his, her/hers, its

của chúng tôi, của chúng ta [gởở-a jóóng doy, gởở-a jóóng da]
our/ours

của các anh, của các chị, của các ông, của các bà [gởở-a gág ang, gởở-a gág jị, gởở-a gág awng, gởở-a gág bà]
your/yours

của họ, của các anh ấy, của các chị ấy [gởở-a họ, gởở-a gág ang áy-i, gởở-a gág jị áy-i]
their/theirs

For example:

cuốn sách của tôi mới
gwáwn sáj gỏ̉-a doy múh-i
my book is new

cuốn sách này là của tôi
gwáwn sáj này là gỏ̉-a doy
this book is mine

Sometimes the word **của** [gỏ̉-a] can be omitted:

mẹ của tôi
mẹh gỏ̉-a doy
my mother

mẹ tôi
mẹh doy
my mother

Verbs

Unlike English, verbs in Vietnamese do not change their form according to person or tense. Normally, tenses in Vietnamese are distinguished by an adverb of time, a time-marker or by the context.

Time-markers are always placed before the verb.

Đã refers to an action in the past:

tôi đã gặp Lisa hôm qua
doy dã gụp Lisa hawm gwa
I met Lisa yesterday

Đang refers to an action that is continuing:

anh ấy đang nói chuyện với bạn
ang áy-i dang nói jwee-ạyn vúh-i bạn
he is talking with his friend

Sẽ refers to an action in the future:

họ sẽ đi Việt Nam
họ sẽh di vi-ạyd nam
they will go to Vietnam

Sắp refers to an action that will happen in the near future:

họ sắp đến
họ súp dáyn
they are about to arrive

However, the time-marker can be omitted when the meaning of a sentence is clearly indicated by an adverb of time:

tôi đã học tiếng Việt năm ngoái
doy dã họg di-áyng vi-ạyd num ngwái
I studied Vietnamese last year

tôi học tiếng Việt năm ngoái
doy họg di-áyng vi-ạyd num ngwái
I studied Vietnamese last year

Modal verbs

As in English, modal verbs in Vietnamese are combined with other verbs to express the attitude or desire of the speaker. Modal verbs are always placed before the main verbs.

muốn (want)

tôi muốn mua vài thứ đồ lưu niệm
doy mwáwn mwaw vài tớ dàw ler-oo ni-ạym
I want to buy some souvenirs

có thể (can, may)

chuyến tàu 10 giờ sáng có thể đến muộn
jwee-áyn dà-oo 10 yùr sáng gó tảy dáyn mwạwn
the 10 a.m. train may be late

cần, cần phải (need)

chúng ta có cần phải đi ngay không?
jóóng da gó gùhn fải di ngay kawng
do we need to go right away?

nên (should, ought to)

anh nên đi thăm vịnh Hạ Long
ang nayn di tum vịng hạ long
you should visit Halong Bay

phải (must, have to)

anh phải mua vé trước hai ngày
ang fải mwaw véh jꝏ-úrg hai ngày
you have to buy the ticket two days beforehand

The Verb 'To Be'

Unlike 'to be' in English, the verb **là** is used with nouns and noun phrases only:

tôi là James Taylor
doy là James Taylor
I am James Taylor

anh ấy là người Anh
ang áy-i là ngoo-ùh-i ang
he is English
(lit: he is person English)

họ là giáo viên
họ là yáo vi-ayn
they are teachers

Where English uses the verb 'to be' before an adjective, Vietnamese just uses an adjective. For example:

khách sạn ấy tốt
káj sạn áy-i dáwd
that hotel is good
(lit: hotel that good)

Negatives

To form the negative, the phrase **không phải** (not; lit: not right) is added before the verb **là**. The word **không** (not) can also be used before other verbs.

tôi không phải là James
doy kawng fải là James
I am not James
(lit: I not am James)

anh ấy không phải là người Anh
ang áy-i kawng fải là ngoo-ùh-i ang
he is not English
(lit: he not is person English)

tôi không học tiếng Pháp năm ngoái
doy kawng họg di-áyng fáp num ngwải
I did not study French last year

tôi không biết đường đến đó
doy kawng bi-áyd dœ-ùrng dáyn dó
I don't know how to get there
(lit: I not know way to get there)

anh không phải giữ chỗ trước
ang kawng fải yœ̃ jãw jœ-úrg
you don't have to book in advance

Imperatives

Hãy and **đi** are used to give an order in Vietnamese.

Hãy is placed before the verb:

hãy nhìn kìa!
hãy n-yìn gìa
look over there!

Đi is placed after the verb:

chạy đi!
jạy di
run!

ăn đi!
un di
please eat!

Negative commands are formed by adding the word **đừng** (do not) before the verb:

đừng ăn!
dœ̀ng un
don't eat!

đừng lo!
dœ̀ng lo
don't be worried!

đừng dẫm lên cỏ!
dừng yũhm layn gỏ
don't walk on the grass!

When you want to ask somebody to do something for you, the phrase **làm ơn** (please) is used to express politeness:

làm ơn chỉ cho tôi đường đến Ga Hà nội
làm urn jỉ jo doy dœ-ùrng dáyn ga hà nọy
please, show me the way to Hanoi Station

làm ơn đưa cho tôi quyển sách kia
làm urn doo-a jo doy gwi-ảyn sáj gia
pass me that book, please

Questions and Answers

... phải không? (don't you?/aren't you?/doesn't it?/aren't they? etc)

To form a question tag in Vietnamese you only have to put the phrase **phải không** at the end of the statement.

Answers are **vâng** (North Vietnam), **dạ** (South Vietnam) (yes) and **không** (no; not).

anh ấy là giáo viên
ang áy-i là yáo vi-ayn
he is a teacher

anh ấy là giáo viên phải không?
ang áy-i là yáo vi-ayn fải kawng
he is a teacher, isn't he?

vâng, anh ấy là giáo viên
vuhng ang áy-i là yáo vi-ayn
yes, he is a teacher

không, anh ấy không phải là giáo viên
kawng ang áy-i kawng fải là yáo vi-ayn
no, he is not a teacher

chị đã gặp Lisa
jị dã gụp Lisa
you met Lisa

chị đã gặp Lisa phải không?
jị dã gụp Lisa fải kawng
you met Lisa, didn't you?

vâng, tôi đã gặp Lisa
vuhng doy dã gụp Lisa
yes, I met Lisa

không, tôi không gặp Lisa
kawng doy kawng gụp Lisa
no, I did not meet Lisa

Another way of forming questions is by using:

... có ... không?

chị ấy có học Tiếng Việt không?
jị áy-i gó họg Tiáyng Viạyd kawng
did she study Vietnamese?

When using this question form, to answer 'yes' say **có** instead of **vâng** or **dạ**:

có, chị ấy có học tiếng Việt
gó jị áy-i gó họg di-áyng vi-ạyd
yes, she studied Vietnamese

For 'no' say **không**:

không, chị ấy không học tiếng Việt
kawng jị áy-i kawng họg di-áyng vi-ạyd
no, she did not study Vietnamese

Below are examples of the use of other interrogatives in Vietnamese. Note that the word order of the questions and answers does not change:

ai? who?

ai là giáo viên? ai là yáo vi-ayn who is a teacher?	**anh ấy là giáo viên** ang áy-i là yáo vi-ayn he is a teacher

gì? what?

kia là cái gì? gia là gái gì what is that?	**kia là rạp xiếc** gia là rạp si-áyg that is the circus building

nào? which?

người nào? ngoo-ùh-i nào which person?	**người này** ngoo-ùh-i này this person
cái nào? gái nào which one?	**cái này** gái này this one

đâu? [doh] where?

bà đi đâu? bà di doh where are you going?	**tôi đi chợ** doy di jụr I am going to the market

sao?/vì sao?/tại sao? [sao/vì sao/dại sao] why?

sao chị đến muộn?
sao jị dáyn mwạwn
why did you arrive late?

vì xe tôi bị hỏng
vì seh doy bị hỏng
because my bicycle wasn't working

thế nào? bằng cách nào? làm sao? [táy nào/bùng gáj nào làm sao]
how?

chị đến đây bằng cách nào?
jị dáyn day-i bùng gáj nào
how did you get here?

tôi đến đây bằng tàu hoả
doy dáyn day-i bùng dà-oo hwả
I came here by train

bao giờ? lúc nào? khi nào? [bao yùr lóóg nào ki nào] when?

If **bao giờ** (when) is placed at the end of a question, it implies that the action has already taken place; if **bao giờ** is placed at the beginning of a question, it implies that the action will take place in the future:

chị đến đây bao giờ?
jị dáyn day-i bao yùr
when did you arrive?

tôi đến đây hôm qua
doy dáyn day-i hawm gwa
I arrived here yesterday

bao giờ anh ấy đến đây?
bao yùr ang áy-i dáyn day-i
when will he arrive?

ngày mai
ngày mai
tomorrow

mấy?, bao nhiêu? [máy-i, bao nyi-yoh] how much?/how many?

Mấy is used for amounts less than ten. **Bao nhiêu** is used for amounts over ten. If you're not sure, **bao nhiêu** can always be used.

chị có mấy anh em trai?
jị gó máy-i ang em jai
how many brothers do you have?
(lit: you have how many brother)

có bao nhiêu viện bảo tàng ở Hà nội?
gó bao nyi-yoh vi-ạyn bảo dàng ủr hà nọy
how many museums are there in Hanoi?

cái hộp sơn mài này giá bao nhiêu?
gái hạwp surn mài này yá bao nyi-yoh
how much does this lacquer box cost?

(**Bao nhiêu** is used because the price is going to be more than 10 dong).

Dates

Dates in Vietnamese are expressed in the following order:

thứ – ngày – tháng – năm
tớ – ngày – táng – num
day – date – month – year

thứ Hai ngày 30 tháng 12 năm 1996
thớ hai ngày 30 táng 12 num 1996
Monday 30th December 1996

hôm nay là ngày mấy?
hawm nay là ngày máy-i
what date is it today?

ngày 25 tháng 7 năm 1997
ngày 25 táng 7 num 1997
25th July 1997

or simply: 25/7/97

Days

Monday thứ Hai [tớ hai]
Tuesday thứ Ba [tớ ba]
Wednesday thứ Tư [tớ tơ]
Thursday thứ Năm [tớ sum]
Friday thứ Sáu [tớ sá-oo]
Saturday thứ Bảy [tớ bảy]
Sunday chủ Nhật [jỏ̀ n-yụhd]

Months

January tháng Giêng [táng gi-ayng]
February tháng Hai [táng hai]
March tháng Ba [táng ba]
April tháng Tư [táng too]
May tháng Năm [táng num]
June tháng Sáu [táng sá-oo]
July tháng Bảy [táng bảy]
August tháng Tám [táng tám]
September tháng Chín [táng chín]
October tháng Mười [táng moo-ùh-i]
November tháng Mười Một [táng moo-ùh-i mạwd]
December tháng Mười Hai, tháng Chạp [táng moo-ùh-i hai, táng chạp]

Time

a.m. sáng
p.m. (noon to sunset) chiều [jiàyoo]
p.m. (sunset to midnight) tối [dóy]
noon buổi trưa [bwỏy joo-a]
midnight nửa đêm [nỏ-a daym]
what time is it? bây giờ là mấy giờ? [bay-i yùr là máy-i yùr] (lit: now is how many hour)
it's 10 a.m. bây giờ là mười giờ sáng [bay-i yùr là moo-ùh-i yùr sáng]
it's 3 p.m. bây giờ là ba giờ chiều [bay-i yùr là ba yùr ji-àyoo]
it's 8 p.m. bây giờ là tám giờ tối [bay-i yùr là dám yùr dóy]

The word **kém** (less) corresponds to English 'to':

five to one một giờ kém năm [mạwd yùr gém num]
ten to two hai giờ kém mười [hai yùr gém moo-ùh-i]

There is no Vietnamese equivalent to 'past'. Vietnamese uses the formula 'hour + minutes' as in 'five twenty-five' or 'hour + **rưỡi** (half)':

ten past two, two ten hai giờ mười [hai yùr moo-ùh-i]
a quarter past three, three fifteen hai giờ mười lăm [hai yùr moo-ùh-i lum]

two thirty hai giờ ba mươi [hai yùr ba moo-uh-i]
half past two (lit: two hour half) hai giờ rưỡi [hai yùr roo-ũh-i]
two forty-five hai giờ bốn mươi nhăm [hai yùr báwn moo-uh-i n-yum]
ten to three ba giờ kém mười [ba yùr gém moo-ùh-i]

Numbers

0 không [kawng]
1 một [mạwd]
2 hai
3 ba
4 bốn [báwn]
5 năm [num]
6 sáu [sá-oo]
7 bảy
8 tám [dám]
9 chín [jín]
10 mười [moo-ùh-i]
11 mười một [moo-ùh-i mạwd]
12 mười hai [moo-ùh-i hai]
13 mười ba [moo-ùh-i ba]
14 mười bốn [moo-ùh-i báwn]
15 mười lăm/nhăm [moo-uh-i lum/n-yum]
16 mười sáu [moo-ùh-i sá-oo]
17 mười bảy [moo-ùh-i bảy]
18 mười tám [moo-ùh-i dám]
19 mười chín [moo-ùh-i jín]
20 hai mươi [hai moo-uh-i]
21 hai mươi mốt [hai moo-uh-i máwd]
22 hai mươi hai [hai moo-uh-i hai]
23 hai mươi ba [hai moo-uh-i ba]
24 hai mươi bốn [hai moo-uh-i báwn]
25 hai mươi lăm/nhăm [hai moo-uh-i lum/n-yum]
30 ba mươi [ba moo-uh-i]
31 ba mươi mốt [ba moo-uh-i máwd]
34 ba mươi bốn [ba moo-uh-i báwn]
35 ba mươi nhăm/lăm [ba moo-uh-i n-yum/lum]
40 bốn mươi [báwn moo-uh-i]
50 năm mươi [num moo-uh-i]

90	chín mươi [jín moo-uh-i]
100	một trăm [mạwd jum]
101	một trăm linh/lẻ một [mạwd jum ling/lẻh mạwd]
102	một trăm linh/lẻ hai [mạwd jum ling/lẻh hai]
191	một trăm chín mươi mốt [mạwd jum jín moo-uh-i máwd]
200	hai trăm [hai jum]
300	ba trăm [ba jum]
1,000	một ngàn, một nghìn [mạwd ngàn, mạwd ngìn]
10,000	mười ngàn [moo-ùh-i ngàn]
100,000	một trăm ngàn [mạwd jum ngàn]
1,000,000	một triệu [mạwd ji-ạyoo]
2,000,000	hai triệu [hai ji-ạyoo]
one billion	một tỷ [mạwd dĩ] (1,000,000,000)
two billion	hai tỷ [hai dĩ]

In spoken Vietnamese, for numbers ending in 5 (from 15 onwards), **lăm** [lum] is used in North Vietnam and **nhăm** [n-yum] is used in the South; in written Vietnamese, the correct spelling is **năm** [num].

Another word for 10 when used in units of 10 (20, 30, 40 etc) is **chục** [jọọg]:

10	một chục [mạwd jọọg]
20	hai chục [hai jọọg]
30	ba chục [ba jọọg]

Ordinal numbers

To form ordinal numbers in Vietnamese, the word **thứ** [tớ] is placed before the cardinal numbers.

1st	thứ nhất [tớ n-yúhd]
2nd	thứ nhì, thứ hai [tớ n-yì, tớ hai]
3rd	thứ ba [tớ ba]
4th	thứ tư [tớ dơ]
5th	thứ năm [tớ num]
6th	thứ sáu [tớ sá-oo]
7th	thứ bảy [tớ bảy]
8th	thứ tám [tớ dám]
9th	thứ chín [tớ jín]

10th	thứ mười [tớ moo-ùh-i]
11th	thứ mười một [tớ moo-ùh-i mạwd]
15th	thứ mười lăm/nhăm [tớ moo-ùh-i lum/n-yum]
20th	thứ hai mươi [tớ hai moo-uh-i]

Conversion Tables

1 centimetre = 0.39 inches
1 metre = 39.37 inches = 1.09 yards
1 kilometre = 0.62 miles = 5/8 mile

1 inch = 2.54 cm
1 foot = 30.48 cm
1 yard = 0.91 m
1 mile = 1.61 km

km	1	2	3	4	5	10	20	30	40	50	100
miles	0.6	1.2	1.9	2.5	3.1	6.2	12.4	18.6	24.8	31.0	62.1

miles	1	2	3	4	5	10	20	30	40	50	100
km	1.6	3.2	4.8	6.4	8.0	16.1	32.2	48.3	64.4	80.5	161

1 gram = 0.035 ounces

g	100	250	500
oz	3.5	8.75	17.5

1 kilo = 1000 g = 2.2 pounds
1 oz = 28.35 g
1 lb = 0.45 kg

kg	0.5	1	2	3	4	5	6	7	8	9	10
lb	1.1	2.2	4.4	6.6	8.8	11.0	13.2	15.4	17.6	19.8	22.0

kg	20	30	40	50	60	70	80	90	100
lb	44	66	88	110	132	154	176	198	220

lb	0.5	1	2	3	4	5	6	7	8	9	10	20
kg	0.2	0.5	0.9	1.4	1.8	2.3	2.7	3.2	3.6	4.1	4.5	9.0

1 litre = 1.75 UK pints / 2.13 US pints

1 UK pint = 0.57 litre
1 US pint = 0.47 litre

1 UK gallon = 4.55 litre
1 US gallon = 3.79 litre

centigrade / Celsius

°C = (°F - 32) x 5/9

°C	-5	0	5	10	15	18	20	25	30	36.8	38
°F	23	32	41	50	59	64	68	77	86	98.4	100.4

Fahrenheit

°F = (°C x 9/5) + 32

°F	23	32	40	50	60	65	70	80	85	98.4	101
°C	-5	0	4	10	16	18	21	27	29	36.8	38.3